AF497672

విషయ సూచిక

ప్రకరణము	పుట
౧ యోగి	౧
౨ తారానాథుడు	౧౫
౩ చదరంగము ప్రారంభము	౨౧
౪ ఢిల్లీకి ప్రయాణము	౨౭
౫ ఒక వీరపురుషుడు	౩౫
౬ ఏమియు లేదు	౪౧
౭ ఆమె కాళలు గల్లెను	౪౭
౮ అతని హృదయము ఝల్లుమనియెను	౫౫
౯ రాజద్రోహి యెవరు?	౬౬
౧౦ చీకటి	౭౫
౧౧ పటమహిషి	౮౩
౧౨ గగనకుసుమము	౯౨
౧౩ దుష్టగ్రహ కూటము	౯౬
౧౪ దర్బారు	౧౦౩
౧౫ తిరస్కారము	౧౦౯
౧౬ జ్యోతిషము	౧౧౪
౧౭ దీర్ఘదర్శి	౧౨౧
౧౮ ఆశ	౧౩౨
౧౯ రాధా కుమారుడు	౧౪౬
౨౦ నిరాశ	౧౫౪
౨౧ వెన్నెల	౧౫౯
౨౨ ఆ చప్పుడేమి?	౧౬౬

౨౩ ప్రయాణము	... ...	౧౨౩
౨౪ మోసము	... ...	౧౨౩
౨౫ ప్రతి ఫలము	... ...	౧౫౦
౨౬ కాలకూటము	... ...	౧౫౬
౨౭ ఆంధ్రులు	... ...	౨౧౧
౨౮ తురుష్కులు	... ...	౨౧౪
౨౯ జైత్ర యాత్ర	... ...	౨౧౬
౩౦ దుష్ట గ్రహకూటము	... ...	౨౨౨
౩౧ రాయబారము	... ...	౨౩౦
౩౨ నూర్జహాను	... ...	౨౪౮
౩౩ మార్జ	... ...	౨౫౬
౩౪ వివాహము	... ...	౨౬౪
౩౫ నిద్ర	... ...	౨౬౬
౩౬ యుద్ధము	... ...	౨౭౩
౩౭ ఆదిల్షాహ పరాభవము	...	౨౮౧
౩౮ విజయము	... ...	౨౮౫
౩౯ స్వామిద్రోహము	... ...	౨౮౯
౪౦ తరువాత	... ...	౨౯౬
౪౧ బుద్ధి సాగరుఁడు	... ...	౩౦౧
౪౨ ఉపసంహారము	... ...	౩౦౬

తప్పొప్పుల పట్టిక

పుట	పంక్తి	తప్పు	ఒప్పు
16	14	ప్రస్థితస్యోత్తరాణాం	ప్రస్థితస్యోత్తరాశాం
50	14	ఈ మాధవిని మంటపము	ఈ మాధవీమంటపము
58	2	త్రత్రియ	త్వత్రియ
58	14	కొడవ	కొడవ
62	8	కనులకు	కనులను
82	8	ఇదిగో !	ఆదిగో !
88	8	అధిషించెను	అధిష్ఠించెను
92	8	శిశిబ్బుతువు	శిశిగబ్బుతువు
98	14	బహిప్రపంచము	బహిష్కప్రపంచము
108	8	శంకమరాగ	కుంకుమరాగ
115	20	భితుకుడు	భిక్షుకుడు
124	8	యోజనమగ్నస్మై	గౌగాచనామగ్నస్మై
142	19	అంకకములతో	ఆంగక ములతో
148	1	చిత్రపలకము	చిత్రఫలకము
194	4	నసించునని	నశించునని
216	18	మహమ్మదీయానవాబుల	మహమ్మదీయపాలకుల
278	8	గణశితుసుకలులగు	రణశిఠానుకలులగు
806	5	యాఱుగఁబడు	యాఱురపడు

పీఠిక

1913-వ సంll ప్రిల్ నెల 26-వ తారీఖున వేసవి సెల
వులంగడపుట్కె స్వగ్రామమగు సంగలూరునకేగి గ్రంథమేదే
కోకండు వ్రాయ నిశ్చయించి కథను హిందూదేశచరిత్రము
పరింపదొడగితి. విజయనగర సామ్రాజ్యనాశము నాకెంత
యు సనుకూలించునని తోచుటయు దానింగ్రె కొంటి. గ్రంథ
మును విజ్ఞానచంద్రికామండలివారి పోటీపరీక్షకు బంపవల
యుసని చయాపాజనించుటయు, అత్యంత త్వరితగతి మేనెల
1-న తారీఖుసు ప్రారంభించి 26-వ తారీఖున (అనగా 26
దిన ములలో) ముగించితి. మండలివారి పరీక్షయు బ్రోత్సా
హమును లేకయుస్న సింతత్వరలో జనవలన రచించి యాంధ్ర
పాఠకలోకమును కొసంగి బూనియుందు వాడగాను. కాన
మండలివారికం స్వతజ్ఞడు.

జ్ఞల్ప స్వల్పకాలములో ప్రాసనడగుంటుచేతను, సంస్కర
ణముసు సెన దగిసయా నాశము లేకుండుటచేతను, ఇందుదొర
సదోషమునను లేసమేసి ద్ కియే పరీక్షకులకు బంపనలసిన
వాసిసయుంటి. కాడుజేసి పరీక్షకుంకు జాల శ్రమ కల్గించితి.
అగాసి ప్రకటసతోసి మర్యించి సవలకువన్న దెచ్చున పరీక్ష
కుంకి సడజనములు.

ఇందలి కథను మ-రా-శ్రీ కే. వి. లక్ష్మణరావు ప...
లుగారి మహమ్మదీయ మహాయుగమునుండి స్వీకరించితిని.
కావున శ్రీపంతులుగారి సాయము నొకపరి యిచ్చట సంస్మరిం...
చుట నాకుంగర్తవ్యము. ఈ గ్రంథమును శీఘ్రముగను, శుద్ధమ...
గను, అచ్చువేయించిన హెచ్. వి. కృష్ణ అంఝు కో వారిక...
అందందు మార్పులఁ జేసి వన్నె బెట్టిన శ్రీయుత ఆచంట లక్ష్మ...
బి. ఏ., ఎం. బి., సి. ఎం., గారికిని నాకృతజ్ఞ తావందసములు.

మండలివారీ గ్రంథమును చిరకాలముక్రిందనే ప్రక...
టింప నిశ్చయించిరి. అయినను నాకుందగిన సావకాశము గల్లమి...
జేసియు శరీరస్వాస్థ్యములేమి మొదలగు మతికొన్నియు...
వార్యములగు ఆటంకముల వలనను మండలివారికిని ఆం...
పాఠక్రపపంచమునకును ఆశాభంగము కల్గించితిని. నేఁజేసి...
యాలస్యమునఁ కెల్ల నోర్చిన మండలివారి యౌదార్యము, శా...
తము ప్రశంసనీయములు. పాఠకమహాశయులీ యాలస్యమును
మన్నింతురుగాక. గుణదోషనిర్ణయమునకు సర్వజ్ఞులోకము
శరణ్యము.

ఆపరితోషా ద్విదుషాం నసాధుమన్యే ప్రయోగవిజ్ఞానం
బలవదపి శిక్షితానా మాత్మన్య ప్రత్యయంచేతః   (శాకుంతలం)

బాలసరస్వతీపుస్తక   ఇట్లు
భాండాగారము
ఆంగలూరు   విధేయుఁడు
19-9-14.   దుగ్గిరాల- రాఘునచంద్రయ్య చే. ...

...ల మాత్ర మప్పుడప్పుడు 'కూ' యని పాడుక మాత్ర మాయెను. ఇంకను బాధించుండెను. అతని కను లశ్రుపూరితములై యుండుచుండెను. మొగము పరమాసక్తమును చూపుచుండెను. శాంతభావము తృప్తి, నైశ్చల్యము తప్ప మరియొక భావ మందుగనపట్టుటలేదు.

అతడా వీణను గ్రిండనుంచెను. ఆ మొగ మీతని శాంతభావమును ప్రస్ఫుటము సేయుచుండెను. అది యింకను ప్రపూర్ణములై తోచుచుండెను. ఒక సమసఱ ఘటమి చూచెను. అంత నతనికి గృతపరిచయమగు మానవ హా మొకటి కనపట్టైను.

ఆ యాటజమునకు దారులు పెక్కులు గలవు. అందు దారులు రహస్యములయినవి. వాని చతికలెఱుంగ మిత్రులు కొందఱు మాత్ర మెఱుంగుదురు. స్వతంత్ర పురుషుడందొక త్రోవనుండివచ్చెను.

అతనింజూడంగనే మన శ్రీధరునిహృదయము సముదిసి హురుంగాచిన కల్వయుంబోలె వికాసవంత మాయెను. నే యతడు "ఓహో! బుద్ధిసాగరా! ఎన్న నాకు దర్శన మితివి? మామీద దయరాలేదు గాంబోలును?" అని.

అవును, చిరకాలమే యైనది. మీయయ్య మాగాదులన్ని ను నిర్విఘ్నముగా సాగుచున్నవా?

శ్రీధ:—మా యజ్ఞ యాగాదికములమాట కేమిలే! సుస్థిరమగు విజయనగర సామ్రాజ్యలక్ష్మికి మీఁబోటి మంత్రులును, రామరాజువంటి చక్రవర్తులును గలుగ, మాఁబోంట్లకు భయమేమి! కాని, మీరాజ్య కార్యములెట్లు సాగుచున్నవి?

బుద్ధిసాగరుండు తలకొంచెముువంచెను. అతని మొగము సరిగాఁ గనఁబడుటలేదు. కాని, యతని మొగమున సెంత చూచినను మాశ్రేమియుఁ గానఁ వచ్చుటలేదు.

"రాజ్యకార్యములంగూర్చియే నీతో నిప్పుడు మాట లాడవచ్చితిని. కొంచెము కాలము మనము మాటలాడవలసి యున్నది. కొన్ని చిక్కులు తటస్థించినవి" అని మెల్లఁగా బుద్ధి సాగరుండనెను.

శ్రీధరుని కేమియుఁ దోఁచలేదు. అతనిక యోచనలు పెక్కులు గలుగఁజొచ్చెను. సర్వమును విసర్జించిన సన్న్యాసి కీ వ్యవహారము లన్నియు నేలకో? శ్రీధరుఁడటునిటు పరికించి చూచెను. బుద్ధిసాగరుఁడును విలోకించెను.

"బుద్ధిసాగరా! అదిగో! ఆకసఁబడుచున్న ప్రదేశము కాస్యాలోచనమునకు మిక్కిలి మంచిది. కాస సటకఁబోవు దముకరా" అనియెను. ఇద్దఱును బోవఁదొడఁగిరి. వారిరువురు నొకరితోనొకరు మాటలాడలేదు. కనులెత్తి యచ్చటి ప్రకృతి సౌందర్యము సరయలేదు. మెల్ల మెల్లఁగ శ్రీధరుడు ముందు

వోవుచుండెను. అతనిహృదయ మాతురతతో నిండి యుండెను. బుద్ధిసాగరుండతనిని వెంబడించెను.

ప్రస్తుతము బుద్ధిసాగరునకును, శ్రీధరునకును, గలనల బంధ మేమో తెలిసికొనవలయునని మీ హృదయము తొందరపడుచున్నదా? ఈ యిరువురును బాల్యమునుండి మిత్రులు. సహాధ్యాయులు. ఇరువురును జాణక్యాది మహాశయులచే రచింపబడిన న్యాయశాస్త్రంబులను, ధర్మశాస్త్రములను, రాజకీయ విజ్ఞాన శాస్త్రంబులను, సమముగాc బఠించిరి. వారిరువురకుc బరస్పరము స్నేహా మమితము. శ్రీధరుండు సన్యసిలcచి తన సర్వమును దేశక్షేమమునకై వినియోగించు చుండెను. బుద్ధిసాగరుండు మంత్రియై దేశక్షేమమును బాలించుచుండెను.

అట్లు వారిరువురును గమ్యస్థానమున కేగిరి. అంత శ్రీధరుండు "మిత్రమా! సత్వరముగాcజెప్పుము. నామనము కల వరపడుచున్నది. విజయనగర సామ్రాజ్యమునకుc జిక్కులు తటస్థించినవిగా?" అనెను.

బుద్ధి:—ఆ! సమీపించుచున్నవి. కాలనర్పమును ఇబక్కక్రింద సంచుకొని నిద్రించువానికీ జావు రాకుండcగలదా?

శ్రీధ:—అవును. నీవన్నది యాదిల్ శాహను గూర్చికాదా? అతcడంత పనికిందగినవాcడే. అయ్యో! రామరాజా! నీ వివేకమెల్ల నేమైపోయినది?

అని నిట్టూర్పు పుచ్చెను. అత్యంతవైభవము ననుభ
వించి విమత నృపాలురకు భీకరంబులై జగద్విఖ్యాతి గాంచిన
సామ్రాజ్యములలో విజయనగర సామ్రాజ్య మొకటి. ఉచ్చదశ
యందది దక్షిణహిందూ దేశములో జాలభాగమువఱకు
వ్యాపించి తన యపారసాహస వంతులగు భటులచేతను, సేన
ధిపులచేతను, మేధానిధులగు మంత్రి సత్తములచేతను, నిత్య
విజయ విభవవిభాసురులగు రాజ మార్తాండులచేతను, విపత్తు
లగు యవనావనీభవుల గుండియలు బ్రద్దలు వోవఁజేసినది
తగితర హిందూనృపులకు వంద్యమై క్రాలినది.

ఆసామ్రాజ్య మెవ్వరిది? విపత్తుద్విరద మృగేంద్రులగ
నారాజులెవరు? పాలకులారా! ఆసామ్రాజ్యముమిది. మీ
పూర్వులు, పరాక్రమ విజిత వితత విపత్తులు, దానిని స్థాపించి
నారు. దానిని స్థాపించిన దాంధులు. పరిపాలించిన వారా
ధులు. ఆంధ్రి లా సామ్రాజ్యమునకు మంత్రులై వన్నె
కెక్కిరి. ఆ సామ్రాజ్యమునంగూర్చి, యా ప్రభవులంగూర్చి,
యామంత్రులంగూర్చి, నేటికిని మనపెద్దలు గృహములలో
వర్ణించుచుండగా మీరు వినలేదా? కృష్ణరాయల శౌర్య
సంపత్తిని, తిమ్మరసు బుద్ధివైభవమును, పసిపిల్లలుగూడ నేడి
ని గీర్తించుచుండుటలేదా?

అట్టి యుత్కృష్టసామ్రాజ్య నిర్వాహకుల వంశము
న్నించిన యో పాలకులారా! ప్రస్తుత సామ్రాజ్యమునకు

మొదటి ప్రకరణము

చక్రవర్తి రామరాజు. పేరుచకు సదాశివరాయ [...]
విషయములందును రామరాజే చక్రవర్తియై [...]
హించుచుండెను. ఈ విజయనగర సామ్రాజ్యము [...]
మున సరిహద్దుగా విజాపుర మను రాజ్యము [...]
మునకుం బ్రభువులు తురుష్కులు. ప్రస్తుతపు [...]
ఆదిల్‌శాహ్. ఇతని తండ్రిపేరు ఇబ్రహీం అది[...]
పురును విజయనగర సామ్రాజ్య చక్రవర్తులత[...]
మెలంగుచుండిరి.

తండ్రియగు నిబ్రహీం ఆదిల్‌శాహ్ [...]
కొడుకు అలీ ఆదిల్‌శాహ్ నవాబాయెను. [...]
కాలమునకు మన విజయనగరసామ్రాజ్య చక్ర[...]
రాజుకొడుకు గతించెను. అపు డాదిల్‌శాహ్ [...]
వచ్చి తన్నె ఆ చనిపోయిన కుమారునిగా [...]
ప్రార్థింప రామరాజందు కంగీకరించెను. వాటి[...]
శాహ రామరాజును 'దండ్రి' యని పిలుచుచు[...]
రామరాజు భార్యయు నాదిల్‌శాహను 'పు[...]
పిలుచుచుండెడిది. ఇట్లు మన విజయనగర చక్ర[...]
పుత్రి రత్న మొకడు గలిగెను.

ఆ పుత్రిరత్నమునుగూర్చియే శ్రీధరు[...]
విడిచి యతనిం బుత్రిప్రేమతో జూచుచు సమ్మ[...]
లకు రామరాజును నిందించినాడు.

బుద్ధి :—కార్యములు నూతన ఫక్కిందొక్కుచున్నవి. ఆదిల్ శాహా రాక విశేష మగుచున్నది. అతడు పయోముఖవిష కుంభము. గోముఖ వ్యాఘ్రము. అతని వర్తనము నుదార స్వభావుడగు రామరాజేమి తెలిసికొనును? తిరుమల రాయలును వేంకటాద్రియు 'యథారాజా తథాప్రజా' అన్న సామెత ననుకరించుచున్నారు. మఱియు వారిరువురు నిప్పు డిచటలేరు. పాపము! నిష్కపటులగు వారిహృదయ మునకు గపటియగు నాదిల్ శాహా స్వభావ మెట్లు బోధ పడంగలదు?

శ్రీధ :—తురకలకు హిందువులన్న దలనొప్పి. అట్టియెడ నిట్టి గండ్రగొడ్డలిని దెచ్చుకొని కంఠముపై బెట్టుకొన్న విజయ నగరసామ్రాజ్య భవిష్యత్తు చెప్పుట సుకరముగాదు. ప్రకృతముచెప్పుము. అతండిపుడేమి చేయుచున్నాడు?

బుద్ధి :—కార్యనిర్వాహణమున నతనికీడు వచ్చువాడు యాలోకడు లేడు. అతని దూరదృష్టి, వివేచనాశక్తి, సంస్కృతి పాత్రములు! అతండిపుడు రాజుగాగ సహాయమంత్రియగు చక్రధరుని: దనవలలో వేసికొనియున్నాడు.

శ్రీధరుని హృదయము కలంగంజొచ్చెను. అతనికన్నులు చింతనిప్పులవలె బ్రకాశించుచుండెను. అతని మొగము తిన్న భావ మండితమై చూచుటకు భయంకరముగనుండెను. అంత డీటనెను.——

"ఓరీ! చక్రధరా! మహాపాతకా! తుచ్ఛ ధనమున
కును, తుచ్ఛభోగములకును, ఆశపడి సుప్రసిద్ధాంధ్ర) సామ్రా
జ్యమును నశింపఁజేయ సమకట్టితివా? నిన్నుఁ గాకులకును,
గ్రద్దలకును జిన్నిచిన్ని ఖండములుగా గోసివేసినను పాపము
రాదు."

బుద్ధి:-అతఁడిప్పుడు తనతోఁ గొందఱ నితరులనుజేర్చుకొని——

శ్రీధ:-చక్రధరునకు ఆదిల్ శాహా యేమిచ్చెదనని యాశపెట్టెనో?

బుద్ధి:-అర్ధరాజ్యము నిచ్చెదనని యనెనఁట.

శ్రీధ:-తరువాత.

బుద్ధి:-అతఁ డితరులంగూడఁ దనలోఁ జేర్చుకొనుచున్నాడు.
    సేనాధిపులలోఁ గొంద ఱతనిపక్ష మవలంబింతురని వినికి.

శ్రీధర:-సరే! ఇపుడు వారేమి సేయుచున్నారు?

బుద్ధి:-క్రమక్రమముగా రాజునకు రాజ్యపుంబిచ్చి యెత్తించి
    గొల్కొండమొదలగు తురుష్కరాజుల నోడించుటకుఁ
    దాముసాయపడెదమనియు, విజయనగరసామ్రాజ్యమును
    బెంపుసేయవచ్చుననియు, నాశలు కల్గించి యతనిని యుద్ధ
    ప్రియునిగావించియున్నారు. అతఁడు, తమ్ములునుగూడఁ
    గ్రమ క్రమముగా నాదిల్ శాహా చేతిలోని కీలుబొమ్మలై
    నారు! రాజ్య లక్ష్ములోలురకును, స్త్రీలోలురకును, మంచి
    చెడుగులు తెలియవుగదా?

శ్రీధ:—తమ్ములుగూడ నింతవివేకశూన్యులైనారా?

బుద్ధి:—ఆ తమ్ము లాయన్న మాటలకు నడుగుదాటరు. అతడు క్రమక్రమముగా నన్నుఁగూడఁ గల్పుఁగొనవలయునని సంకల్పించుకొనినాడు. కాని నేనందులకు లోఁబడువాడను గా ననియెతీఁగి, భేదోపాయముచే నాకును రాజునకును విరో ధముఁ గల్పించి, రాజ్యవిషయములందు రామరాజక్షమా తలనాధునకు నా మంత్ర మనవసరముగాఁజేయఁ జూచు చున్నాఁడు.

శ్రీధ:—ఓరీ! తుచ్ఛుఁడా? నీవలె ధనమునకాశపడి బుద్ధిసాగ రుఁడు విపత్తులంజేరునని కొంటివా? అగుఁగాక! మీ పాప ముషకుందగిన ఫలము నందుదురుగాక!

బుద్ధి:—పాపమున కెవ్వృద్ధి. వారికే విజయ మగుసట్లున్నది.

శ్రీధ:—ఏమి! ఇందువారునెగ్గుటరిది. తండ్రితాతల నాటనుండి మీవారు మంత్రిత్వమున విఖ్యాతిఁగాంచుచు రాజ్య సంర క్షణ మాచరించినారు. అట్టివంశమున జన్మించి యేకపట మునులేక చరించుచున్న నీయెడ రాజునకుఁ గ్రోధము గల్గింపఁగలరా? అదియునుంగాక నీయందుఁ బూర్వము నుండియు రాజునకు మక్కువగలదు.

బుద్ధి:—అది నశించుచున్నది. నాయందు రాజునకుఁ బూర్వ గౌరవములేదు. లేకపోవుఁగాక. సామంత్రిత్వము పోవుఁ

గాక. నాకందులకు విచారము లేశమునులేదు. కాని, సుప్ర
సిద్ధమై, శత్రు భీకరమై, చిరకాలమునుండి వచ్చుచున్న
యావిజయనగర సామ్రాజ్యము నాకాలమున——

అతని కన్నుల నీరు గిఱ్ఱున నదిరిగెను. స్వరముమాఱెను.
క్రోధవిచారపూరితమై ముఖము ప్రకాశింపఁజొచ్చెను. అతఁ
డింక మాటలాడలేకపోయెను.

శీధ:—అయినచో నీసలహాలను రాజుగారు పూర్వమువలె సంత
హెచ్చుగాఁగై కొనుచుండుటలేదు ?

సిద్ధి:—లేదు.

శీధ:—ఆదిల్‌శాహ్ మిక్కిలి సమర్థని వలె గన్పట్టుచున్నాడు.
చేయునది ద్రోహమైనను, దూరాలోచన, కార్య నిర్వహణ
చాతుర్యము కలవాడు.

సిద్ధి:—అవునతఁడట్టివాఁడే. విశాల మగు సామ్రాజ్యము గలదు
గదాయని మనప్రభువులు గర్వించుచున్నారు. కాని, క్రిందు
మీఁదు లరయుటలేదు. చూడుఁడు! ఆదిల్‌శాహయొక్క
కార్యనిర్వహణము. ఆచాతుర్యము! అతఁడు గొల్కొండ
నవాబుతో స్నేహము గావించినాఁడు. అంతియకాక చిర
కాలమునుండి యాదిల్‌శాహకును, నిజామునకు, విరోధ
ముగలదు. అదిపోవుటకుగాను దాను నిజాము కూఁతుఱైన
చాంద్‌బీబీని బెండ్లాడినాఁడు! మఱియు దనచెల్లెలిస నిజా
ము పెద్దకుమారుఁడగు మీరిజా కొసంగెను.

శ్రీధర:-నిజమే. ఆ! ఈవిషయములనేని రామరాజు తల పోయలేదు గాఁబోలు.

బుద్ధి:-ఇదియెల్ల గమనించిచూడ నాకుఁ దురుష్క రాష్ట్రిముల వారెల్లఁగలిసి విజయనగరముపైకి వత్తురను నమ్మిక నొడ ముచున్నది.

శ్రీధర:-ఈ తంత్రములెల్ల నితఁడు కడు చమత్కృతితో నడుపు చున్నట్లు తోఁచుచున్నది. మంచిది! దినదినము నా శిష్యుల నంపి వార్తలనెల్లఁ దెప్పించుచుందును. కాని, నీవు మాత్ర ము మిక్కిలి జాగరూకుండనై మెలంగవలయును జుమీ! వారు నీకేమేని హోని సేయుదురని నాకు భయము వోడము చున్నది. ఆహహా! యెంతపని జఱుగుచున్నది! ఎంతపని జఱుగుచున్నది! కానిమ్ము. వీరిపని నెల్లను విఘ్నము సేయఁ జాలిన తంత్రమేదేని లేదా?

బుద్ధి:-వారు నా బొందిలోఁ బ్రాణ మున్నంత వఱకు నాకే హోనియుఁ జేయఁజాలరు. విజయనగర సామ్రాజ్య రక్షణకు నా ప్రాణము వలయునేని సంతోష పూర్వకముగా నొసం గెదను. నా కంతటి భాగ్యముగూడునా?

శ్రీధ:-సరే. కర్తవ్యమేమి?

బుద్ధి:-శిష్యుల నాయాస్థలములకుఁ బంపి తెలిసికొనుట మొదట టిది. ఱెండవ దత్యంతా వశ్యకమగు విషయము. ఆదిల్

శాహూ తన కుట్రలోఁ జేరడని యెటీఁగి విజయసింహు నెటు లైనఁజంపఁబ్రయత్నము సేయుచున్నట్లు పొడకట్టుచున్నది. అతఁడు నేఁడు శృంగార పురమునకుఁ బోవుచున్నాడు. దారిలో నతని కేయాపదయు రాకుండఁ జూడవలయును. నీ విప్పుడేపోయి యతనింగలసికొమ్ము. తక్కిన విషయములు తర్వాత మాటలాడుఁ కొండము.

శ్రీధ:-సరే. నేఁబోయెదను. నీవును, ఈ దారినిబోమ్ము.

బుద్ధి సాగరుఁడు తలయూఁ చెను. శ్రీధరుఁడు నిష్క్రమిం చెను. బుద్ధిసాగరుఁడును ముందదుగు వై చెను. తలను వై కెత్తి ఆకసమువంక దృష్టి సారించెను. 'దేవా! విజయనగర సామ్రా జ్యమును రక్షింపుము' అని యతని పెదవు లుచ్చరించు చున్నట్లుగఁ జరించుచుండెను.

రెండవ ప్రకరణము

తారానాథుఁడు

ఆకాలమునఁ బ్రపంచమునఁ గల విశ్వవిఖ్యాత మహా సగరములలోఁ బ్రథమస్థానముఁగాంచి, హిందూదేశ యశో వైభవ సంపత్సమార్జనమున నగ్రస్థానము వహించి, యత్య ద్భుత శిల్పకళా విశేషముచే నెసంగు ప్రాసాద జాలముల మించి, ప్రకృతి సౌందర్య సౌభాగ్యమునకు సంపూర్ణ నికేతనమై, సకలలోక కవి పండిత సంస్తుత్యమై, అనిర్వచనీయమై, అసన్య ల్బ్ధ విభవమై, ఖ్యాతిసందిన విజయనగర పట్టణము నొకసారి చూతము వచ్చెదరా? మీకు హుషారులేదా? కొంచెము కాలము తప్ప మఱేమియు మనము వ్యయముసేయ నవసరము లేదు! ఆకసమును ముద్దు పెట్టుకొనుచు విశుభ్రకాంతి పుంజ ములచేఁ గల ధాతశిఖరులలోయను భ్రమంబుట్టింపఁ జాలిస యగాహర్మ్యములను, ఆ ప్రాసాదములను, ఆ యుత్తమ భవన ములను, ఆ రాజమందిరములను, ఆ విద్యాశాలలను, ఆ నాటక శాలలను, జూడుఁడు! ఇట్టి వెంచేని గలవా? అదిగో దూర మునుండి పాడుచున్న యీ సుందరుల మృదుమధుర కలవర ములను వినుఁడు! ఆపాడుచున్న దెవరు? అప్సరసలా? గం

ధర్వ్య భామినులా? మఱెవరు? నయన సుభగముల్లై యొప్పు
రుచు, సకలవిధకుసుమఫలా కీర్ణములైన యీ యుద్యాన వన
ముల ప్రకృతి సౌభాగ్యమును విడిచిపెట్టుటకు మీ మనసొప్పు
చున్నదా? ఆహా! అటుచూడుడు! సాయంతన వినోదకేళి
విహారార్థమై వచ్చి సౌధోపరిభాగముల నిటునటు తిరుగుచున్న
యాచపలాక్షుల మొగము లెంత మనోహరములుగా నున్న
వి! బంగారు తేటవలె భాసిల్లుచున్న వారి మొగములసై
కెట్లు మందమారుత ప్రేరణమున ముంగురులు వ్యాపించు
చున్నవో చూడుడు! ఇదిగో, చెట్టాపటేలు పట్టుకొని షికార్లు
సేయుటకు బోవుచున్న యావయసుకాండ్ర విలాసము, సౌం
దర్యము, చాకచక్యము నవలోకింపుడు! అల్లదిగో, ఆ వర్ణక
స్థానములఁ జూడుడు! రత్నములు, మణులు, ముత్యములు,
గుట్టలు గుట్టలు!!

"వక్రః పన్థాయ దపి భవతః ప్రస్థిత స్యోత్తరాణాం
తీరోత్సంగ ప్రణయ విముఖో మాస్మ భూర్జ్జ యిన్నాగ"
     నగర సామాన్యమగు నుజ్జయినికే యింతగా నుబ్బి
తబ్బిబ్బయినకాళిదా సీనగరముం జూచెనేని యేమగునో? ఎచ
టఁజూచినను గీతములే! మృదు మధురగానములే! సౌందర్య
మే! సౌభాగ్యమే, హర్ష మే!__ఇదియేమి? స్వర్గమా? భూ
లోకమా? యక్షలోకమా? మఱేమి? ఏమి, ఆ ప్రాసాదములు!
రాచబాటలు! వీథులు! నాటకశాలలు! సంగీత శాలలు!

అట్టి ఈవిజయనగర సౌభాగ్యమును గనులారఁజూడ వల
యునని కాఁబోలు సుధాకరుఁడు తనకాంతులను దిరస్కరించు
చున్న యాహర్మ్యములయు, రాజసౌధములయు, శిఖరము
లపై వ్యాపించి తన్నగరవీథులలోఁ బరిక్రమించి, యాభవన
ముల గవాక్ష మార్గములగుండ లోనఁబ్రవేశించి, స్వర్గలోకము
నుండి విలోక నోత్సాహిమైవచ్చిన ద్రష్టయోయన నొప్పి య
ప్పట్టణమున సంచరించుచుండెను. ఇంతప్రణయముతోఁ నిట్లుచరిం
చుచున్న యాశుభాంశుఁడా మహానగరము సంధ్‌కారమున
ముంచివోఁపునా? అట్టియెడ నాచంద్రునికి సమకాలికుఁడై మరి
యొక నూతనపురుషుఁ డా నగరమునఁబ్రవేశించెను. అతని
మొగము చంద్రునివలె గుండ్రముగానుండెను. అతఁడా పట్టణ
మునకు వెలుపలగానున్న యొక బాటదగ్గఱఁగల యొక సర
స్తీరమున నిలుచుండియుండెను. బహుశః అది యతనికి
సంకేతస్థలమై యుండవచ్చును. అడఁడా రజని మనోహరతను
గాని యాచంద్రుసి విలాసమునుగాని చూచుటలేదు. అతని
కాఁ చల్లగాలిలో షికారుచేయవలయుఁనియు లేదు. అతని
మొగముఁజూచిన సతఁ డతిదీర్ఘమగు నాలోచనయందున్నట్లు
మనసకు స్ఫురించును. అతఁడిట్లనుకొనసఁ దొడఁగెను.

"ఆహా! రాజకీయ వ్యవహారములు మిక్కిలి పాపకర
ములు. ఛీ! ఛీ! ఇంతకంటెను బిచ్చమెత్తుకొని జీవించుట
మేలుగానుండును. అయ్యో! రాజుల కొల్వులలోనుండు

వాడు పాపమునకు జంకఁగూడదు. కొంపలుతీయుట గూడదు. ఒకరిని నాశముసేయుటకు జంకఁగూడదె. నేసిన్ను దీక్షార్యము నెట్లు సేయుదును ? "

"అయ్యో ! సుప్రసిద్ధమగు విజయనగర నమును నాచేతులతో నాశముసేయవలసి వచ్చుచు నీపని కేమసి పూనుదును ? ఇదివఱకు నీ సామ్రాజ్య దక్షిణహిందూ దేశమునఁ దురకలకుఁ గాలు పెట్టవలసి కాదు. ఇఁక ఏదిగూడఁ దక్కినహిందూ దేశమువలెఁ లకు లోనుగావలసి వచ్చునుగాఁబోలు ! ఛీ ! కాదు. యల్పఁడివలన నేమగును ? సర్వము కాలవశము. మన నేమగును ? మనమేపాటివారము ? సామ్రాజ్యములు గావి నిలుచుటకుఁగాని నావంటితుచ్ఛమానసవులు గాదు. దైవముతప్ప మ తేదియు నీ పనులు సేయఁజా

"ఇట్లన శాస్త్రములు చెప్పుచుండఁగా నేను నిల్లు భయపడనేల ? నేనిపుడు చింతింపనేమి ప్రదె ఇదివఱకే గోల్కొండ నవాబునకు మాట యిచ్చి తప్పిన ద్రోహముకాదా ? వెనుక సూయి, ముందు గ కావలసియున్న చట్లగును. వృధాగా నాకు సచ్చు బోఁగొట్టుకొనఁ నేల ? గోల్కొండ నవాబు చెప్పిన కొని రామరాజును మోసపుచ్చితినేని రాజ్యవ సామంత రాజు నగుదును. అంత యదృష్టమా ?"

రెండవ ప్రకరణము

ఇంతలో నచటికొక వేత్రహస్తుడునచ్చి నిల్చెను.

మన గొల్కొండ మంత్రి యతనివంకఁ గొంపోవ వచ్చిన వాడని గ్రహించెను. వేత్రహస్తు నడచుచుం డెను. మన మంత్రి యతనిని నెంబడి

మూఁడవ ప్రకరణము

చదరంగము ప్రారంభము

విజయనగరపట్టణమున నొక చోటి కిప్పుడు మన మరుగ వలసియున్నది. ఆ మహాసముద్రమున మనము మన గమ్య స్థానముం గనుగొనఁ గలమా? మనకిపుడు రాజబాటల నడువ వలసిన యగత్యములేదు. వీధులజోక్యము మనము పుచ్చుకోఁ గూడదు. మనకిపుడు గావలసినవి సందుగొందులు. ఇదిగో! యీసందులోఁ జొఁఅ ంబడి నడువుఁడు. ఈసందునుండి యానం దు, ఆసందునుండి యీసందు, ఇట్లు పోవలయును. ఇవియన్ని యుఁ జిన్నసందులన్న మాటయేగాని పాడుపడవిగావు. ఇది గో! ఇప్పుడు మనముపచ్చిన చోటుచూడుఁడు! ఇచటఁ గొం చెముపాడువడిసయిండ్లు గనఁబడుచున్నవి. ఇదిపట్టణము వెలు పల. అదిగో! అచ్చట చిన్నకొండ యగుపడుచున్నది. చూచి తిరా? అందు గుహ యొకటికలదు. మన మచటకీఁబోవల యును. మనమందుఁబ వేశించితిమేని యదిమనలనొకయుపవన ముఁకుఁ దిసికొనిపోవును. అందొక చిన్నబంగళా కలదు. చూడుఁడు! ఆబంగళాలో నొక తురుమ్ముఁడొక కుర్చీపైఁ గూగ్రుండి యున్నాఁడు.

అతనిమొగము బంగారుచాయగలది. అందు రాజకళ లగుపడుచున్నవి. అతనిని మనము చూచియుండలేదుగాని యిదివఱకతనిగూర్చి పెక్కుసార్లు వినియున్నాము. అతఁడే యాదిల్ శాహ. అతఁడు మనగొల్కొండ మంత్రికొఆ కెదురు సూచుచుండెను. ఇంతలో నొకభటుండతనిం దనవెంటఁబెట్టు కొని తీసికొనివచ్చి నవాబు నతనికిఁజూపించి పోయెను.

ఆదిల్:- ఓహో! తారానాథులుగారూ! తమకొఆ కే యెదురు చూచుచుంటిని. సమయమునకే వచ్చినారు. మీకునూ తెండ్లాయువు. మిమ్ము నల్లా రక్షించునుగాత!

తారా:- నాకన్నులు ధన్యతంగాంచినవండీ! నేఁడు సుదినము మీదర్శనభాగ్య మబ్బుటచేత.

ఆదిల్:-చిత్తము. కార్యమేమి చేసికొని వచ్చినారు? శ్రీ గొ ల్కొండ నవాబుగారికి క్షేమమేగదా?

తారా:-పై సంగతులు మాటలాడుకొందము. ముందీ యుత్త రముఁ జదువుకొనుఁడు.

అని యతఁడొక యుత్తరముందీసి యాదిల్ శాహ కరమున నుంచెను. అతనికి నాతురత హెచ్చెను. తోడఁ యతఁడు దీపము వెలుఁగునఁ దనలోఁ దానిట్లు చదువుకొ జొచ్చెను.

'మిత్ర శేఖరా! మీరు వ్రాసిన యుత్తరమందినది. మీ యుద్దేశ్యమెంతయు సంస్తవనీయమై యున్నది. మీరు మహా

మ్మదీయ మతమునకై సేయుపనికి మన రాజ్యముల వారెల్ల
రు దోడ్పడుదురని నమ్ముచున్నాఁడ. దేవుఁడయిన యెల్లా
తప్పకయిందు సాయముచేసి తీరును.ఏలయన నిది న్యాయమైన
కార్యము. కాఫరులు రాజ్యము సేయుటకు తగువారు గారు.
మనలో మనకు సరిగాఁ గుదురకుండుటచేతఁగాదా యిట్లు
దేశమెల్ల హిందూరాజులు రాజ్యముల నేలుచున్నారు? ఆ
విజయనగరసామ్రాజ్యముపేరు విన్న గుండెలు పగిలిపోవు చు
న్నవి. ఎంత సామ్రాజ్యము! ఎంతసామ్రాజ్యము! ఏమి వైభ
ము! అది మనకుఁ బ్రక్కలోని బల్లెము. దానివలన మనమెన్ని
కష్టములను బొందుచున్నదియు దైవమునకెఱుక. నిన్నమొ
న్ననే నన్నుఁ బెట్టినపాట్లు మీరెఱుంగరా? ఇంతియేగాక గత
యుద్ధములలో విజయమందిన హిందూసైనికులు మనకును
మన మతమునకును జేసిన యపకారములు...............
చెప్ప శక్యముగాదు. నిజముగా మన మతమును మనము
రక్షించుకొనవలసి యున్నది. అది యెల్లాకుసమ్మతము. కాని
మీరన్నట్లు వారిని యుద్ధములో జయింపలేము. స్నేహము
నటించుచునే వంచించి విజయమందవలెను. ఆ యాంధ్ర
వీరుల పేర్లు తలఁచఁగనే గుండెలు:ప్రక్కలగుచున్నవి! అట్టి
సామ్రాజ్యము తోడను, ఆ సైనికులతోడను మనమెల్లరమును
గూడఁగలిసియెదుర్కొనినను జయింపజాలము. ఇఫుడు మీఁ

కడకుఁ దారానాథునంపితిని. మీరు సమయోచితముగా నేది
యోపన్ని, ఇతనిని రామరాజుసేనలోఁ జేరునట్లు సేయుదురని
వేఱుగాఁ జెప్పవలయునా? మీరక్కడ మిత్రభావముతోడను,
పుత్త్రిభావముతోడను, ఉండి శత్రువుల గుట్టు తెలిసికొనుట
మనకెంతయు ప్రయోజనకారి...........................,'

క్రమక్రమముగా నదియెల్ల నుజదువుకొనునప్పటి కాదిల్
శాహీమొగము షోడశకళాపరిపూర్ణమయిన చంద్రబింబము
వలెఁ బ్రకాశింపఁజొచ్చెను. అతనిమొగమున జిఱునగవు
దోఁచుచుండెను.

అతఁడు మిగుల జిత్తులమారి. అతనికినిశ్చయముగామత
మునందు భక్తిలేకపోయినను మతావేశమును గల్గించినఁగాని
తురుష్కులెల్ల ఉను జేరరని తంత్రమునపన్నెను. మతము మిక్కిలి
భయంకరమయినది. మతకతలచే బ్రపంచమున నెన్నియో
సామ్రాజ్యములు నశించినవి. అనేక లక్షులుజనులు మతయుద్ధ
ములలోఁ దమ ప్రాణములను నిశ్చింతగా వదలిరి. ఈ కాల
మున మనకంతగా మతపుఁబిచ్చిలేదు. కానిపూర్వమట్లుగాదు.
మతమునకు బ్రాణము లర్పించువారు. ఆకారణముచేతను
మురుష్కులు తమ్ము పెట్టిన బాధలకుఁ దగిన ప్రతీకారము
సేయవలయునని హిందువులు గతించిన రెండుమూఁడు యుద్ధ
ములందుఁ గల్గిన విజయములలో మహమ్మదీయులను జాల

బాధపెట్టిరి. అందుచే నుభయపక్షములలోను గ్రోధము రాజుచుండెను.

ఆదిల్:—మతి మీరు కొల్వులోని కెప్పుడు వచ్చెదరు ?

తారా:—మీా చిత్తము వచ్చినప్పుడు.

ఇట్లు వారిరువురును గొంతసేపు మాటలాడుకొనిరి. యోచనలు పెక్కులు కావించిరి.

———

నాల్గవ ప్రకరణము

రజనీకాంతధరించిన నీలవస్త్రమువోలె నల్లడలం జీకట్లు వ్యాపింపఁదొడంగెను. మృదుమధురావ్యక్త కలనిస్వనంబులు మీఱ విహంగములు వృతములనుండి శ్రవణానందముగాఁ గూయుచుండెను. రజనీసుందరి విశ్రమించు మంచముయొక్క పందిరియో యన నాకసము శోభిల్లుచుండెను. చుక్కలందలి పాదరసపుబుడ్లకరణిం బ్రకాశించుచుండెను.

అట్టియెడ విజయనగర పట్టణములో నొకచోటం బ్రాసాదముమీఁద నొక మానవ విగ్రహము షికారుసేయుచుండెను. అతని మొగ మతిగంభీరముగాఁదోఁచుచుండెను. అతని వయ సరువదియేండ్లకు మించియుండును. మీసములు నెరసినవి కాని యేవో నల్లనిరంగులు వానివర్ణమును మార్చినట్లు కాస వచ్చుచున్నది. అతఁడొక యుత్తమవంశీకుండైన రాజువలెం దోఁచుచుండెను. అతండే మహసామ్రాజ్యమునకు నాథుండు. చక్రవర్తి. అతండేదో దీర్ఘముగ నాలోచించుకొనుచుండెను. అతండున్న యీభవనముననే చక్రవర్తికింగల రహస్యవ్యవహ

కము లాలోచింపఁబడును. యుద్ధవిషయములు సంశముల నిందుఁ జర్చింతురు.

అతఁడింకను నాలోచించుకొనుచునుండెను. న్కొక మానవవిగ్రహము రంగస్థలమునకు వచ్చెను. మన రామరాజునకు సలాముచేసెను. రామరాజు క. సేసి కర్చ్సైఁ గూరుచుండెను. ఆ నూతన విగ్ర గూర్పుండెను.

రామ:—అదిల్ శాహో! మరి గోల్కొండవార్తలేవియు లేదేమి?

ఆది:—చిత్తము. రాకేమండి? ఎప్పటివార్త లప్పుడే వచ్చు. రామ:—విశేషము లేవేని గలవా?

ఆది:—చిత్తము. సంతోషకరమైన వార్తలే గలవు. గో రాజ్యములో సంతఃకలహాములు ప్రారంభమైనవి.

రామ:—ఏమి? అంతఃకలహాములా? ఎట్లుసంభవించిన సినదా?

ఆది:—చిత్తము. సాంతముగాఁ జెప్పెదను. ఆ నవాబు పాపవృత్తిగలవాఁడని మీరెఱుంగుదురుగదా? దాసానాఘుఁడను మంత్రికలఁడు. ఆయన పుత్త్రిక చక్క నిది. ఆమెను దనకిమ్మని నవాబు నిర్బంధించి విధముల బాధించెను.

నాల్గవ ప్రకరణము

రామ:-అవును, తారానాధునిపేరు వినియుంటిని. అత రాజకార్య నిర్వహణమున మిక్కిలి నేర్పరి యట. పాప తరువాత నతనిగతి యేమయినది ?

ఆది:-అతఁడందుల కిష్టపడలేదు. దానిపై నవాబు క్రో తారానాధుని, అతనిభార్యను బిడ్డలను, జెఱసాలలోన హింసింప నారంభించెను. పాపము! మంత్రిమాత్రమట్టిసి నెట్లో తప్పించుకొని కార్యమును సాధింప సన్య దేశ నట్లు తెలిసినది. భార్యకు బిడ్డలకుమాత్రము పాట్లు నవికావు.......ఛీ! ఇట్టిరాజులను ముక్కలుగాఁ నను బాపములేదు. రాజులే యిట్లు ప్రజలను హింసిం నిక్కఁ బ్రజలకు దిక్కెవరు?

రామ:-హరహర! ఎంతపనిచేసినాఁడు! అతని కంత్యకాల ప్రాప్తించియుండును.

రామరాజు మొగము కొంచె మెట్టివడియెను. దా ఆదిల్ షాహ్ కనిపెట్టి, 'హిందువు లుదారస్వభావులు. దూరులు. మా మహమ్మదీయు లట్టివారుకారు. ఎన్నె విజయములుగాంచినను, ఒక్క హిందూరాజైన నిట్టి యక మును జేయలేదు. ఇక మావారో, ఒక్కనాఁడొక్క చి విజయము ప్రాప్తించిన నుబ్బి గుల్ల గూల్చి, యూళ్లుగా మనుజుల పచ్చిరక్తములఁ బీల్చెదరు. ధర్మమని యధర్మఁ విచారింపరు' అనెను.

రామరాజేమియుఁ జెప్పలేదు. కాని, యతని మనసు మాత్ర మారకుండలేదు. ఏమేమో యోజించుచునేయుండెను. ఆదిల్‌షాహా చెప్పిన వాక్యములను విశ్వసింపక సర్వము ససత్య మని తలపోయుచుండెనా? పుత్త్రుని మాటలను సమ్మకుండు వారెవ్వరెనిగలరా? అతఁడొక నిట్టూర్పు విడిచెను. అతని యధర్మాగ్రములనుండి యాక్రింది మాటలు వెల్వడెను.

"హిందువుల కష్టము లెన్నటికిని గట్టెక్కవు. మాఁడు నాల్గు వందల వత్సరములనుండి వారు పడుచున్న కష్టములు దైవమున కెఱుక. ఎక్కఁడనో మీవంటి సత్స్వభావముగల రాజు తక్కఁదక్కిన మునల్మాను రాజులెల్ల హిందువులను— పెక్కు బాధలుపెట్టి హింసించుచున్నారు. ఇది యంతయును, ఇట్లు కావలయనని దేవుని సంకల్పమే యె యుండవలయును. కాకున్నచో నిట్లు జఱుగునా? పరాత్పరుఁడు ప్రజలకుఁ గష్ట ములు వచ్చు వేళ నవతారములెత్తి రక్షించునని వాఁడుక. అతఁ డిట్లు భాధపడుచున్న హిందువుల నుద్ధరించి ధర్మరక్షణ మేల చేయఁడో?"

ఆది:—అవును. శాంతస్వభావులగు హిందువులు మహమ్మదీయుల వలనఁ జాలఁ బొట్లువడినారు. ఆ పాపఫలమును ఘీనసుభ వింపకతీరదు— దేవుని యవతారములు తమనంటివాఁకే తప్పక తమరే ధర్మరక్షణకుఁ బూనుకొనసనలయును. నేను మహమ్మదీయుఁడనయిసను నాకు హిందూమతమునందుఁ

ప్రీతి చాలఁగలదు. ధర్మ మెచటనుండునో అచట జయము గూడ నుండును.

రామ:-తారానాథుని మనకడకు వచ్చునట్లుచేసిన నేఁదేని లాభము మనకుఁగల్గునా?

ఆదిల్:-చిత్తము. మీకుఁదెలియని దేదికలదు? లాభము చాల యుండును.

రామ:-అతఁడచట మంత్రిగదా?

ఆదిల్:-కావుననే యతనికిఁ జాల సంగతులు తెలియఁగలవు. గోల్కొండ నవాబు మనకు విరోధిగదా? అతని నెల్లని సాధింపవలయును. అందునకితఁడు మనకుఁ జాల సాయము సేయఁగలఁడని తలఁచెదను.

రామ:-అతఁడు చిరకాలము తన్ను బోషించిన రాజుగట్టును మనకుఁ జెప్పునా?

ఆదిల్:-అతఁడుగూడ మనవలె నతనికి గర్భ శత్రువుకావున నతఁడు రహస్యములను మనకుఁ జెప్పవచ్చును.

రామ:-ఏమో! హిందువులలో నిట్టి స్వామిద్రోహు లుందు రని తలఁపను.

అ దేమి? ఛల్లోక్తియా లేక యాదిల్ శాహాతంత్రముసకల ము నెతింగెనా! ఆదిల్ శాహ్ గుండియలలోఁ 'గలక్కు' మనియె. అతఁడు నిశ్శాంతపోయెను. కాని, యతనిసాహసము ధైర్యము

మాత్రము మిక్కిలి చెడ్డవి. రామరాజు ఛలోక్తిగానప్పుడప్పుడు ప్రసంగమధ్యమున నిట్లనుచుంట నతడు వినియుండెను.

ప్రపంచయాత్రమిక్కిలి దుర్ఘటమైనది. జనసామాన్య మునకే ప్రపంచయాత్ర సేయవలయునన్న గొన్ని గుణములు గావలయును. అందుదూరదృష్టి మిగులనగత్యము. అది లేనివాడు యాత్రసరిగా జేయజాలడు. మనుజుల స్వభావము లోకతీరు గానుండవు. కొందఱు తమప్రాణస్నేహితులనుగూడ నమ్మరు. మతికొందఱు నమ్మినట్లుండియు లోపలనమ్మరు. ఇంకకొందఱు తమహృదయములు సరళములగుటచే ప్రపంచమెల్ల నట్టిదియే యనిభావించి యందఱను నమ్ముదురు. సామాన్యకార్యము లలో నెట్లున్నను రాజకీయ విషయములలో నమ్మక మొకప్పుడు పెక్కు కష్టములం దెచ్చుచుండును. రామరాజు, ఆదిల్ శాహాయెడల నిజముగా బరిపూర్ణ విశ్వాస ముంచెనో లేదో మన కింతవఱకు దెలియదు.

రామ:-పాపము! మతియిప్పుడు తారానాథుని గతియేమైసది? అతడేమయినాడు?

ఆదిల్ శాహా కొంచెము సేపు విచారించెను. అతడేమి చెప్పుదునాయని యోచించెను.

ఆదిల్ :-అతడు దయామయుడగు ఢిల్లీశ్వరుడు తనయొప దనుదీర్పగలడని ఢిల్లీకి ప్రయాణమైపోవ నిశ్చయించు కొనెను.

రామ:_మఱి యతడు మనకడకు వచ్చునట్లు సేయుమార్గమేది?

ఆదిల్:_అతని నిదివఱకే పిలిపించి యుంటిని.

రామ:_అతడిపుడిచ్చట నున్నాడా?

ఆదిల్:_ఆ! ఇచటనే యున్నాడు.

రామ:_ రేపొకసారి యతనిని మనకొలువులోనికి రప్పింపుడు.

ఆదిల్:_చిత్తము.

ఆదిల్ శాహ మొగమున దోపకపోయినను మనమున నాష్టొదము హెచ్చుగాజొచ్చెను. చేయు ప్రయత్నము ఫలోన్ముఖమైన నెవనికి ముదముగల్గదు? మనతారానాఘడిటు విజయనగర సామ్రాజ్యపాలనమున భాగమువహించెను. ఆదిల్ శాహ సెలవుగైకొని మెల్లగాదన గృహమునకరిగెను. కాని రామరా జింకను నేదోయాలోచించుచు నే యుండెను.

ఐదవ ప్రకరణము

ఒక వీర పురుషుడు

కృష్ణకు నుత్తరమున విశాలమైన యొక మహారణ్యము గలదు. అది గోల్కొండ రాజ్యములోనున్నది. అది నిరంధ్ర తరుప్రకరకల్పిత గూఢాంధకారమై, భయంకరముగ దోచుచుండెను. ఎచటఁజూచినను భీకరారణ్య మృగసందోహమ్ములే కానవచ్చుచుండెను. అతిభయంకరములగు హార్యక్షముల గర్జితములును, దుర్వారపరాక్రమస్న మేతమ్ములగు శార్దూలములభీకర నిస్వానములును, మత్తకరీంద్ర ప్రకరకృతమ్ములగు ఘీంకారమ్ములును గలిసి యానసము నలంకరించుచుండెను. ఇంకను సాయంకాలము కాలేదు. ఆభీకరారణ్యమున నొక ప్రక్క నొక బాటగలదు. ఆబాటయంత విశాలమైనదిగాక యిరుకుగా నుండెను. ఆబాట నొకబోటసారి పోవుచుండెను. అతని మొగ మత్యంత మనోహరమైనది. ప్రఫుల్లపద్మమైనను సంపూర్ణకళ చ్చుంద్రుఁడైనను, ఆమొగమునకు సాటికాదు. ఆ మొగ మన్య దుర్లభములగు పరాక్రమ పౌరుషమ్ములను దోఁపించుచుండెను. అతనిమేను బంగారు కాదుగాని దానికిని బంగారునకును విజ ముగా భేధమ్ములేదు.

అతడొక యుత్తమాశ్వము నధిష్ఠించియుండెను. అతని శిరమున సమూహ్యమగు నొకపట్టుపాగా చుట్టబడియుండెను. అతనిబాహువులు మిక్కిలి దీర్ఘములు. కనులు విశాలమైనవి. ఆతనిమొగమున నేదేని యైంద్రజాలికశక్తి కలదా యేమి! లేనిచోఁ జూచువారినెల్ల సల్లాకర్షించుటేమి?

అతఁడు గుఱ్ఱమును మిక్కిలివడిగాఁగాక మందముగాఁ గాక యొక్కతీరున బోనిచ్చుచుండెను. అతఁడు వెనుతిరిగి చూచుటలేదు. ప్రొద్దుగ్రుంకెను. అసలే యంధకారముగానున్న యాయడవిలో నిపుడు కన్ను బొడుచుకొన్నను కాసవచ్చుట లేదు. అప్పుడప్పు డాకసమున నక్షత్రములుమాత్రము చెట్ల యాకుల సందులనుండి మినుకుమినుకుమని ప్రకాశించుచుండెను. గాఢాంధకారమైనది. అతనిగమ్యస్థానమిఁక జాలదూరము తేదు. అతడిపుడు తనగుఱ్ఱమును గొంచెము తన్నెను. అది వేగ ముగాఁ బర్వీడుచుండెను.

అతనివెనుక, మార్గమున గుఱ్ఱపుడెక్కలచప్పుడు విని వచ్చుచుండెను. కొందఱాశ్వికులును, కొంత కాల్బలమును వచ్చుచుండెను.

వా రతనిని సమీపించిరి. మనకుఁ దిన్నగాఁ గనఁబడుట లేదుగాని వారికడ నాయుధములు లేకపోలేదు. వాడు పెద్ద మనుష్యులవలెఁ గన్పడరు. వారిలో నొకఁడిట్లనియెను.

'ఇది మంచితరుణము. లెండు. రండు. అతనిపైc
బడుదము.'

మఱియొకcడు.

'కాలముపోవుచున్నది. ఆలస్యమేల ? అతcడు గమ్య
స్థానమునకుcబోవుచున్నాcడు. ఇకవిశేషదూరము
లేదు. త్వరపడుcడు.' అనియెను.

ఇంకొకcడు.

'కండ్లుమూసికొని మన మందఱమును మీcదబడు
దము రండు. ఆలస్యముచేసిన గార్యముచెడును.
స్వామికార్యమును దీర్పcజాలకపోవుదుము' అని
చెప్పెను.

వేఱొకcడు.

'ఇదిగో నేcబోవుచున్నాను. కార్యము మీఱినతర్వాతc
జంతిలిన నేమిప్రయోజనము ? రండు' అనిపల్కెను.

మాటలకుc క్రియలకును జాల నంతరమున్నది. హా
రతనిని బాగుగానెఱుcగుదురు. వారిమాటలు, ఆలోచనలు,
ఎలుకలన్నియుc గలిసి పిల్లినిజంపc బ్రయత్నించిన విధానమునం
డెను. ఒకరును ముందునకు రారైరి. క్షుధాతుర హార్యఘ్నమునకు
లేడిపిల్ల లట్లు ముందుcబోయినవారతని ఖడ్గమునకుc గబళ
మగుదురని వారికి భయము జనించెను. ఇంతలో సతcడిసందడి
కొంతయెటీcగెను. గుట్టమును నాల్గుకాళ్ళ సవారికి వదలెను.

'అదిపర్వతెత్తుచున్నది. ఇంక జాగుసేయందగదు' ని యాభటు లెల్లరు నొకపరిగా నతనిపైఁబడిరి. వారువచ్చి తనపైఁబడుదురని యెఱింగి వారినెదురుగొన నతడు సంసిద్ధుడై యుండెను. అతఁడు పొడవై యతితీక్ష్ణమగ ఖడ్గమును ధరించియుండెను. రెండవచేతిలో డాలుండెను. అతని మొగము కడు నాకలిగొన్న సింగపుం గొదమ మొగముంవోలె భయంకరమైయుండెను. ఇంతలోఁగ త్తి పోట్లువచ్చి యతనిగుఱ్ఱమునకుఁ దగిలెను. అతని గుఱ్ఱము ముందుకాళ్ళెత్తి యొక్కపెట్టున నుఱికెను. అతఁడు వెంటనే గుఱ్ఱమును వెనుకకు మఱలించెను.

ఇపుడాతని వెనుకప్రక్కఁ సైనికులులేరు. అబ్బా! ఏమి యాలాఘవము! ఆగుటి! ఆశ_! ఆనేర్పు! తనకు దెబ్బలు తగులకుండ డాలును గిరగిరఁ ద్రిప్పి కాపాడుకొనుచుండెను. అతని దేహామెల్ల రక్తము గ్రమ్మెను. గుఱ్ఱమును వెనుకకు నడపి సైనికులను వెనుకప్రక్కకు రాకుండ గమము చుండెను.

ఒకటి-రెండు-మూడు-నాలుగు-అయిదు తలలు క్రింద బడెను. అతనికి భార మధికమగుచుండెను. శత్రువులు మీఁ దికి వచ్చుచుండిరి. గ్రీష్మకాలమధ్యాహ్న మార్తాండుని వలె నతని మొగము భాసిల్లుచుండెను. క్రోధము హెచ్చు చుండెను. ఒకఁడు పాపమెంతసేపని పోరఁగలడు ? ఆమధుర వదనారవిందము, ఆ కుసుమసుకుమార‌శరీరము, ఆ బౌరుష

మూర్తి, యచట—ఆ దుర్గమ కాంతారమున నశించిపోవునా
యేమి?

దూరముననుండి మణుల డెక్కల చప్పుడు వినఁబడు
చుండెను. సాయుధులై నల్గురు జనులు నాల్గు గుఱ్ఱములపై
నెక్కి యీ మహోరణ్యమున మిక్కిలి వేగముగాఁ బరుగెత్తిం
చుచు వచ్చుచుండిరి. వారిపుడు మిక్కిలి సమాపించిరి. కేక
వేటుదూరమున నుండి యిట్లు వినఁబడెను. 'ఓ విజయసింహా !
మేమును వచ్చుచున్నాము. భయపడకు, భయపడకు. శత్రువు
లం జించి చెండాడుదుము'

విజయసింహుఁడు మణుల నొకపరి విజృంభించెను.
మండుచున్న కార్చిచ్చువలె శత్రువులను దహించుచుండెను.

నాల్గుఖడ్గములువచ్చి నాల్గుతలల నొక్కఁపట్టున భూమి
ఁబడఁ గొట్టెను. మఱి నాల్గుతలలు నేలఁబడెను. జనము
పల్చనాయెను. మిగిలిన తలలకు భయము హెచ్చాయెను.
ఆఁడనే పలాయనమునకు దిగిరి. అరనిముసము గడచినది.
ఎదుర్కొనిపోర నొక మనుజుఁడుగూడ లేఁడు. వచ్చిన వారిలో
నొకఁడు మనమెతీఁగినవాఁడే. అతని మొగముపంకఁ బరీక్షించి
చూచుదుము. అతఁడు శ్రీధరుఁడు. పాపము విజయసింహునకు
గాయములు చాలఁ దగిలిసవి. అందొక పెద్దగాయము భుజ
ములఁ దగిలెను. వేఱొకటి తొడలపఁదగిలెను. మఱొకటి
శిరమున దగిలెను. అతఁడు డస్సిపోయెను. రక్త నాళముల

నుండి రక్తము చిమ్ముటగొట్టములనుండివోలె బయటకఁజిమ్ము కొని పోవుచుండెను. అతని స్వరము క్షీణించెను. అతనికి మాట వచ్చుటలేదు. శ్రీధరుండు 'నాయనా విజయసింహా!' అనియెను.

అతఁడు పల్కఁలేదు. అతనికి స్మృతి తప్పిపోయినఁని. శ్రీధరుండు తనగుఱ్ఱముమీఁదనుండి దిగివచ్చి యతనింజట్టు కొని తానుగూడ నాగుఱ్ఱమెక్కెను.

కడమ ముప్పురును దారి తీయఁగా సచటికి రెండుమైళ్ళు దూరమున నున్న యొక యుటజమున కభిముఖులై వెళ్ళిరి.

ఆఱవ ప్రకరణము

ఏమియు లేదు

రమారమి రాత్రి పదునొకొండు గంటలై నది. శ్రీధరుడు స్మృతితప్పి ప్రపంచమెఱుంగక పడియున్న విజయసింహుని వెంటగొని యాయుటజముంజేరి తలుపుదట్టైను. లోనుండి యొక శిష్యుడు కన్నులు నులుముకొనుచు వచ్చి తలుపుతీసెను. రాత్రియించిన దీపముపోయినది. తక్షణమే దీపమువెలిగించిరి. విజయసింహుని దీసికొనిపోయి యొక పఱుపుపైన లోపల బరుండబెట్టిరి. అతని కింకను స్మృతి వచ్చినదికాదు. శ్రీధరుడు నాడిని బరీక్షించెను. అదిమిక్కిలి నీరసస్థితిలోనుండెను. సరిగా నాడుటలేదు. అతడు తక్షణమే వలసిన వస్తువులం దెప్పించి యాగాయములనెల్ల శుభ్రిపఱచి కట్టుకట్టైను. అతడు కనులుదెఱవలేదు గాని, ఒకసారియిటునటు కదలెను. అతనికిప్పుడేమియు దెలియదు. ఇంతలో నతనికి జ్వరము ప్రారంభించెను. అది యింకను హెచ్చెను. తుదకు మంటలు మండజొచ్చెను.——

పాపము! శ్రీధరునిగుండెలు నీరుగాజొచ్చెను. అతనికి విజయసింహులసందు గల ప్రేమ యపారము. అతనింజూచి లో

లోసఁభాగులుచుండెను. కాని యతిథిరుండగుటచేతఁ బయికిఁ
గిప్పుడసేయలేదు. తెల్లవారునంతకును, అతని శిష్యులు నతఁడు
ఁతసింగపఁబెట్టుకొని కూర్చుండిరి, అతఁడు మాటలాడలేదు. జ్వర
మునఁకి తగ్గలేదు. భగ్గన దేహామెల్ల మండుచుండెను. ఆవడిలో
ఁప్పడప్పుడు కలవరించుచుండెను. కాని యతని కేమియుఁదెలి
యదు. ఉదయముగడచినది. మధ్యాహ్నము గడచినది.
ఈలో నొాకసారి క్రిందఁబెట్టిరి. కొంచెము కొనయూపిరి యింక
ను గలదు. సాయంత్రముగడచినది. అప్పటికిఁగొంచెము కనులు
విప్పుచూచెను. కాని మాటలాడలేదు. దాహామని కాఁబోలు
పైఁగసేసెను. త్రోడనే దాహామొసంగిరి. అతఁడు మరల
యథా ప్రకారముగాఁ బండుకొనెనుగాని యప్పుడప్పుడిచ్చు
మందును, ధారకమునుగూడ, లోపలకుఁబోఁవుచుండెను. మఱు
నాఁడు ప్రాతఃకాలమాయెను. అప్పటికతనిక జ్వరముఁగొంచెము
తగ్గెను. అతఁడు కండ్లుతెఱచి చూచుసప్పటిక యెట్టయెదుట
శ్రీధరుఁడుచుండెను. అతని కేమియుఁ దోఁచువేదు. మొగమ్మెత్తి
సలుగడలు వీక్షించెను. అతఁడిల్లనియెను 'అయ్యా! నేనిచటి
కెప్పుడప్ప్లావచ్చితిని?' శ్రీధరుని మొగమున ఉఁసగవుతోఁ
చెను. స్వాభావిక సాత్త్వికమగునతని మొగమున సంతోఁషతరంగ
ములు పొఱ్లుచుండెనుగాని యవియన్నియు విజయసింహుని
లోఁచప యుగ్మమును నిండింపలేదు. అల్లని యతఁడు బొఱ్ఱుగా
నెఱుంగకపోలేదు. ప్రేమానుబంధము చెడ్డది. అది దాఁగదు.

అతఁడు విజయసింహుని కర మవలంబించి చమికెను. శిరము సవరించెను. 'నాయనా ! అదియంతయుఁ దరువాతఁ జెప్పెదను. పరుండుము' అనియెను.

విజయ :—ఇపుడు నేనున్న యీస్థలముపేరేమి ?

శ్రీధ :—ఇది మనగృహామేలే. నీవుబడలియున్నావు, కొంచెము సేపు విశ్రమింపుము.

అతఁడీ మాటలనువినెను. కాని యతనికర్థముకాలేదు. అతఁడేదో యాలోచించుకొనియెను. అతఁ డాదుర్బలస్థితిలో జరిగినయంశమును జ్ఞప్తికిఁ దెచ్చుకొనఁజాలకపోయెను. అతఁడు మరలఁ దనచూడ్కులను యోగి మొగమ్మఁపై (బసరింపఁ జేసెను. అవి విశుభ్ఱికాంతులను వెదఁజల్లుచు సాత్త్వికభావ ప్రబోధకమ్మైయుండెను. అతఁడట్లు స్థిమితముగాఁ గొంత సేపటివఱకుఁజూచెను. కాని మాటలాడుటకుఁగాని యోగి యాజ్ఞ నుభంగము సేయుటకుఁగాని యతని కిష్టములేదు. ఎట్ట కేలకు మరల నిద్రించెను.

ఇట్లు దినములు గడచినవి.క్రమక్రమముగాఁ వతని బాధ తగ్గిపోవుచుండెను. శుక్లపక్ష సుధాకరుని మాడ్కిఁ నతని మొగము దినదినము నూతనమనోహరకాంతులచే శోభిల్లు చుండెను.

ఒకనాఁటి రాత్రి రమారమి రెండు జాములు ప్రొద్దు పోయెను. దిక్చక్రమెల్లఁ బందువెన్నెలచే నాక్రమింపఁబడి ప్రకా

శించుచుండెను. ప్రపంచమెల్ల నిశ్చలమై సాధుని హృదయము నలె దోచుచుండెను. అప్పడప్పడు తెల్లవారెనని లేచి కూయుచున్న పక్షుల రొదతక్క మఱేమియు ధ్వనివినవచ్చుట లేదు. విజయ సింహుండా యుటజమున నొకగదిలో నిద్రించు చుండెను. మందమారుతసేవకుండతనికి సమీపమునగల మల్లికలయు, సకల విధ పరిమళకుసుమములయు, సుగంధ మును హరించి తెచ్చి హోయిగా వీచుచుండెను. అతనికి గాయ ముల బాధ చాలవఱకు సమించినది. గాఢ నిద్రపట్టెను.

అతడు కన్నులు తెఱచెను. మినుకు మినుకుమను దీపపు వెల్తురున నాతండొక సుందరీమణింగాంచెను. ఆమె వదనము నవవికసిత సహస్ర పత్రమువలె నిసర్గమనోహరమై యుండెను. ఆమె కనులు దీర్ఘములు. వక్రములు. చారు విసీలోత్పల మాలి కల సీనుచుండెను. ముఖమున జిఱునగవు ప్రకాశించుచుండెను. ఆమెకుం బదునాఱేండ్లుండును. ఆమె మోహిని. చూచువారి నప్పై యాకర్షించివైచును. కాని, యామె మొగమున సవ్వు డనగత్యముగాc జిఱునగ వేల యంకురింపవలయునో? బహుశ ఆమొగ మెప్పడు నవ్వ్లే నవ్వుచున్నట్లుండును.

అతం డొకసారి యా చిత్రప్రతిమవంక వీక్షించెను. మఱలజూచెను. కాని యా విగ్రహము గోచరముకాలేదు. ఆ విగ్రహము నతండిది వఱకు వీక్షించి యుండును. ఇదే మొ దటిసారికాదు. అదియేమై యుండును? నిజముగా నతండు

చూచినాఁడా? కలగాఁదకదా? కలయేయైయుండును. లేని
యెడల నట్టి యరణ్యమునఁగల యాయుటజమున, ఆ మునుల
మధ్య, నట్టిసంపూర్ణ శరదిందుముఖి యేల యుందును? అతని
మొగమువంకఁ జూడుడు. అది వాఁడుచున్నట్లున్నది. అతఁడు
కలకాదని తలఁచెనేమో? ఆగది నెల్ల మరలమరలఁ జూచెను.
ఏమియు గన్పడలేదు. కాని యతని హృదయమున నారా
టము హెచ్చెను. ఇట్లనుకొనెను.

'ఏమి! యీ విచిత్రము! ఈపై స్వర్ణకుమారి కాదా?
ఈ యర్థిరాత్రికడ, భయంకరమయిన యరణ్యమును దాటి
యుచ్చటికెట్లు వచ్చినది? ఆమె కెవరు సాయముచేసియుందురు?
నేను నిజముగా, ఆమెను జూచితినా? కలయేమో! అబ్బా!
మనమున కేమియుఁ దోఁచుటలేదు.'

నిశ్చయముగా నాతని కేమియుఁ దోఁచుచుండుటలేదు.
పగ లాయాశ్రమమున నాపై నెప్పుడు నతఁడు సూచియుండ
లేదు. అతఁడిప్పటికి వచ్చి రమారమి యిరువది దినములు
దాటినది. 'హా! జగన్మోహిని! హా! జగన్మోహిని!' యని
యప్పటినుండి యతఁడు పలుసార్లు నిట్టూర్పుతోఁగూడ నుచ్చ
రించుచు నుండెను. ఆ దినము గడచినది. మఱల రాత్రి
యాయెను. ఆ చిత్రమేమో చూతమని యానాఁడు రాత్రి
చాలవఱ కాతఁడు నిద్రింపలేదు. ఎంతవఱకు నిద్రనొందలేదో
అంతవఱకు నేజాడయునులేదు. అది నిశ్చయముగాఁ గలహ

మైయుండెను. జాగ్రదవస్థలో నెప్పుడేని మీకుం
గన్పించెనా? తుదకతనికి విసుగువచ్చెను. తోడ
నామః కేకొలవల్లె ప్రకాశించుచున్న కన్నులు మే
పూర్ణోత్తమగు నపూర్వమనోహర విగ్రహము మగ
యతని యెదుట నిలువంబడియెను. ఆ ప్రదేశ మే
మగా నంజెను. ఆపై యుచ్ఛ్వాస నిశ్వాసములన
విడుచుచుండెను. విజయసింహుని యథార్థ భాగ
యేషియో కొన్ని మాటలు వెల్వడెను. అతండు కన్న
చూచుచున్నాండా? లేదు. అది నిశ్చయముగాం గ
కొలి నూచిత్రప్రతిమవంకంజూడుండు.——ఆ మొగముం
మందహాసము పొడసూపెను. ఆపై యాసంఢ
యయ్యెను. కాని, యచట నామె నిలువలేదు. ఆగ
లలో దొంగద్వారములుండును. లెస్సగాం బరిశోధిం
యవికస్పడవు. అతండు కలవరించుచు లేచి క
పమియులేమ.

పడవప్రకరణము

ఆమ్రకాశలు గల్గెను

అనాఘ్రాతంపుష్పం, కిసలయ మలూనం కరరు
రనావిద్ధం రత్నం, మధునవ మనాస్వాదితరసం
అఖండం పుణ్యానాంఫల మివచ తద్రూపమనఘు,
నజానే భోక్తారం కమిహసము పస్థాస్యతి విధిః ?

అభిజ్ఞాన

పాఠకుండా ! సిద్బప్టినొకసారి యీఆభౌతిక
పై (బరఫుము. అది సకలవస్తుసముదాయము. నాన
లతాసంశోభితము. వివిధజంతుసంతానవ్యాప్తము.
రము. జడము. బహువిధపరిణామఘలము. అనిర్వచ
అగమ్యమై, అపాశేశ్వరప్రభావ ద్యోతకమై, కవ
ద్రష్టవ్యమై, విలాసవంతమై, ఆకృతిని నీడయుంబోలె
నెడతెగక యూవిశాలవిశ్వమునెల్ల నానరించుకొని
హ్మాదయయైక గోచరమగు నొకనూతనప్రపంచము కల
నిత్యసంతోష సముదాయము. దుఃఖధూరవము. సర్వ
సౌందర్యవస్తుసారము. మనోహరము. మృధులము. శా
సంతోషపదము. అందలిశాత్రలు జంతువులుగావు

గావు. మానవులుకారు! హర్షము, సౌభాగ్యము, మార్దవము, మాధుర్యము మొదలగునవి! అది సామాన్య జనాగోచరము.

అదియే మహా కవి సార్వభౌముల హృదయములకు గోచరించునట్టి నూతన ప్రపంచము. మహాకవులందలి మృదుల భావములను, మాధుర్యమును......... తేనెటీగలు తేనెను గుసుమ సముదాయములనుండికూర్చి మీకిడుసల్లు మీహృదయములఁ గ్రుమ్మరింతురు. ఆ ప్రపంచములోని మెఱుఁగులనన్నిటిని సేకరించి శ్రోత్రమెఱుఁగులఁ జేర్చి విధాత మనోహర సృష్టిని జేయుచుండును.

ఇదిగో! ఇటుచూడుడు. ఆయుద్యానవనమున, ఆ మాధవీ మంటప మధ్యమున నొక సుందరీమణి కూర్చుండి యున్నది. ఆమె యాకృతి నిసర్గ మధురము. మనోహరము. సకల జగన్మనోహరము. పరిపూర్ణ శిల్పచాతురీ సారము. సంప్రాప్తనవ యౌవన విభ్రమము. సర్వోత్కృష్టము——ఆమె ప్రత్యంగమును సౌందర్య ప్రపంచమునందలి ప్రతివస్తువు నభికరించుచుండెను. ప్రపంచమునందుఁ బూర్వము, నేఁడును, సృష్టింపఁబడిన సకల విలాసవతులను దలపోసి యందందుఁ గల లొట్టలను దిద్ది శ్రోంశ్రోత్ర మెఱుంగులను జేర్చి సర్వసృష్టికర్త యైన యీశ్వరుఁడుచేసిన నూతన సుందర రత్నము. ఆకనులఁ సౌభాగ్యము నరయుఁడు! నవ వికసితములయిన సల్లకల్ప సౌరుగాని, తెల్లదమ్ముల సౌభాగ్యముగాని సాటివచ్చునె

అవి నిరుపమములు. తిరస్కృత హారిణీ విలోచన విలాసములు. ఆకర్ణాంతములు. అన్యదుర్లభ సకల లోక వశీకరణైక ప్రసిద్ధవి నూతన విలాస సంశోభితములు. విశాలములు. మనోహరములు. చూడుము! నిష్కళంకమై నిరుపమానమై స్వాభావికచారు విలాస విశేషశోభితమై యాపె మొగమెంత హృదయంగమ ముగా నీదృక్ప్రథమునలంకరించుచున్నదో! సంపూర్ణనరాకా మృ గాంకు నా మొగముతో సరిపోల్పవచ్చునా? నవ వికసిత హేమ సహస్రపత్రమేని యా సౌందర్యమునకు సాటివచ్చునా? మనకుఁ బహుపాతమున కవకాశములేదు. ఆ కమలమగాని, సుధాక రుండుగాని, యాసుందరీమణిగాని, మనకుఁ జుట్టములుగారు. ఆ యధరమెంత రమణీయము? బింబ ఫలమా దానికి సాటి? ఉపమాలంకారము చాల ప్రియమైన దేకాని ప్రపంచము గొడ్డు వోయినదా యేమి? మన కా సౌందర్యవతి యంగములతోఁ బోల్చుటకు నొక్క వస్తువైన దొరకినది కాదేమి?

ఆ సురచిరములగు కోమల కరముల నరయుము! అవి యెంత మార్దవములుగా నున్నవి! నల్లని పట్టుకుచ్చులకంటె స్నిగ్ధములై, మనోజ్ఞములై, సాంద్రములై తోఁచుచున్న యా శిరోజములు కన్నులార జూడుము. సర్వలక్షణ సముపేతమై, సకలలోక సమ్మోహనమై, అన్నిటినిమించి ఁ బొడసూపుచున్న యాసవమందహాసాంకురమును విలోకింపుము. వీని కన్నిటి

కేమేని యుపమానసము లీసౌభాగ్యమయ ప్రపంచమునననున్న వేమో దయచేసి చెప్పుము.

ఆమె యెవరు? ఆమె నిజముగా జగన్మోహిని-త్రిజగన్మోహిని-సకలజగన్మోహిని. ఆమెపేరును జగన్మోహిని. ఆమె శృంగార పురాధీశ్వరుని తనయ. లోకోత్తర సుగుణసౌందర్య రాశియగు విజయసింహునికి జన్ననాటి స్నేహితురాలు. సహాధ్యాయిని.

ఆపె యట్టి లా మాధవీమంటపమధ్యమునంగల యొక రాత్రిపై(శూర్పుండి యేదియో చింతించుచుండెను. ఆమె మొగ మాకసమువంక జూచుచుండెను. కాని యాపె యాసమీప మునంగల రసాలము నధిష్ఠించి పాడుచున్న కోకిలగీతము నాల కించుచుండలేదు. ఆలోచించుచును, ఉండలేదు.

ఆపె యాలతామంటపము నాలోకించి యుట్టలనుకొని యెను. 'ఈమాధవిని మంటపమునకు(బ్రాకిడినది విజయ సింహుడు. ఇతండీమాధవీలతకు దినదినము మిక్కిలి శ్రద్ధతో నీరు తెచ్చి పోసిపెంచినాడు. ఈలతయందతని కెంతయోప్రీతి.'

బాల్యమునందు(బిల్లలు సేయు సహావాసములు నిష్క ల్మషములు. నిర్మలములు. వారికి ద్వేషము లుండవు. వారి కత్యంత మగు ప్రేమానుబంధము కుదురును. ఇది జీవితాంతము వఱకు మఱపురాదు. ఆపె మరల నిట్లనుకొనియెను.

'విజయసింహునిజూచి చిరకాలమైనది. ఇతఁడు నేనును
స్వర్ణకుమారియుఁ గలిసి చదువుకొనునప్పుడు నిత్యము నీ
యుద్యానవనములఁ బూవులుకోసి మాలికలుగాఁ జుట్టుకొను
చుందువారము. పూలచెట్లకొకరి నొక రుత్సాహమున మిోరి
నీరుపోయుచుందు వారము. అవి సంతోష దినములు.'

    దూరముననుండి యవ్యక్తస్వనములతో నందెలచప్పుడు
వినవచ్చుచుండెను. కాని యామె వినలేదు. సంధ్య ప్రాచీ
ముఖమును రక్తిమతో నలంకరించెను. ఆ నిస్వనములు సమీపిం
చెను. ఆమె స్వర్ణకుమారి. ఆమె యిట్లనెను. 'ఈసాయంసమ
యమున నిచటికివచ్చితివేమి? నీవుందుపని నేను సంగీతశాలకుఁ
బోయివచ్చితిని.'
జగ :-ఏమియునులేదు. ఈసాయంసమయమున నీమాఢవీలత
క్రిందఁజల్ల గానుందుననని వచ్చితిని.
స్వర్ణ :-అగును. ఇది విజయసింహుఁడు——

    ఆమెమొగమున బరిహాసము ప్రస్ఫుట మగుచుండెను.
అమె యంతకంటె నెక్కువ వచింపలేదు. జగన్మోహిని మో
ము విరళమాయెను. ఆ పెయిట్లనెను.

    'అగును. నీ మాట లెప్పుడు చమత్కార దాయకము
గానుండలేదు?'
స్వర్ణ :-నేను నీకు నత్యంతప్రియమగు నొకవస్తువుం జూపఁదలఁ
చితిని. నీకిష్టమేనా?

జగ :-ప్రియవస్తుదర్శనమున కిష్టపడనివారుందురా ?

స్వర్ణ :-నీకుం బ్రియమైన వస్తువేది ?

        జగన్మోహిని యోచించెను. ఆమె కేమియు దోఁచిసది
కాదు. చివరకిట్లనెను.

        'నీకేదిప్రియమో నాకు నదియే ప్రియము'.

స్వర్ణ :-నాకుం బరిహాసము మిక్కిలి ప్రియమైనది. ఇది నీకు
        బ్రియముకాదు. ఒకరికి బ్రియవస్తువు మఱి యొకఱికి
        ప్రియమగునా ?

        ఆమెకుం బ్రత్యుత్తరము తోఁపలేదు. నిశ్చలభావము
వహించి యూరకుండెను. కాని యిట్లనుకొనెను.

        " ఆ ప్రియవస్తువేమై యుండును ? ఈమె మొగము తీరు
చూడఁగా నాకు విజయసింహుని దర్శనమేమోయని సందే
హాము పొడముచున్నది. అతనిజూచి చిరకాలమైనది. మన
స్తని పునర్దర్శనమున కుప్విళులూరుచున్నది. కాని యదృష్ట
విదూరనగు నాకంతటి భాగ్యమా ? "

స్వర్ణ :-ప్రియవస్తువునే చెప్పజాలని వారికిఁ దత్ప్రియడగ్నష
        మెట్లగును ?

జగ :-కానిమ్ము. ఆ ప్రమేయమువాని కొంచెము సేపచట
        నుందమురా !

స్వర్ణ :-ఇచటనుండుట నాకు సంతోషము"లేదు.

జగ :–ఎందుచేత ?

స్వర్ణ :–తత్ప్రియసందర్శనముఁగూర్చి నీకు మోదము కూర్ప
కుండుటచేత.

ఆమె కాళలు కల్గెనుకాని నిశ్చయములేదు. స్వర్ణ
కుమారి ఆపెకంతకంటె నేమియుఁజెప్పి నదికాదు. ఆమెమనసు
డోలికవలె నూగులాడఁజొచ్చెను.

స్వర్ణ :–' వెళ్లుదమురా ' అనియెను.

ఆమె లేచినది. సమనోరథమై కదలు చిత్తముతో
స్వర్ణకుమారిని వెంబడించినది. వారిరువురు ప్రఫుల్ల కుసుమ
సందోహ విరాజితములగు వల్లుల మధ్యమునను, దర్శనీయము
లగు రసాలముల మధ్యగను మెల్ల మెల్లగ నడచి సంధ్యాసమ
యమగుడు నల్లదల వ్యాపించుచున్న లేఁజీఁకట్లలోఁ గ్రమక్రమ
ముగా దృష్టి పథమునుండి తొలఁగిపోయిరి.

ఎనిమిదవ ప్రకరణము

అతని హృదయము ఱుల్లుమనెను

అది, మందమారుతముచే నొడలు మఱచి, తమ్మను కఱింపుచు, తమవెనుక గంతులు వైచుచు నుల్లాసవశమున దుముకుచున్న కిశోరములను సానురాగముగాc వెనుదిరిగి చూచుచు, దర్భాంకురములc గొఱకుచున్న హరిణులపైc, దమ చూపులను ఓరవంపుగాc ద్రిప్పి, హారిణములు చూచు చున్నట్టి సాయంసమయము. సంజ నిమ్మళించెను. ప్రాచీ దిగ్భాగమున నిలిచి రజనీమనోహారుడు విలాస సంశోభితము లగు తన చూడ్కులను బ్రియాముఖమునc బఱపుచుండెను. రజనీముఖము పరిపూర్ణ ప్రభా భాసురమాయెను.

జగన్మోహిని స్వర్ణకుమారులట్లు నడిచి తుదకొక సౌధప్రాంతమునంజేరి యందుc బ్రవేశించిరి. స్వర్ణకుమారి యాపె నా సౌధమధ్యభాగమునకు గొంపోయి విడిచి, తో డనే వెనుకకు గిఱ్ఱునc దిరిగి నిమ్మళించెను. అచట విజయ సింహుcడుండెను. ఆ సుందరీసుందరుల మొగము లుల్లాస వంతములై ప్రకాశింపcజొచ్చెను. వారిరువుర నోటc నొక మాట యైన రాcలేదు. నిశ్శబ్దముగ నుండెను. ఇరువురుం జిత్రప్రతిమల

వలె నుండిరి. అరవిముసము గడచినది. జగన్మోహిని మెల్లగా
'స్వర్ణకుమారీ! పోయితివా?' అనియెను. ప్రత్యుత్తరము
రాలేదు. మరి యామె యాపెను పిలువలేదు. ఆపె యట్లుం
డవలెనని తలంపలేదు.

విజయ :—జగన్మోహినీ! నీదర్శనము చిరకాలమునకు సంప్రా
    ప్తమైనది. క్షేమమేగదా ?

        ఆమెయొడలు పులకరించెను. అది చిరకాలముండ
లేదు. కాని యామె మొగము ప్రీడావిలాసముచే నలంకరింపం
బడి నూత్న శోభచే ప్రకాశించుచుండెను. సిగ్గు సుందరీ
మణులకొక యమూల్యాలంకరణము. యౌవనము విచిత్రమై
నది. అది విలాస వతులను, విలాసవంతులను బరిపూర్ణముగా
మార్చివేయును. ఆ యిరువురు బాల్యమునుండి మిత్రులు.
సర్వకాలములయందు నొకరి నొకరు విడువక కలసి మెలసి
యుండిరి. వారికపుడు సిగ్గులేదు.ఆభావమే వారెఱుంగరు. వారి
హృదయములు నిర్మలములు. నిష్కళంకములు. అవి యిపు
డును నిష్కల్మషములేకాని యిపుడు వారిస్థితి మారినది.
నవ యౌవనము వారి నలంకరించినది. ఇపుడు వారిద్దఱికును
మునుపటిచొరవలేదు. అది హిందూసుందరీ సుందరులకు సహ
జము. ఆ యిరువురిమొగమున నించుక మందహాస మంకు
రించెను.

        ఆపె యిట్లనెను. "అవును! బాల్య స్నేహామును మఱచి
పోయితివి గాcబోలు. విజయసింహా ! యింతకాలమైనను, ఒక

సారి వచ్చిచూచి పోవుటకు నీకు దీరిక లేక పోయినదా?"
ఆమె మెల్లగాc గ్రిందికిc జూచెను.

విజయ:-రాజసేవ మిక్కిలి దుష్కరమనుట నీవెఱుంగవా? ఎంతప్రయత్నించినను నాకురా వలనుపడినదిగాదు. నా యాలస్యమునకు క్షమింపుము.

జగన్మో:-విజయసింహా! యుద్యోగ విధులనన్నిటిని జక్కcగా నిర్వర్తించుచుంటివి గదా? మానవులకుc దమ విధుల నెఱి వేర్చుకొనుటకంటె గ_ర్తవ్యములేదు. అది ప్రధానము.

విజయ:-అవును. నీ వన్నది సత్యమే. న్నా యెఱిcగినంతవఱకు లోటుపాటులు లేకుండ నావిధిని నెఱి వేర్చుకొంటిని.

జగన్మో:-నీకుc దెలియని యంశములనియుంగాదు, విధిని నెఱి వేర్చుటయే పరమ ధర్మముగాc దలను దాల్చుటకు బద్ధకం కణcడవు కావనియుcగాదు. కాని యుద్యోగ వళమునc బ్రమత్తులగుట మనుజులకు స్వాభావికము. నీ స్వభావమం దుకు వ్యతిరేకము. అయినను స్నేహముచేc జెప్పుచుం టిని. చిన్ననాcటి నీ స్వదేశ రక్షణోద్దేశమును మఱవలేదు గదా? చిన్న తనమున గ్రంథములు పఠించుకొనుచు భరత ఖండముయొక్క దుస్థితిని గూర్చియుc దురుష్కుల కంటక మగు పరిపాలనమునం గూర్చియుc బెక్కుసారులు మనము సవిచారముగాc జర్చించుకొను చుండెడివారము. అప్పుడు నీ కనులలోనొక్కొక్కప్పుడు సభాష్పములును, ఒక్కొక్క

ప్పుడు రక్తవర్ణ సంశోభితములు నగుచుండెడివి. అదియం
తయు బాగుగాఁ జ్ఞప్తియందున్నదా? ఆంధ్ర యౌవనుఁడా!
మఱియు నప్పుడు ' సమయము దొరకిన నేను విజయనగర
సామ్రాజ్య చక్రవర్తుల సేవచేసి యా విజయనగర చక్ర
వర్తిని భరతఖండ సామ్రాజ్య పట్ట భద్రుని జేయుదును'
అని ప్రగల్భములు బల్కుచుండువాఁడవు. మఱియు నట్టి
యు దేశములతోఁడనే శౌర్య ధైర్యనిలయుఁడనై విజయన
గర సామ్రాజ్య సేవయందుఁజేరి యింతత్వరలో నింత
యున్నత స్థితికి వచ్చితివి. అవి యన్నియునీకు జ్ఞప్తియందు
గలవా?

ఆ వీరావతంసునిహృదయ మాహ్లాదపరిపూర్ణ మాయెను.

విజయ :-అవును. జగన్మోహిసీ! నీయట్టి యుదారహృదయ
రాంఢ్రిట్లు స్నేహితులకు వీరరసబోధనము గావించు
చుండఁగా నాంధ్రిసామ్రాజ్యలత్మి కేమిక్గొదువ? ఆంధ్రి
వనితారత్నమా! నీశౌర్యధైర్యసమ్పేతమగు హృదయము
సం స్తవనీయము. నీయట్టి ధీరురాంఢ్రడగు స్త్రీరత్నములే
యాంధ్రిదేశమునకును భరతఖండమునకును గావలసియు
న్నారు. ఇపుడు ముఖ్యముగా ఆంధ్రిదేశమునందును
విజయనగరసామ్రాజ్యమునం దెల్లెడలను సుందరీ సుంద
రులచి త్తములు స్వదేశాభిమాన పరిపూర్ణములగుచున్నవి.
అయినను, ఇంకను దగినకాలమురాలేదు. కాని, దేశము

యొక్క భావికము శుభముతో నలంకరింపఁబడఁగలదు. తురకలయొక్క దుష్కృతులే హిందువుల నిట్లు ప్రేరేపించు చున్నవి. ఏ నాఁడే సామ్రాజ్యము దుర్మార్గాచరణమున కును బ్రజాపీడనమునకును దిగునో అది యానాఁడే యంత రించునని పెద్దలు వచింతురు. అది వ్యర్థముకాసేరదు. భరతఖండమున కెప్పుడేని యాయవస్థ కలుగకపోదు. నాశక్తికొలఁది నాదేశమునకు సేవఁజేసి, వలయునేని నా జననిపాదపద్మముల నీ యాంధ్రీ ర క్తముతోఁగడిగి వీర స్వర్గమును నిశ్చింతగా నంఛెదను.

అతని కనులయందు శాంతభావము స్ఫురించుటలేదు. అవి ర క్తవర్ణములై యుండెను.

జగన్మో:—వీరకుమారా! దుడుకుతనము నీకుఁ జిన్నప్పటినుండి యుఁగూడనలవాఱె. నీయాకృతి యిపుడు భయంకరముగా నున్నది; నీప్రస్తుతస్థితి యొట్లున్నదో చూతమని యంటిని. ఇంత మాత్రమున కే యిట్లు రౌద్రమూర్తివి గావలెనా?

ఆ యమృత సారములయిన వాక్కులచే నతనిఁగోపాగ్ని కొంచెము చల్లారెను.

విజయ:—జగన్మోహిసీ! అదియేమో నాకుఁదెలియదుగాని భరతఖండ ప్రస్తుతస్థితిని జూడఁగనే, ఈదేశ దుర్దశం దలపోయఁగనే స్వాభావికముగా, అప్రయత్నముగా, ఒక

శక్తి నాయొడలున నాపాదమస్తకము వ్యాపించి నన్ను గదల్చివైచును. అపుడు నాకేమియు దెలియదు.

జగన్మో:—'స్వదేశవేష భాషాభిమానాస్సంతో రసప్రలుబ్ధధియ?' అని మనము నన్నయభట్టీయమున జదివియుండలేదా? స్వదేశాభి మానమెప్పుడు నుత్తమ మానవులకు స్వాభావిక మే. కాని విజయసింహా! అన్నప్పడెల్ల నట్లు స్వదేశాభి మాన ప్రేరితుండవై క్రిందుమీదులు తెలియక వర్తించితి వేని చెడుగులు పెక్కులు సంభవించును సుమీ. కొన్ని యెడలం దానిని గొంచెము గోప్యము సేయవలసియుండును.

విజయ:—అవును! దీర్ఘదృష్టిగల నీ నుడువులెంతయు వర్ణ నియ ములు. అన్నప్పడెల్ల నట్లుండుట గొన్నియెడల హాని కాగలదు. ఇది యనుభవ పూర్వకముగ దెలిసికొని కొం చెముకొంచె మా స్వభావమును దగ్గించుకొను చున్నాను. నీ విపుడు చేసిన యుపదేశము నెప్పటికి మఱువజాలను.

జగన్మో:—నీవు మిక్కిలి దయతోడ బెంచిన కురంగశాబకమును మఱచితివా?

ప్రీలకు స్వాభావికముగ బురుషులకంటె విలాసములం దును, వేడుకలందును బ్రీతిహెచ్చు. అందుచేతనే వారు బొమ్మ లాట మొదలగు నాటలు విశేషించి యాడుచుందురు.

విజయ:—అవును. దానిని నాప్రాణ పదముగా బెంచితిని. అది యిపుడేమైనది? పెద్దదయినదా? దాని కేమయిన పిల్లలా?

జగన్మో:—అవును. అది చాలఁ బెద్దదైనది. దానికిపుడు ౌండు
పిల్లలు.

విజయ:—సంతోషముగా నున్నది. మాధవీ మంటపమఁ ల్లో నిల్చి
యున్నదా?

జగన్మో:—అవునఁ ల్లే యున్నది.

విజయ:—రసాలములు కాపునకు వచ్చిసెవని తలఁచెదను.

జగన్మో:—ఆఁ! వచ్చినవి——

      కాని యింతలో నాపై భావమున కేదియో తట్టెను.
తోఁడనే యాపై కొంచెము నొచ్చుకొని యిట్లనెను. "ఇపుడు
నేనును స్వర్ణ కుమారియుఁ గలిసి వచ్చుచుండఁగా నామె నాతో
మీకు సమరమున దెబ్బలుతగిలిసవని మాత్రము సూచించినది.
అంతకంటె సప్పుడేమియుఁ జెప్పినదికాదు. అది పూర్ ర్తిగా సయ
మైనదా?" విజయసింహుఁ డాజగన్మోహినికి సర్వ్వమును వినిపిం
చెను. వెన్నుఁపై మానుచున్న గాయము సతఁడు చూపించెను.
ఆపై మతి విసలేశఁపోయెను. ౺సశేశఁపోయెను. ఆమె హృదయ
మున దడజనించెను. అభినవ వికసితేందీవర పత్రముల నభఃక
ఇంచుచున్న ఁముఁకసంగవయందు నీటు గిఱ్ఱున దిరిగెను. అది
పవాహరూపమునఁహించెను. అది దూగఁపకు గోచరముకాలేదు.
కాని దూగా భాష్పజలము లామె కనులను గప్పివేసెను. అంత
సవి యచటనుండి మహా ఁ క్షకజాలములనలే గ్రిందఁబడఁజొచ్చెను.
వానిని మనవిజయ సింహుఁడు కనిపెట్టెను. అతనిహృదయము

సిరాయెను. అతని కేమియుం దెలియలేదు. అతండేమి సేయను బ్రయత్నింపలేదు. కాని, యప్రయత్నముగాc జేతిరుమాలుతోc గూడినయాతనిమంజులహస్త మాజగన్మోహినికనులకు దుడన నారంభించెను. రెండవ హస్త మా సౌభాగ్యశాలినియొక్క కేశపాశమునcబడి కాలజలదమునలెc బ్రకాశించుచున్న యా కేశపట*మున మెఱపుc దీవియనలెంబ్రకాశింపcజొచ్చెను. అతని హృదయము ఝల్లు మనియెను. అతనికి నిమిషమువఅకు స్మృతిలేదు. అది యుభయత్రనల్లెయుండెను. ఆమె మాటలాడc టకుc బ్రయత్నించెను. కాని మాటరాcలేదు. ఎట్టకేల కిట్లని యెను.

'విజయసింహా! నిజముగా నన్న స్వల్ప కుమారి మోసముచేసినది. ఆపె తగినంతకారణము లేక యిట్లు సేయదు. దైవము కరుణారసమునుజిల్కి మిమ్మును మరణావస్థనుండి బ్రదికించినాడు. ఆపె మునియాశ్రమమునకు వచ్చుట యెట్టు గుదునుగాని, యాసంగతి దెలిసిన——' ఆపెదృష్టికి మరల నవ రోధము గల్గినది. మఱి యామె మాట్లాడ లేకపోయెను. విజయ సింహుండంతయుc జూచెను.

విజయ:—జగన్మోహినీ! చెప్పకుండుటే మేలయినది. అప్పుడు సీకుదెలిసిన మనభవిష్యత్తిల్లుండి యుండదు.

ఆపె మఱిమాటాడలేదు.

అతcడిల్లనియెను.

'చిరకాలమునకు లభ్యమైన యాదర్శన సౌఖ్యమేని నాల్గు నాళ్ళవఱకు లభించునదికాదు. రేపుదయమె రాజకార్య నియోగ మొం డత్యావశ్యకమయినది నెఱవేర్ప బోవలసి యున్నది.'

ఇంతలో స్వర్ణకుమారినచ్చి యచట నిలిచెను. ఆపె యిల్ల నెను. 'రేపుమాత్రమేని యుండిన మాకు గొంత సంతస ముగానుందును. దయచేసి రేపుండుడు.'

విజయ :—అది రాజకార్యము. రాజకార్యము లవశ్యకరణీయ ములు. ఇందు స్వార్థపరుడనై నేనుందునేని రాజద్రోహ మును దన్మూలమున మాతృదేశ ద్రోహమును జేసిన వాడ నగుదును.

జగ :—అవును. విజయసింహా! నీనస్నట్లుక రాజకార్యమునకు మే మడ్డుపెట్టుట ధర్మముకాదు. సెవిధిని నీవుపోయి నిర్వహింప వలసియున్నది. కాని సాధ్యమైనంత త్వరలో నీవ్యవహార విషయముల కేమియు హానిరాకుందునట్లు నచ్చి చూచి పో వలయునని కోరుచున్నాను.

అత 'డల్లే' అనియెను. అతని కనులొకపరి స్వర్ణ కుమారిస్తైకీ దిరిగెను. అత్యడిట్ల నెను.

'స్వర్ణకుమారీ! నీవు పర్ణశాలయందు నేనుగాయములు తగిలి పరుండెడియున్నప్పు డొకటి ఱెండుసార్లు కనఁబడితివి.

కాని మాటలాడ బ్రయత్నించుచుండగనే అంతలో నంత దాసమగుచుందుదాసవు. నాతోనపుడేల మాటలాడినదానవు కావు?"

స్వర్ణ:—అవును. కనపడిన మాటనిశ్చయమే. యోగిసత్తముం డును, బత్తతుల్యుండును విశేషించి మనలంబ్రేమించుచు మనక్షేమమునేంగోరువాడును నగు శ్రీధరుండు నీకు దెబ్బలు తగిలిన తెల్లవారు ఋణమైన నన్ను బిలిపించి యావద్వృ త్తాంతమును నాకు నెతేంగించెను. అపుడుశిష్యులెల్లరునానా విధములగు రాజకార్యముల మీదను, శత్రువులుసేయు కుట్రలం దెలిసికొనుటకును, బంపఁబడియుందుటచే నెవ రుమలేరు. అందుచే నేను నీసేవకు నిశ్చయించితిని ! కాని శ్రీధరులవారి యాజ్ఞానుసారము నేను నీకుంగనుపడలేదు. ఆపత్సమయములో నీకు సేవ సేయుభాగ్యము నాయాచేతు లకుం గల్గినందులకు సంతసించుచున్నాను.

జగన్మోహిని యంతయు నాలకించెను. ప్రాణ సఖియగు నాపె యు్క్కిని, జమత్కృతికిని మెచ్చెను. తలయాడించెను. తన లో నేమో అనుకొనెను. ఆపె యొకవేళ నా మహమహుని కట్టి యా పత్సమయమున సేవసేయు భాగ్యము తనకు గల్గి నందులకు జంతించెనా యేమి?

విజయ:—స్వర్ణకుమారీ ! నీ ఋణమును దీర్చుకోంజాలను.

స్వర్ణ:—అది మీకృపాపరసము. అంతపని నేనేమియు జేసియుండ లేదు. ఆబాల్యమైత్రి నెసంగు నే నీపాటిసేయుట నాకు విధి

కాదా? దాని కేమిగాని రేపే నీవు పోవుచున్నందులకు మాకుజింత గల్గుచున్నది. అయినను జేయునదిలేదు. కాని జగన్మోహినిని మాత్రము మఱువకుఁడు. నన్ను గూడ మన సులో నొక మూల నుంచుకొనుఁడు. అదియే మీరు మాకు చేయు నుపకారము. అందులకిది గుర్తుగా మీ కడనుందుం గాక!'

అని మాపై చిత్ర ఫలకము నా పీఠమఛాళి కరతలమున నుంచెను. అది యత్యంత స్వాభావికముగఁ జిత్రింపఁబడెను. అందుజగన్మోహిని స్వర్ణ కుమారసమేతయైయుండెను. అతఁడు తన దృష్టిని మఱల్చుకొన లేకపోయెను. ఎట్ట కేలకు 'సుహృ ద్రత్నములారా! మీా ప్రేమకుఁ జాల సంత సించితిని. ఇదిగో, యీయుంగరమును గెలకొని నన్నెప్పుడును మఱువకుందురు గాత' అని జగన్మోహిని ప్రేల దానిం దొడగెను.

త్రొమ్మిదవ ప్రకరణము

విశాలమై సువర్ణ మయకుడ్యజాల శోజస్సమాకర్షిత సకల మానసలోకమై యత్యద్భుత శిల్పకళా సౌభాగ్య భాసు రమ్మై నానావిధ రత్ననికర నిర్మిత వివిధ చిత్రప్రతిమా లంకృ తమ్మై నాళ్లు విజయనగర రాత్నభామందిరము, సకల సౌ మంత నృపాల సేవితమై నృత్యకళాకోవిధ సంశోభితమై సకల లోకస్తుత్య విద్వత్కవి భాసురమై వందిమాగధ సమేతమై సకల దేశ సమాగత రాజప్రతినిధి యుక్తమై, హృదయరంజ కముగా నొప్పారుచుండెను. అందు మధ్యభాగమున ఇష్ట ఖచిత కనక సింహాసనము నధిష్టించి రామరాజ చ్రినిని ప్రకాశించుచుండెను. అతని కనులు కెందామరలవలె ప్రకా శించుచుండెను. ఆ మొగము తీరు కన్గొన్న యచటి సామంత నృపాలురకును, భటులకును, పండితులకును, గాయకులకును, ఇంత యేల! యెల్లరకును గుండెలు పగులుచుండెను. మధ్యా హ్న మార్తాండునిచందమున నతని మోము తీక్ష కాంతులు ప్రగక్కుచుండెను. ఒక్కొక్కౌడు తన కేమి మూడునోయని భయపడం జొచ్చెను. నిరంకుశ ప్రభువుల పరి పాలనము

పాలితులకు నిత్య భీతిదాయకముగదా? సభయెల్ల నిశ్శబ్దముగ నుండెను. అంత రామరాజు సక్రోధుండై యిల్లనెను.

'విశ్వ విఖ్యాతమై శత్రు భీకరమగు నీ విజయనగర సామ్రాజ్యమును బాలించు నధికారులలో రాజద్రోహులున్న రన్న సంగతి విన్నప్పటినుండియు నా యొడలు కంపమెత్తు చున్నది. నాపని కృష్ణసర్పమును బ్రేమతో జేరందీసికొన్న విధాన నున్నది.'

పెక్కురు పెక్కు విధములు నాలోచించిరి. కాని యెవరి కేమియు దోచలేదు. రాజద్రోహి యెవర్రైనది యెవరికి బోధ పడినదికాదుగాని, యచటివారిలో జాలమంది తురుష్కడొ టచేతనొ, లేక యతనివర్తనము మంచిదికాదనియో గాని, యాదిల్షాహ సుదేశించి, యాపిడుగతనిపై బడునేమో యని భాసించిరి. మటికొందఱు మటికొన్ని విధముల నాలోచిం చిరి. కాని యెవరు నిశ్చితార్థ మిదియని నిర్ణయింప గల్గిన వారు లేకుండిరి. ఆదిల్షాహ అపుడచటనుండెను. కాని యతడేమియు నెఱుంగనివాడువోల నాశ్చర్య మభినయిం చుచు గూర్చుండెను. బుద్ధిసాగరుడు దూరదృష్టిగలవాడు. అతడిల్లు తలంపసాగెను.

'బవుశః ఆదిల్షాహయు, చక్రధరుండును నాపై బన్నిన కంత్రముల యేమి లేనిచో నేనింతవఱకు వారుసేయు కుట్రలం

'గూర్చి రాజున కేమియుc జెప్పలేదు. అది యెట్లు
యగును? అందులకుc గారణము కనంబడకున్నది.
 నికారణముగా నాకేమోగాని భయ మేర్పడుచున్నది.'

బుద్ధిసాగరునిపై నీపిడుగు పడునని యచటి ఫ్రా
నొక్కcడేని కలలోనేని యనుకొనలేదు. వారతనిc
తండ్రులను బ్రేమించినట్లు ప్రేమించిరి.

అంత నాకదీర్ఘ కాయుండగు పురుషుండు లేచి
బడెను. అతనిముఖము గంభీరముగానుండెను. అణ
ముగాc బలుకంజొచ్చెను. "శ్రీ చక్రవర్తిగారి యప్ప
చున్న మనకెల్లరకు శ్రీవారియందు బిత్రుభావమును
భక్తియును నుండుట ధర్మము. శ్రీ చక్రవర్తిగారినే
నిన్న మొన్నటిదాcక నల్లైయుండిరి. కాని కొంత
నుండియుc గొందఱు పెద్దమనుష్యులు రాజద్వేష్టులై పని
చున్నట్లు కనంబడుచున్నది. వారు భటులకు దొంగవేష
మేయించి కపటరాజులతోc గదుజాగ్రత్తగా నుత్తరప్రత
ములC జరుపుచున్నారు. ఇది కొంతకాలము క్రిందట నే
గూఢచారుల మూలముగాc దెలిసికొంటిని. మొట్టే
నేసామాటలను విశ్వసింపలేదు, కాని క్రమక్రమముగాc
సిన వాడcనైతిని. నాకట్టిసిశ్చయమును గల్గించుటకు
కొన్ని కాగితములు దొరకినవి. ఇదిగో నిన్న సాయంత్ర

తొమ్మిదవ ప్రకరణము

మరలనొకటి దొరకినది. దీనిని విన్నచో మీకు సత్యము పడగలదు."

అతడు రహస్యవార్తాసంగ్రహ శాఖాధికారి. ఆ యుత్తరమును జేతఁదీసికొని మెల్లగా రామరాజు కడకు పించి యతని హస్తమున నుంచెను. అది శ్రీ చక్రవర్తిని సమీపమున నున్న పండితునొకని జదువ సన్న చేసెను. జదిగ్గ కొని, ఇట్లుచదివెను.

"శ్రీ రాజమాన్య రాజపూజితులయిన శ్రీ మంత్రులవారి పాదపద్మములకు:——

శ్రీగోల్కొండ నవాబు వ్రాయు విన్నపము లేమనఁగ

అయ్యా! 'కొండంత దేవునకు గొండంత పూజఁ గలమా?' అనునట్లు మీరు మాకుఁజేయు నుపకృతికిఁ ప్రత్యుపకారముం జేయఁజాలక పోయినను మాయుడల నేని చూపఁజాలకపోము.

మీరు మాయందు ననుగ్రహముంచి, మీరాజ్య నెప్పుడు జఱుగు సంగతు లప్పుడు తెలియఁజేయఁ గోరుచు ను. నేనిక్కడఁ గ్రమముగాఁ నాదుర్గములను బాగుచేయ కొనుచున్నాను. మీరు కొంతకాలమునుండి యుత్తరః సరిగా వ్రాయించుటలేదు. కారణము దురూహ్యః నున్నది. విజయనగర సామ్రాజ్యసైనిక సంఖ్య ం

యు:చునో సరిగా నాకంతుచిక్కుటలేదు. పెక్కు-మంది పెక్కు-
షిఘములగా: జెప్పుచున్నారు. మీ రా విషయమును గొం
చెము జాగ్రత్తతో:గన్గొని వ్రాయింతురని నమ్ముచున్నాను.
నేను నాసైన్యములోనికి గ్రొత్త సైన్యముం జేర్చుకొను
చున్నాన. కాని విజయనగర సామ్రాజ్య సైనికులతో వా:
సైనికులు పోరాడలేరు. వారు పరాక్రమైకధనులు. అందుచే
మాకు మిక్కిలి భయముగానున్నది. ఆదిల్ శాహకును రాజు
నకును భేదముగల్లించు నుపాయముం జూడుడు. మాతురకలలో
మా కే కలియకుండ నున్నప్పుడు మీరు మాకు:జేయు సాహా
య్యము విలువ చెప్పందిరదు. మాకు: బ్రతినిమేమము విజయ
నగర సైన్యమెప్పుడు వచ్చిపడునోయని భయమే. నిద్రలేను.
ఎప్పటి సంగతు లప్పుడు ముందు తెలుపవలెనని వేచుటకన్న
నేమియు విశేషములేదు.

చిత్తగింపుడు.''

అచటి సభాస్తారుల కెల్లరకు నేమియు: దోచసేదు.
ఆశ్చర్యభావ మగ్నులైరి. కొందఱకు భయము పొడమెను.
అందఱును రోషావేశులు కా:జొచ్చిరి. ఆ దురాత్మని,ఆ పాప
త్మని, ఆ సింగాత్మ్యద్రోహిని, ఆ దేశద్రోహిని, ఆ రాజద్రోహిని,
ఖండఖండములుగా: జేయవలయుననిరి. విజయనగర సామ్రాజ్య
నర్వకార్య ధూర్వహులగు మంత్రులలో నట్టి ద్రోహులున్న
రన్నమాట కొందఱకు విశ్వసనీయముగా: దోచినదికాదు.

కాని, యట్టి వాఁడున్నచో నతని శిక్షింపవలయుననటయందు
మాత్ర మందఱు నేకీ భావము వహించిరి. కాని యా ద్రో
హియే బయల్పడలేదు. కొందఱు చక్రధరుండు కావచ్చు నను
కొనిరి. మఱికొందఱు మఱియొకఁడనిరి. కాని వారిలో జాల
మంది భావములు మాత్రము బుద్ధి సాగరుఁడట్లు చేసియుండునని
యూహింపలేదు. పౌరులకు బుద్ధిసాగరుఁడు తండ్రివంటి వాఁడు.
వాఁతనియందు మిక్కిలి విశ్వాసముగల వారగుటకు, అతఁడు
వారికఁ జేయు మేళ్ళె కారణములు. ఆతఁడు వారిసంతగాఁ
బ్రేమించెను. కాని యతనికి నున్నతోద్యోగములయందున్న
వారిలో వఁకాత్రముచాలమందివిరోధులుకలరు. అతఁడున్యాయైక
నిష్ఠుఁడు. లంచములు పట్టుటగావి యొకరి సలహాలు వినితగని
వాఁడు. చిన్నతోద్యోగముల నిచ్చుటగాని, యతని కెంతమా
త్రమును గిట్టును. ఇది వారికఁ గష్టదాయకము. రాజులకుఁ
'ఎవఱులచిసగ రంభ, తొముసిగినదిగంగ' యనుట స్వభావము.
వాఁరిక మంచి చెడ్డలు వివేచించు జ్ఞానము మొత్తముమీఁద
మిక్కిలి శక్కువగానుండును. స్తోత్రపాఠకుల పాఠములకుబ్బి
శబ్బబ్బగు చుందురు.

ఇఁకిల్యాఁహూను జేరఁదీసినదాది పెక్కుసార్లు బుద్ధిసాగరుఁ
డడమంచినఁగాఁవని యేకాంతముగాఁ జెప్పెను. అతనిని ద్రికరణ
శుద్ధిగా నమ్మిన రామరాజునఁ కిది కష్టముకాఁజొచ్చెను. ఒకటి
రెండు సార్ల తస ప్రత్యక్ష కోపమునకుఁగూడ నితఁడు గుఱి

ముగుట సంభవించెను. ఆత్మ దేశ రక్షణైక చిత్తుడును, విధి విన్నహార్థ దృష్టియు నగు బుద్ధిసాగరుడు దానిని లెక్క పెట్ట లేము. కాని తన మాటనే యనుసరించి యదియే సత్యమని యెంచుకుంటల రామరాజునకు గట్టముగా నుండుచున్నచ్చెను. అది యతడు కనిపెట్టుకపోలేదు. కాని న్యాయమార్గమును వీడుట కతడు కిష్టములేదు. ఇట్టి చిక్కులు కొన్ని యితరములగు నాదరించి కార్యములలోఁగూడ సంభవించెను. అందును మన బుద్ధిసాగరుడు మనస్సాక్షికి దూరముగ వర్తించియుండడేదు. సభయంతయుఁ దుపానుచే క్షోభింపఁచేయఁబడిన మహాసము ద్రముపలె మంటెను. రామరాజు ముఖమున రోషానలజ్వా లలు మండఁజొచ్చెను. అతఁడు లేచి స్వయముగాఁ డన చేత నున్న యుత్తరము నిట్లు చదువఁదొడఁగెను.

“మహారాజాధి రాజులును, అనేక బరుదావళీవిరాజితులు నగు, శ్రీగోల్కొండ నవాబుగారి సన్నిధికి.

శ్రీ విజయనగర సామ్రాజ్యమంత్రి బుద్ధి సాగరుడు, అనే కాశీర్వచనములు:—

మీకు మా సైన్య సంబంధములగు ముఖ్యాంశములు నన్నింటిని బాగ్రత్తచేసి పంపుటకు నింకను గొంతకాల మార్స వలసియున్నది. కొన్ని సిద్ధమైనవి. మటి కొన్ని సిద్ధము కానున్నవి. బహుశః మీకు దవరలోనే పంపఁగలనని సమ్ము చున్నాను. రాజ్యాంగవిషయములలో నిచటజాఁ రహస్యము

లున్నవి. అవి యన్నియు మఱి యొక యుత్తరము ద్వారా ే
పంపెదను. నేడు పంపజాలనందులకుఁ జాల చింతిల్లు
చున్నాఁడను. ఇపుడు నాస్థితి యిచటఁ బూర్వమువలె లేదు.
పూర్వ మీా రాజ్యమునకు నేను నిరాఘాట చక్రవర్తిని. ఇపుడు
నాతంత్రములు నిరాఘాటముగా సాగుచుండుటలేదు. అందు
వలన గొన్ని చిక్కులు సంభవించుచున్నవి. అయిన మించి
నదిలేదు. నేను మీరు కోరిన సర్వమును మీాకుఁ గూర్చ
గలను. కొంచెము కాలవ్యవధిమాత్రము కోరుచున్నాను.
చిత్తగింపుఁడు. బుద్ధిసాగరుఁడు.’’

అతఁడల్లుత్తరమును సొంతముగాఁ జదివి క్రింద నున్న
దస్కతును, అందలిఁ జూడఁగోరెను. ‘ బుద్ధిసాగరుఁడ ’ అను
వస్కతంధు స్పష్టముగాఁ గనఁబడుచుండెను. బుద్ధిసాగరుఁడు
తలవంచుకొనెను. అతని కేమియుఁ దెలియలేదు. ఇల్లు తల
పోసెను.

‘ సేసనుకొన్నంతయు నైనది. అగుఁగాక ! నాచేవ్రాలు
ఎరికెల్లు లభించినది ? ఇది సృష్టించియుందురా ? పెక్కుచిక్కు
ఁతోనుండు నాచేవ్రాలును సృష్టించిన వా ఁరేది చేయఁజాలదు?
ఇంతకును విధ విధాన మిట్లున్నది. ఇంక నే నీఁబ్రదుకేల బ్రదుక
కలెను ? అతనికన్నుల నీరుగమ్మెను.లోపలఁ గోపాగ్ని తీవ్రము
గా మండుచుండెను. అతఁడు వంచిన తలను మఱి యెత్తలేదు.
కాని పౌరులలోఁ జాలమంద కది కష్టముగనుండెను. అందుఁ

జాలమంది యీపని చక్రధరుని వలనన్నై యుండుననని తలంచిరి. మతికొందఱు ఆదిల్ శాహా వలనన్నై యుండునేమోయని తలం చిరి. ఇంక కొందఱు మఱికొన్ని విధములందలంచిరి. అతనికి గలవిరోధులలోంగూడం జాలమంది కతఱడే యిది చేసెనమటకు నోరురాకుండెను. వారి యంతరాత్మ యొప్పినదికాదు. కాని రామరాజు తీక్ష్ణాగ్ని కణములం గురియు మొగమునంజూచి భీతిల్లి పౌరులుకాని యితరులుకాని యెవరునేమియు నన సాహసింప రైరి. అంత రామరాజు లేచి యిట్లనెను.

"ఓయా! పాపీ! చిరకాలమునుండి మీతండ్రితాతలు మావంశము వారిని నిష్కళంకబుద్ధితో సేవించిరి. పాల సముద్రమునంబుట్టిన విషభాండమునోలె వారికడ ఫునంబుట్టి నీవింత పనిసేయుట మిక్కిలి వ్యసనకరము. మాసామ్మతిని 'పాలుత్రావి ఱొమ్ముగుద్దె' నను సామెతగా మమ్మే నాశము సేయం జూచుచున్నావుగా? చిరకాలమునుండి వచ్చుచున్న మహామంత్రి పదవి ననుభవించుటకు నీకువెగటుగానుండియా యిట్లు శత్రురాజులతోంగూడి కుట్రలుసేయుచున్నావు? ఛీ! నీవంటిదేశద్రోహులయు, రాజద్రోహులయు మొగములు చూచినం బాపముతప్పకవచ్చును. నిన్న ఖండములుగా గోసి నను బాపమురాదు. కావున నీకిప్పుడు మరణదండనమును విధించి విజయ నగర సామ్రాజ్యమున నీవంటి ద్రోహులు లేకుండంజేసెదను."

అని యతడు కారాగారాధిపతి కనుజ్ఞ నొసంగెను. కోపము క్రూరసర్పము. అది యెవరికడనుండునో తుదకు వారినే నాశముచేయును. కోపాంధులకుం గన్నులు కన్పడవు. మిన్ను తెలియదు, మన్ను తెలియదు. ఆత్మనాశముంగూడ వారు తెలిసికొనరు. తెలిసికొనుట కట్టివారికి వ్యవధియుండదు. యుక్తాయుక్త వివేచనమున కదిచోటీయదు.

అప్పుడు మెల్లగా, ఆదిల్షాహాలేచెను. ఆతని మొగము శాంతభావ ప్రస్ఫుటముగ నుండెను. మెల్లగ, నిట్లు చెప్పెను.

"అత్యుత్తమ సామ్రాజ్యచక్రవర్తీ! జనకా!

సర్వవిన్నస విశేష శోభితులరగు మీకు నేను జెప్పపాటి వాడననుగాను. కాని యొక చిన్న విజ్ఞాపనము చేసికొనుచున్నాడను. బుద్ధిసాగరులను నేను జాలకాలమునాటినుండియు నెఱుంగుదును. అతడు న్యాయైక పక్షపాతి. దేశభక్తుడు. అతనికి రాజభక్తియపారము. అతడిట్టికార్యమును జేయ సమకట్టనుట మిక్కిలి వింతగా దోచకపోవదు. అతనిశత్రువులెవరేని యిట్లు సల్పియుండవచ్చును. లేక మఱియొకటికావచ్చును. అది మనమూహింపజాలము కాపున నీయనగారియందు దయ యుంచి సమూలము విచారించి, మఱి శిక్షించిన బాగుండును. అట్లు సేయుటకు నేను మిమ్ములను మిక్కిలి విసయముతో ప్రాధించుచున్నాను."

అమాయకులగు పౌరులలోఁ జాలమంది 'యహహా! యితఁడెంతమంచివాఁడు' అనిరి. మఱికొందఱు 'నిజముగా నితఁడు తురకకులమున జన్మింపఁదగిన వాఁడుకాఁడ' నిరి. 'రామరాజున కందుచేతనే యితఁడుపుత్త్రుఁడగుటకుఁ దగు' నని మఱికొందఱనిరి. దూరదృష్టిగల కొందఱుమాత్రము 'అది కేవలము టక్కరితనము. జనానురాగము కొఱకితఁడిట్లుచేయుచున్నాఁడు. ఇవి హృదయమునుండివచ్చిన మాటలుకావు' అని గుసగుస లాడిరి. అందెవరిమాట సత్యమో, ఎవరికెఱుక? పిదపఁ జక్రధరుఁడు లేచి నిలువఁబడియిట్లనెను.

"ఆర్యులారా! చక్రవర్తీ!

శ్రీ యాదిల్షాహాగారు చెప్పినదెంతయు వర్జనీయముగానున్నది. తొందరపడి శ్రీమహామంత్రిగారికి మరణదండనము విధించిన నిశ్చయముగాఁ దరువాత మనకునష్టము వాటిల్లును. కావున వారిని ధర్మశాస్త్ర పరిజ్ఞాతలమూలముగా విచారించుటయుఁ దరువాత దేవరవారి చిత్తమువచ్చినట్లుసేయుటయు సమంజసముగాఁ దోఁచుచున్నది."

అంతఁ జక్రవర్తి లేచి యిట్లనెను. "ప్రస్తుతము నిన్ను కారాగారమున నుంచుటయే మంచిదని తలఁచితిమి. మరణదండన మక్కఱలేదు"

బుద్ధిసాగరుఁడు వంచిన తలను గొంచెమెత్తి యిట్లనెను. "నేను ద్రోహినో కాదో యీశ్వరుని కెఱుక. దానింగూర్చి

యుఘుడు నే జెప్పదలచుకొన లేదు. చెప్పి ప్రయోజనము
లేదు. కాని నాప్రార్థన మొకటియున్నది. విజయనగర సామ్రా
జ్యము విశ్వవిఖ్యాతమైనది. అది యిపుడు తురుష్కుడును దుష్ట
స్వభావుడునగు ఆదిల్ శాహా చేతిలోను, చక్రధరునిచేతిలోను
బడ్డది. ఆ యిరువురి కుట్రలవలనను గొలందికాలముననే విజయ
నగర సామ్రాజ్యమునకు జిక్కులు తటస్థింప నున్నవి. అది
యెఱింగి మాత్రము దానిని ఏమించుకొనుచు. తుచ్ఛమగు
నాప్రాణముపోయిన నాకు జింతలేదు. ఆ సామ్రాజ్యము నిల్చిన
నాకు జాలును.'

అతడు మఱిమాటలాడలేదు. కొందఱు విశ్వసించిరి.
మఱికొందఱు దూషించిరి. ఇంతలో నిరువురు వచ్చి యతని
చేతులకు సంకెలలువైచి గొంపోయిరి.

———

షడియవ ప్రకరణము

చీకటి

విజయసింహుఁడు భయలు దేటి శృంగారపురమునుండి విజయ నగరమునకును బోయెను. అతఁడు వెళ్లి యిప్పటికి రమారమి పదునైదు దినములై యుండవచ్చును. ప్రపంచమెల్ల నంధకార బంధురమై కన్ను బొడుచుకొన్నను గానవచ్చుట లేదు. చెట్లలు పుట్లలు గట్లలు నేకముగ నంధకారావృత మ్మలై నిదేశింప వలనుపడక యుండెను. జగమెల్ల నిశ్శబ్దముగా నుండెను. జారులు చోరులు మొదలగువారు యథేచ్ఛా విహారములు సలుపఁజొచ్చిరి.

జగన్మోహిని తండ్రి పేరు సోమ శేఖర మూర్తి. అతసికి బౌరుష మన్నను బౌరుషవంతులన్నను బ్రీతి విస్తారము. అతఁడు చిన్న ప్పటినుండియు విజయసింహు నెఱుఁగును. అతని సుగుణ గణము లతనికిసంతోష దాయకములు. జగన్మోహి నీ విజయ సింహుల పరస్పర ప్రేమానుబంధమును గూడ సతఁడు తెలిసికొనెను.

జగన్మోహిని యొక్క సౌందర్యము దిగంతము లెల్ల నిండెను. సౌందర్యము కాని సుగుణములు కాని దాఁగునవి

కావు. మల్లికా కుసుమములను గాని గులాబిపూలను గాని తెచ్చి యొకచోనుంచి పరిమళింపకుండన్న నాగెగ గలవా? అత్యంత మనోహరమగు తత్సువాసన వ్యాపింపక మానునా?

శుభాశుభ వార్తలుగూడ నట్టివే. వానికి బహులకంటె గమనము హెచ్చు. రాత్రింబవళ్లు, వర్తమానములు ప్రపంచ మును జుట్టి వచ్చుచుండున. జగన్మోహిని వివాహవార్తయు నాపెను విజయసింహునకీయ నెంచుటయు ప్రపంచమెల్ల వ్యాపించెను. ఎల్లరును సంతసించిరి. లోకమునకు సమగుణ శోభితులయిన దంపతులవివాహము మిక్కిలి యానంద దాయకము. కాని లోకమెల్ల నొక తీరుగానుండదు. ఒకరికి రుచించిన దొకరికి రుచింపదు. మనము తలచిన కార్యములెల్ల ననుకొన్నట్లు జరుగగజాలవు. మనమొకటి తలచిన దైవమొ కటి తలచును.

ఆనాటి రాత్రి యట్లు చాలసేపటివఱకు మఱునాడు జరుగు లగ్న నిశ్చయముంగూర్చియు వరుని గుణములంగూ ర్చియు వధూవరుల పరస్పరాను రాగముంగూర్చియు నతేడు తలపోసెను. అతనికి నిద్దుర రాలేదు. అది స్వాభావికము. కూతుంద్రడ పెండ్లింద్లు సేయుట తండ్రులకు మిక్కిలి కష్టము. సమగుణసయో రూపవంతులు దంపతులగుట మిక్కిలి యరిది. వధువు తండ్రి యట్టిగుణవంతుండగు భర్తను దేవలసియు న్నాడు. కూతుచకుం దగనిభర్త దొరకిన నతని కెంత కష్టము?

సర్వవిధములఁ గూతునకుం దగిన లోకోత్తరుండగు సుందరుండు దొరకిన నతని కెంత సౌఖ్యము?

ఎట్టకేల కతఁడు నిద్దురవోయెను. కాని, యాగకేని చోరశక్యముకాని యాసౌధోన్నతభాగమునందలి యాగది లోఁ బెద్ద చప్పుడాయెను. అదియతని నిద్రకు భంగము కలుగఁ జేసెను. అతఁడు కన్నెత్తిచూచెను. అతని కొక వికారమగు దీర్ఘ విగ్రహము పొడకట్టెను. అది మనుజుని విగ్రహమే కాని రాక్షసునిది మాత్రము కాదని యతఁడు తలఁచెను.

అతఁడాఅడుగుల కంటెఁ గొంచెము పొడవుగానుండెను. అందుఁ బ్రకాశించుచున్న దీపపుఁగాంతి నతని మొగము కన్పడెను. అది నల్లనిబొగ్గు. కాఱు మేఘము లాకాంతిక్ దిసిపోవును. కటిక చీకట్లకూడ నా మొగపుఁగాంతిక్ జాలవు. ఆమొగము భయంకరమై యతనిక్రౌర్యమును దెలి యఁజేయుచుండెను. సోమశేఖరమార్తి తనదీవిమగు కత్తి కొఱకుఁ దడవిచూచెను. అదిలేదు. అతఁడు తటాలున నా భటునిపై కుఱుకఁబోయెను. కాని వెనుకనుండి యిరువురు మ్లేచ్చులు వచ్చి వానింబట్టుకొని చేతులుకట్టిరి. అతని మొగము క్రోధమయమై పోయెను. కనులు నిప్పుకలు గ్రక్కుచుండెను. 'ఓరి నీచుండా! దొంగవలెవచ్చితివే మిరా! శౌర్యమున్న బోరాడుము. నీశిరము నూర్వక్కలు చేసెదను' అనెను. సామదానములు ప్రయోగించెను. లాభములేకపోయెను. ఆ

భటుడు 'నీవిపుడు మాఖియిదివి' అనెను. అతడు లోలోన
మండుచుండెను. జగన్మోహిని కేమి యపాయముపచ్చునో
యని విలపింపఁజొచ్చెను. కాని, ఏమిచేయఁగలడు? పాపము!
కోఱ అలుతీసిన సర్పము.

దీనికి సమీపముననే మటియొక భవనముండెను.
అందు జగన్మోహిని పరుండి యుండెను. ఆమెకుఁ గొంచెము
సమీపముగా స్వర్ణకుమారి నిద్రించెను. పాపమా మనోహ
రాంగుల గతి యేమైనదో!

అదిగో! చూడుఁడు. కాఱుమెఱుపు దీవియవలె మెఱ
యుచున్న యా జగన్మోహిని మొగ మెట్లు క్రోధ భయాశ్చర్య
రసములచే శోభించుచున్నదో? ఎదుట నిలువబడిన తురు
ష్క—నితో నేదో నామె యనుచున్నది. 'ఓరీ! యీ యర్ధరాత్రి
వేళ నీ విచటి కెట్లువచ్చితివి? నీవెవడవు?'

అతడు జవాబీయలేదు. ఆ మనోహరమూర్తి వంకఁ
గంట్లారఁ జూచుచుండెను. ఆమెమరల నా ప్రశ్న మే యడిగెను.
'నేను దురుష్కఁడను. నిన్ను గొంపోవ వచ్చితిని.'
అనియెను.

'ఓరీ! పాపీ! నీ వెచటికిఁ బోఁగలవు? ప్రాకారమున
గావలియున్న వారెల్లరు నిన్ను ఖండ ఖండములు చేయరా?
వారిం దప్పించుకొని యెట్లు వచ్చితివి? చేత ఖడ్గములేదుకాసి
యున్నచో నీ బోంట్లకు వారుకూడఁ గావలయునా?' నిసర్గ

మాధుర్యములుగు నా పలుకులయందు కాఠిన్యము ప్రకాశింపఁ
జొచ్చెను. ఆమెపంళ్ళ పటపట మనుచుండెను. తురుష్కు
ఢీకాఁ.'ఇఁలో! అటుచూచితివా? ఆ తురుష్క బలములం
గను గాచుము'

ఆ దృష్టి నావంక సారించెను. ఆపె గుండెలు ఘల్లు
మనెను. క్రోధము హెచ్చెను. పగతీర్చుకొనుటకు సాధన
మాత్ర కేమియు బోచినదికాదు. అతఁడిల్లనియెను:——

'మీద్వార పాలకులు, ప్రాకార పాలకులు నందఱు నిది
వఱకే శిక్షించినాను.'

ఇ:—మీరెవరు? అక్రమముగా నిల్లేల వచ్చితిరి?

అటు ఇ:—మే మొక తురుష్క నాథుని సేవకులము.

ఇని:—మీరు మేమేమి యపకృతి చేసితిమి?

సేవకుఁ:—అది నాకు దెలియదు కాని, నిన్ను నా సవాబు
ఁకి బెల్లి చేయఁదీసికొనిపోవుచున్నాము. నీయదృష్టము!
ఇఁక కెవ్వునఁ గేక వేసి భూమిపైఁబడెను. స్మృతితప్పెను.
ఆ కేకవిని స్వర్ణకుమారి లేచెను. ఆపె నాభటులు పట్టు
కొని పోయెను. ఆమెకూడ నల్లే కేకవేసెను. ఆ కేకలువిని
యింటిలో దండు చుట్టును జేరెను. సోమ శేఖర మూర్తిని
కూతురు స్వర్ణ కుమారిని, అందఱను బంధించి వేస్తూగా
డిసికొ చటికో ప్రయాణమై పోయిరి.

———

పదునెకండవప్రకరణము

పట్టమహిషి

ఆంధ్రులలో గొల్కొండపేరు నెఱుంగనివారు చాల
యరుదుగా నుందురు. అది యొకదుర్గము. అది ప్రస్తుతము
హైదరాబాదునకు అయిదారు మైళ్ళ దూరమునననున్నది.
గొల్కొండ నవాబులనుగూర్చి యాంధ్రులు వినియుందురు.
ప్రస్తుతపు నవాబుపేరు కుతుబ్ షాహా. గొల్కొండ నవాబుల
శుద్ధాంతము లత్యంత మనోహరములు. సర్వసుభగవస్తు నికేత
నములు. భూతలస్వర్గములు. సర్వసౌభాగ్యసారములు!

ఆ శుద్ధాంత మందిరములకుం జుట్టును బెడ్డప్రాకారములు
గలవు. ప్రాకారద్వారముల కడ సేవకులు కావలియుందురు.
వారు పుల్లింగ స్త్రీ లింగములలో జేరరు. అందు ప్రవేశించు
వారు నిరువు నందవలెను. ఆపోవువారికిదొంబదితొమ్మిది తని
ఖీలు. స్త్రీల కేకాని పురుషులకా ప్రవేశము లేనేలేదు. కాని
పాఠకులారా! భయపడకుడు. మనముపోవుట కే యభ్యం
తరమును లేదు. గంచు. మనశ్వరుండట్టి వరమును బ్రసాదించి
యున్నాడు.

ఆ సౌధభాగములవంక మీదృష్టులు సారింపుడు. విశు
ద్ధ స్ఫటికశిలా నిర్మితములై యెట్లు ప్రకాశించుచున్నవో చూ
డుడు. చుక్కలలో చంద్రునియట్లు భాసిలుచున్న యీమధ్య
సౌధమునకుఁబోవుదము. అది పట్టమహిషిది. ఇదిగో! ఇందలి
యాపడకగదిఁ జూడుడు. రత్నస్థగితములైన యామకుడ్యముల
సౌందర్యమును గన్నులారఁగాంచుడు. అందలి యాచిత్ర ప్రతి
మల సౌభాగ్యము వీక్షింపుడు. అందేవో మృదు మధుర
కలనిస్వనములు వినవచ్చుచున్నవి. ఇవియేమైయుందును? ఎన
రిదో సంభాషణమువోలె నున్నది. లోపలఁబ్రవేశింతము. ఆ
గదిలో నొకమూలయందున్న మఱుగుద్వారము మూసిసల్ల
చప్పుడువినవచ్చినదేమి? అదిగో! ఇంద్రనీలమణి స్థగితమైన
యా మంచముపైఁ బట్టమహిషి పరుండియున్నది. ఆమెకంట
అట్టగాఁ బ్రకాశించుచున్నవి. ఆమె రాతో రసము కుత్తుక కెక్కఁ
ద్రావియున్నది. ఆమె కన్నులు మూఁతలుపడుచున్నవి. ఆమె
మొగము మిక్కుటమగు నలసటను సూచించుచున్నది. ఆమె
తనువు మెఱుపుఁదీవియవలె కంపించు చున్నది. మొగ
మెఱ్ఱ వారియున్నది. కోపముచేతనా? ఆమె వసనము
తళతళ మెఱయుచున్నది. అది సన్నని కెంబట్టుపావడ. కుంత
లములు సుపరిష్కృతములు గావు. కాని కారణము మాత్రము
మనకుఁ దెలియదు. ఆమె మనమునఁ గ్రోధమా వేశించినదా
యేమి? అదిగో! కుతుబ్ షాహా యిటువచ్చుచున్నాఁడు. మన

ముపోదము. అంతలో సతడువచ్చి తలుపుతెట్టైను. పట్ట
మహిషి యుత్సాహతురమున మంచముపై నుండిదిగి తలుపు
తీసెను. అతని మొగము శంకాసమన్వితముగ నున్నట్లున్నది.
వా రిరువురును మాటలాడలేదు. ఆపె పెడమొగమువెట్టైను.

అతడు దేవికోపముగా నున్నదని మాత్రము తనలో
దా ననుకొనెను. ఆమె కరము పట్టుకొని యిట్ల నెను.

'దేవీ! నేడేల గోపముగా నున్నావు? ప్రసన్న వద
నవు కమ్ము.'

పట్ట:-కోపమునను మా కేమి కారణమున్నది. మాకోపము
    మిమ్మెమి చేయంగలదు?

సవా:-అదిగో! కోపమును దాచెదవేమి? నిజముగా నీకు
    గోపము వచ్చిన నేనుండ——.

పట్ట:-వట్టి కల్లలకు దారియం డొంకా? మాకుం గోపము
    వచ్చినను మేమే చెడుదుము. మీకుం గోపమునచ్చినను
    మేమే చెడుదుము.

సవా——ఆ! తెలిసినది. నీవు ప్రౌఢవు. ఇది ప్రణయ కోపము.
పట్ట:-మా ప్రణయకోపము మీకు రుచించునా? అందుకుం
దగినవారు నూతన సుంద——.

మఱి యూమెనోట మాటరాలేదు. ఆమె ప్రయత్న
ముచేసి యనను కెదు.

ఆమె భావము మోహాంధకారమునంబడి ప్రపంచమునే మఱచిన నవాబున కిప్పుడు గోచరమాయెను. రహస్యమామెకు గోచరించినందుల కాశ్చర్యపడియెమ. గుండెలు ఝల్లుమ నెను. కొంతసేపువఱకు నోట మాటరాలేదు.

అతండు సమీపించి యామెచేయిపట్టుకొని 'నన్ను రక్షింపుము' అనెను.

ఆమె తొొలంగి దూరముగా నిలువంబడెను. కాని యతండు సమీపించి 'నన్ను రక్షింపుము' అని మరల వచింపుచు పాదములమీందం బడెను. ఆమె యా ప్రదేశమువిడచి చనెను.

కోపము మిక్కిలి చెడ్డది. యుక్తాయుక్తములను దెలియ నీయదు. కామ మంతకంటె గొప్పది. ఆది మఱి నాలు గాకు లెక్కువ చదివినది. ఆపె కోపవతి. ఈతండు కాముకుండు. 'ఈ రాణిమొగము చూడను. ఆ క్రొత్తసుందరినే పోయి చూచెదను' అని యతండనుకొని తన దారింబట్టెను.

––––––––––––––––

పండ్రెండవ ప్రకరణము

ఇయ మధిక మనోజ్ఞ వల్కలేనాపి తన్వీ
కిమివహి మధురాణాం మండనం నాకృతీనాం.

కాళిదాసు.

గగనకు సుమము

అతండిల్లు పట్టమహిషితో బోరాడి వేగముగా నడిచి పోయిపోయి యొకవిశాలభవనమును సమీపించెను. ఆ చంద్ర శాల సౌభాగ్యమును గాని, యందలి యతిసుందర చిత్రప్రతి మల సొగసుగాని, యా నిర్మాణ సౌభాగ్యము గాని విశదముల్లై ఉరకసము నంటుచున్న యా మందిరశిఖరముల మనోహరత గాని చూచుచు మనము కాలయాపనము చేయరాదు.

అందొక సౌభాగ్యశాలిని కలదు. ఆమె మొగము సుక్కిపోయి యున్నది. అయినను సంపూర్ణ శరత్సుధాకర మండలముకంటె సుందముగానే యున్నది. తళతళ మెఱయు పట్టుచీరలతో నలంకరింపదగిన యాతనువల్లి జీర్ణవస్త్రము తో నలంకరింపబడియుండెను. ఆపె కేశపాశము పరిమ్నంగ్ర స్పై యుండలేదు. అయినను,

విజయనగర సామ్రాజ్యము

యథా ప్రసిద్ధే ర్మధురం శిరోరుహైః

ష్టౌభి రప్యేవ మభూ_త్తదాననం

విషట్పద(శ్రేణి భిరేవ పంకజం

స్వ్రై_వ లా సంగమపి ప్రకాశతే.

అచక్కని మిక్కిలి రమణీయముగనే యుండెను.

శాబు లోనక్రబ వేశింపగనే యొక పరిచారిక వచ్చి
రాయి శార్శ్యప సమీపమున నుంచిపోయెను. అతడు దాన నధి
ష్టించెను.

'జగన్మోహిసీ! నావిషయ మే మాలోచించితివి ? నిజ
ముగా నీవు నాయందు దయార్ద్ర(దృష్టి నింకగొంతకాలము
దాక. (బసరింపఁ జేయ వేని నేనింక నీలోకము నం దాశ వదలు
కొనవలసిదే. సుందరీ! ఏల యిట్లు నన్ను హింసించెదవు ? ఇంక
నెన్ని న్నాళ్ళు బాధపెట్టెదవు? చూడుము! నాయొదలు,
ష్టీ కృశించి నదో ? నీకెంతమాత్రమును గరుణలేదా? ఇంత
కావ్యహృదయమును దేవుడు నీకేల కల్పించెనో?_' అనెను.
లోడివే విట్టూర్పు పుచ్చెను. స్థాణుభవము వహించెను. మటి
మాటలాడి లేకపోయెను.

ఆమె యామాటల నాలించెనా? ఆమె మొగమీతని
(ప్రక్కను జూచుటలేదు. అతడు మాటలాడ నారంభింపఁ
గనే యాపెకు శిరఃకంప ముదయించెను. ఆపెతనుప వఱా

కాల చంచల ననుకరించెను. అధోముఖి యాయెను. నాసికా
ఘుటములనుండి నిట్టూర్పు వెడలెను.

ఆ యుచ్ఛ్వాసము నేడిగానుండెను. ఆపెతనువు తీవ్ర
క్రోధవశమునం గంపించెను. ఆపె యాకక్తైర బోనులోనుండి
యేమిచేయును? ఏమిచేయఁగలదు? ఆపెక్రోపమును శాంతింపఁ
జేసికొనెను. శాంతముతో నిల్లనెను.

"జనకా! నివీ గొల్కొ్కండ రాజ్యమునకు రాజువు.
నిబిడ్డలము మేము. న్యాయరత్ణమునికు దేవునిచే బంపఁబడిన
వారే భూలోకమునందు రాజు లగుదురు. రాజులు నిజమ్మ
గా దేవాంశ సంభూతులు. అట్టరాజులే యిట్టి యకార్య
ములకు దిగినచో, ఇకఁ బ్రపంచ మేమికావలసి యుండును?
తల్లియే చంపఁదలంచిస బిడ్డలు సౌఖ్యముగా జీవింపఁగలరా?
చిరకాలమునుండి మా తండ్రులును దాతలును రాజ్యమునందు
సర్వసౌఖ్యముల ననుభవించుచు జీవించిరి. కీర్తిగాంచిరి. ఇపు
డిట్లు మా మ్మకారణముగా నేల బోధించెదరు? అన్యాయమున
కేల పూనెదరు? అధర్మము జేయుట మీవంటి రాజులకు
క్షేమకరమగునా?"

నవాబు ఫళ్క్రున నవ్వెను.

'సుందరీ! ఈ నీతులు నుపన్యాసములు మేమును, ఎత్తుఁ
పదము. కాని యవి నిస్సారములయినను, అమృతమునువర్షిం
చుచున్న నీకంఠమునంబడి సారవంతములై శ్రవణానంద కర
ము లగుచున్నవి. నాఖావాక్యములతోఁ బ్రయోజనమేమి?'

జగన్మో:—తండ్రీ! నీకన్న కూతుంబలెగాంచి నన్ను విడిచిపెట్టుము. నీకూతునే, యిల్లెవ్వడేని బాధించిన నీ కెట్లుండునో తలంచుకొనుము. నన్నవదలిన నీ కిహపరలోక సౌఖ్యములు కల్గును.

నవాబు:—ఇంక సీ యుపన్యాసమును గట్టిపెట్టుము. దయ తలఁచినకొలఁది నాలస్యము చేయుచున్నావు. బలవంతమునఁ జేపట్టుట మంచిది కాదని యూఱకుంటిని. అల్లుచేసిన నిన్ను రక్షించు వారెవరో?

ఆపె తత్తరపడియెను. మూర్ఛిల్లెను. ఆపెకు స్వర్ణకుమారి సేద దేర్చుచు నిల్లనెను.

'సోదరా! మమ్ము నిల్లు నిర్బంధించిన నీకుఁ బ్రయోజన మేమి? ప్రాణములపై నా సలేని మమ్ము మీరెటీంగియే యుందురు. ఆంధ్ర సుందరీమణులు ప్రాణములను మానముకంటె నెక్కువగాఁ దలపోయువారు కారుసుమీ! కాని దానిమాట యట్లుంచుము. విజయనగర సామ్రాజ్యచక్రవర్తి నెఱుంగుదురా?

'ఒక్క యాంధ్ర సుందరీమణులు మాత్రమే కాదు. హిందూదేశమున జన్మించిన వారెల్లను నట్టివారే. అందుకే నేను భయంపడుచున్నాను' అని యతఁడు మెల్లగా నన్నుకొని పైకిమాత్ర మిల్లనెను 'అవును. విజయనగర చక్రవర్తి నెఱుంగుదును. ఎఱింగిన నేమి? అతఁడేమిచేయును?'

స్వర్ణ:-వారిదగ్గఱ గొలువున్న వీరసింహామును విజయసింహు
     నెఱుంగుదురా? అతని పరాక్రమమును వింటిరా?

నవాబు:-ఆ! వింటిని. అయిననేమి?

స్వర్ణ:-అతని సీమె వరించినది. ఆ సింహామున కే వార్త దెలిసిన
     లేడిని సింహాము కబళించునట్టులు మిమ్మును గబళించి మీ
     రాజ్యమును విధ్వంసము చేయకుందునా?

నవాబు:-అతని పరాక్రమమును మా పరాక్రమమును కొలది
     కాలముననే జఱుగనున్న యుద్ధమున మీరే చూడంగలరు.
     ఉత్తమాటలతోడం బ్రయోజన మేమి?

స్వర్ణ:- విజయనగర చక్రవర్తుల భుజపరాక్రమమును దురుష్క
     రాజులు చక్కగాం జవిచూచినారు. ఆ రుచి వారికే
     యెఱుక. వారే దానిని వర్ణింపవలెను.

     అతని కంతలో నేదియో స్మృతికి వచ్చెను. అతండంత
     జగన్మోహిసీ! ఇంకం దయదలంపను. అయినను నీ యందు
     గల కరుణా విశేషమునం జేసి యొకమాసముగడువు నిచ్చితిని-
     అబ్బా! మాసముపఱకుం దాళంగలనా? అయినను మాట
     యంటిని. త్రిప్పుకొనజాలను.-అప్పటికింగూడ నిన్ను గట్టపట్టు
     పట్టితివేని నీకు నీ ప్రాణము దక్కదు. ఇంతేగాక నీ తల్లి
     దండ్రులుకూడ భూలోకయాత్రను విడిచిపెట్టవలసిన వారగు
     దురు. నీ కేది యుక్తమో లెస్సగా నీ గడువు కాలమున

యోచించుకొనుము. నాకుఁ దొందరపని యున్నది. నేను పోవ లెను.' అని ఆపెవంక వీక్షించుచుఁజనియెను. జగన్మోహినికి కోపము హెచ్చెను. శిశిరఋతువునఁ బ్రాతఃకాలమునన ల్లకల్వల నుండి జాఱుచల్లుమై కనులనుండి బాష్పములు జాఱుచం డెను. ఆమె వెక్క వెక్క యేడ్చుచండెను. మధ్యమధ్య తలి దండ్రులను తలంచుకొనుచుండెను. లోననుండి పొరలివచ్చు దుః ఖమును నాఁపుకొనుచు స్వర్ణకుమారి యాపె నోదార్చుచండెను.

పదమూఁడవ ప్రకరణము

దుష్టగ్రహ కూటము

విజయ నగరములోఁ బూర్వపరిచితిగల యొక భవన మునకు మరల మనమరిగి యచటి వృత్తాంతములను దెలిసి కొందము.

అది యాదిల్బ్యాహో యొక్క రహస్యమందిరము. అం దితరు లెవరికిని ప్రవేశములేదు. మనకథకు సంబంధించిన త్రిమూర్తులకు మాత్ర మందుసర్వకాలములఁ బ్రవేశింప నర్హ్వాత కలదు. తదితరులు ప్రవేశింపవలయు నన్నచో, ఆదిల్బ్యాహో గారి యనుమతి కావలయును, దానికి నుత్తరమున దూర ముగా, ఆదిల్బ్యాహో భోజనశాల మొదలగు దివ్యమందిరములు కలవు.

ఇపు డా రహస్యమందిరమున నొక్క తారానాథుఁడు మాత్రము కూర్చుండియుండెను. అందు సన్నని దీపమువెల్లు చుండెను. బహిః ప్రపంచమెల్ల నంధకారావృతమై యుండెను. అదిహారికి సం కేతస్థలము. చక్రధరుఁడును ఆదిల్బ్యాహోయు తారా నాథుఁడును, అచట నార్రాత్రి కలసికొన వలయునని వారు నిర్దేశించుకొనిరి. ఇప్పటి కొక్క తారానాథుఁడు మాత్రమే

షష్మైు. ఒంటరిగా గూర్చుండుటకతని కిష్టము లేకుండెను. ఒకవేళ కొందుస్నేళ్ల వారువచ్చుచున్నా రేమో యని యాసాళ ఘనోభాగమునకు వచ్చి చూచెను. కాని యెవరును వచ్చుచున్నట్లు కనబడలేదు సరిగడా వచ్చుచున్న జాడ దూరమున నాడం దోచినదికాదు. అతడు మరలవచ్చి యాకుర్చీ కూర్చుండి యెల్ల మొల్లు యోజింపం దొడంగెను.

"రాజనీతి మిక్కిలి విచిత్రమైనది. రాజులు బిడ్డలను నమ్మరు. మిత్రులను నమ్మరు. స్వబంధువులను నమ్మరు. రాజులు ఆత్మలాభ పరాయణత్వముతప్ప మఱి విచారణ యుండదు. గోల్కొండనవాబు రామరాజుపైం జేయుచున్న కుట్రలో నిపుణతతోను బట్టుదలతోను బ్రవర్తించుచున్న యీ గోపనిల్లాహూను సహితము నమ్మక మరల నాకు సుత్ర రము వ్రాసినాడు."

అతడి కుడిహస్తము పొడవుగా వ్రేలాడుచున్న యతని చొక్కాయి జేబులోం బ్రవేశించెను. అది యొకయుత్తరమును బయికిందీసెను. అతం డాలేఖను దీపమువెలుంగున నిల్లు చది వెను.

"అయ్యా! మీరు మొన్న వ్రాయించిన యుత్తరమును జూచితిని. మీయత్యద్భుత మేధాశక్తులకు సంతసించుటకంటె నే నేమియుం జేయంజాలను. బుద్ధిసాగరునకు రామరాజునకును భేదముకల్పించుట మన కెంతయు లాభదాయకము. అతండిప్పుడు

కారాగారమున నున్నాఁడా? తప్పించుకొనకుండు నుపా
యముం జూడుఁడు. అతఁడు తప్పించుకొన్నచో నిఁక మన
యత్నములన్నియు బూడిదపాలు కావలసినవే. అందుకుసందియ
ములేదు. అతని మేధాశక్తి యద్భుతమనియు, అతఁడత్యంత
స్వదేశాభిమాని యనియు వినియున్నాను. అట్టివాఁడు తప్పించు
కొన్నచో నెన్ని కష్టములనేని పొంది యతఁడు సామ్రాజ్యరక్షణ
చేసితీరును. ఈభారమంతయు మీ పైఁ బెట్టితిమి. మా ప్రాణ
ములు మీ చేతిలోఁ బెట్టితిమి. రక్షించినను నాశముచేసినను
మీరే. కార్యము లన్నిటియందుఁ గేవలము, ఆదిల్నాహోను
మాత్రము నమ్మియుండకుఁడు. కార్యనిర్వాణ దక్షులరగు
మీరిది యెఱుంగరనికాదు. కాని యాతురతచే నిట్లు పున
రుక్తిచేయుచున్నాను. అతఁడు మిక్కిలి జిత్తులమాఱి. దీర్ఘదర్శి.
పైకి నమ్మినట్లునటించుచు లోన మిమ్ముల సతఁడు సమ్మఁడు.
ప్రతికార్యము నందును మీ దీర్ఘదృష్టిని వినియోగించి
పిమ్మట నతనిసలహాను దీసికొనఁగోఱెదను. ఇఁకచక్రధరుఁడు_
ఇతఁడును, అత్యద్భుత సామర్థ్యముకలవాఁడే. ఇతనియెత్తులు
మిక్కిలి దుర్భేద్యములైనవి. అతనింగూడ బూర్ఞిగా నమ్మి
యుండుట మనకు శ్రేయోదాయకముకాదు.

    రాజున కనుమానము పుట్టకయుండుసట్ల యే యే కార్య
ములందే యే విధముగా సంచరింపవలయునో మీకు నేను
జెప్పఁబూనుట హాస్యాస్పదము. '

అల్ల చదువుచుండెను. అంతలో నాసాధము న
మున్న యొక చెట్టుప్రక్కగాc గొంచెము చిన్న పాc
మొకటివిసcబడెను. అతc డా యుత్తరమును జేబులో
 నుంc మెల్ల గానావయిపునకువచ్చి దీపమెత్తి య
మాచెను. కాని యేమియుc గన్పడినది కాదు. మరల
చూక్షి విస్పడలేదు. అతడు మరికొంచెముసేపు చూచెన
యేమియు లేదు. అతడు పత్తులసందిడిెయె యుండునను
చతcడు మరల యధాస్థానమునకు వచ్చెను.

ఇంతలో దూరమున నాదిల్బాహోయుc జ్రకధ
ెచ్చుచున్నట్లు తోంcచెను. అతc డా కుర్చీఫ్ైసం గూర్చు

ఆయిరువురును వచ్చిరి. వారితో నొకసేవకుc
చంcడెను. అతనిచేతిలో నాల్గుబుడ్ల నిందుగా మనోప
ద్రాతోరస ముండెను. అది మిక్కిలి విలువ్ైనది.ప్రశ
కారానాథుcడు లేచి నిలుచుండెను. వారిరువురుcగూ
సమీపమునంcగల కుర్చీలకడకువచ్చిరి. ఆ ముప్పురున
జూగా జ్యాసనములపైైన గూర్చుండిరి.

ఆదిల్బాహో యొక బుడ్డినిదీసి తా రా నా ఖ
అయ్యా! త్రాగుcడు' అనియెను. విస్మితముచేయుచు
మేము సుప్రసిద్ధ బ్రాహ్మణులము. ద్రాతోరసము
కచ్చునా ?' అనియెను.

పదమూఁడవ ప్రకరణము

అంతట, ఆదిల్ షాహ ఆబుద్దిని తీసికొనెను.

[తావి ' హా! ఇప్పడెంత సౌఖ్యముగానున్నది. మీకఱ
రును [దా]తో రసమును వర్ణింపలేదా ? అవును. హిందు
దానిరుచి యేమి తెలియను? అమృతము భూలోఁ
నున్నచో, అది [దా]తో రసమే. ఇంకను, ఎంశైనను
వచ్చునుగాని, [తా]వినఁచో, అది మమ్ముదబ్బిబ్బుచేయును
చక్ర:-[ప్రస్తు]తము కర్తవ్యమేమి ?

ఆదిల్:-ఏమున్నది ? బుద్ధిసాగరుఁ డున్నంతకాలము ౙ
హాయిగా నిద్రపట్టదు. అతనియందు జనులకెల్లరఙ
తయో [ప్రీతి]. అతం డేమిచెప్పినను దానిని విశ్వ
వారును, అనుసరించువారును బెక్కురుగలరు. ఇప్పుడ
చెఱసాలలో నున్నను, మఱెచ్చటనున్నను అతనిశ
దప్పించుకొని మనలను సాధింపఁగలఁడు. వాయ
కగ్నిలోఁ వైనట్లు విజయసింహుని పరాక్రమముకూడ నఙ
దోఁడగును. ఆరెండును దోఁడయిన మన మేమియుఁ ఙ
జాలము. కావున దొందరపడవలయును.

తారా:-అతనిం గడముట్టించుటే మంచి సాధనము. ౙ
వఱకును మన [ప్రయత్న]ములు నెఱవేఱుచున్నట్ల నఙ
తలఁపఁగూడదు.

ఆదిల్:-అందుల కుపాయమేమి? ఆదీర్ఘదర్శి మనకుఁ జిక్కఙ
ఇట్టి తంత్రముల నతఁడు మనకంటె నేఱుకు లెక్కుఁడు

బకంచి యున్నాడు. అతడు మన తంత్రములలోఁ జిక్కు కొనుటే దుస్తరము. చిక్కినచోఁ గట్టమే లేదు.

చక్ర:–అవును. నా కొకయుపాయము తోఁచుచున్నది. విజయ సింహుని కతనియందును, అతనికి విజయసింహు నందును, ప్రేమ మిక్కుటముగదా? అతని చేవ్రాలుతో నొకయుత్తరమును సృష్టింతము.

తారా:–ఆపని మీరు నిపుణముగాఁ జేయఁగలరా? చేయఁ గల్గినచో మనపని నెగ్గును.

ఆదిల్:–ఆఁ! అందుకు సందేహమేమి? అట్టి యుత్తరముచే మనము నిశ్చయముగా నెగ్గఁగలము. అవును, మొన్న బుద్ధి సాగరుని సంతకము సృష్టించినవారు దీనిని సృష్టింపలేరా?

చక్ర:–నేను దీనిని సృష్టించెదనుగాని యతనిని జైలునుండి తప్పించుటకును, చెఱసాలలో రాత్రిపూట మనకుఁ బ్రవేశము కల్గుటకును గారాగారాధిపతి యుత్తరువు కావల యునుగదా?

ఆదిల్:–అది యెంతసేపు? ఒక్కచిటికెలో, ఆపనిని నేఁ జేయఁ గలను. నాలుగు సంచులు ధనము గుప్పినసరి, కొండమీఁది కోఁతి దిగివచ్చును.

చక్ర:– అయినచో రేపుమాపటికే యీయాపని జేయుట యుక్తము. ఇంతలో నాపనిని నేనుజేసి సిద్ధముగానుందును.

ఆదిల్:– మఱి వధ్యస్థానమెక్కడ ?

తారా:- అది లెస్సగా యోచింప వలసినదే.

చక్ర:- ఈమధ్య నెక్కడను గూడదు. విజయనగర మహా పట్టణమున జనులెక్కడనో యేమూలనో యుండియే యుందురు. అట్టియెడల నది మిక్కిలి హానిగానుండును. కావున నిజనస్థలమే యిందుకు మిక్కిలి తగినది. ఇచటి కాతేడు మైళ్ళ దూరములోనున్న తుంగభద్రానదీ ప్రాంతమండలి యటవీస్థానమిందుకు గడు ననుకూలముగా నుండును.

ఆదిల్:-మీయూహా చాలా బాగుగానున్నది. అది బ్రహ్మ కైనను దుర్భేద్యము.

తారా:- అయినచో, ఆస్థలమునకు గుర్తుచెప్పి యచట విజయ సింహుడు బుద్ధిసాగరుని యాగమనము కొఱకు వేచి యున్నాడని వ్రాయుడు.

చక్ర:- ఆ ప్రదేశమున నొక గొప్పవటవృక్షము కలదు. ఆ వట వృక్షప్రాంతమున నని వ్రాసెదను.

ఆదిల్:-అది మిక్కిలి బాగున్నది. అది భయంకరముగా నుండును. ఆతావు దీనికి చాల తగినది.

తారా:- ఇంతకు నతడు లోబడునా ?

చక్ర:- లోబడకేమిచేయును ? తనను తప్పించుకొనుటకు గూడ నిష్టపడడా యేమి ?

ఆదిల్:- దీనికిదప్పక యతడు లోబడి తీరును. ఇం దతనికి సందియము తగులుటకే కారణము కనబడదు. కావున నిది

యెంతయు సమంజసముగా నున్నది. ఈ విషయమున మనకు శంకింపం దగిన దేదియులేదు.

తారా:- అన్నియు బాగున్నవి. మీ ప్రయాణ మెప్పుడు?

ఆదిల్:- నేనురేపే ప్రయాణమై పోయెదను. సరే, చక్రధరులు గారూ! మీపని యేమిచేసినారు? సైన్యాధికముల లెక్క లన్నియు సిద్ధముచేసినారా?

చక్ర:- ఆ పనిమీందనే యున్నాను. రాత్రింబవళ్ళు నెడతెగక పనిచేసినను నేటివఱకుం దరిగినవి కావు, ఏనుంగులయు గుఱ్ఱములయు రథికులయు స్థిర సైన్యము యొక్కయు లెక్కలు స్థిరపఱచంబడినవి. కాని కాల్బల మింకను జేర్చు కొనం బడుచుండుటచే దేలినదికాదు.

ఆదిల్:-సరే! పాపము మిక్కిలి శ్రమపడుచున్నారు. కాని మనము నేటివఱకుం జేసినదెల్ల నొక్కప్రయత్నముకాదు. ముందు యుద్ధములో మనశక్తిసామర్థ్యములు చూపవల యును. అందు విజయము గలినప్పుడు మనకార్యము కొన సాగినట్లును, మనయత్నములు సిద్ధించినట్లును తలపోయ వచ్చును. అంతవఱకు మనమేమియు నిశ్చయింప వలను పడదు. ఒక్క గడియచాలు మనయత్నమెల్ల వ్యర్థమగు టకు! గాలితోం ద్రాడుపెనుటకుం జాలిన బుద్ధిసాగరుని మన మీ చిక్కునంబెట్టి ధ్వంసము చేయగల్గితిమా కొంతవఱకు నెగ్గినట్లె. అయినను విజయసింహ, తిరుమల

రాయ, వేంకటాద్రి ప్రభృతులు ప్రాణములతో నున్నంత
కాలము శత్రుబలములకు జయసిద్ధి దుర్లభము. వారికి
దగిన యెత్తులను దఱువాతఁ జూచుకొందము.

చక్ర :- ఈగండము గడచినపిదప విచారింపవచ్చును. కాని
గోల్కొండవార్త లేమి ? తారానాథులుగారు !

తారా:- ఏమున్నవి ? అతఁడు దినదినము నూతనసైన్యములను
జేర్చుచున్నాఁడు. దుర్గములను బాగు చేయించుచున్నాఁడు.
కాని యతనికి రామరాజుసైన్యములను మార్గమధ్యము
ననే యడ్డగింపవలయునని యున్నది.

చక్ర:- తదితర మహమ్మదీయ ప్రభువులుకూడ దీనికంగీక
రించినారా ?

ఆదిల్:- ప్రొద్దుపోయినది. ఇంకనుండుట యంత క్షేమముకాదు.
పోవుదము.

అంతలో, ఆచెట్టున మరల గొంచెము సందడి
మయ్యెను. ఆ ముువ్వురను, ఆవంక పరీక్షించి చూచిరి. ఏమి
యును గన్పడలేదు. దీప మటు గొంపోయి యా త్రయము
మక్కిలి శ్రద్ధగాఁ బఱికించిరి. కాని యేమియు గోచరముకా
లేదు. భయము దొంగలకు సహజము. ఏచప్పుడు విన్నను
కారిగుండె లవియును. దొరలకు భయపడవలసిన యవసరము
లేదు. కాని యిదేమైయుండును ? వట్టిచప్పుడా ? లేకందు
మానవుఁ డెవఁడేని దాగియుండెనా ? తుట్టతుదకు వా ఱది

పట్టుల రొ^దమై యుండునని తీర్మానించుకొనిరి. నిశ్శంకగా దమతమ త్రోవలంబట్టిరి. జగమెల్ల నాయర్ధరా(త్రమునఁ గాఱు చీకట్లు (క్రమ్మెను. కాని యాచీకట్లలోఁ జక్రధరుని మొగము కళకళలాడఁజొచ్చెను. దానికిప్పుడు నూత్న వికాసము కలిసది. ఆ వికాస మతనికీ (గ్రో^త్రయందముంగల్గించెను. అది నవ విక సిత పద్మమువలె శోభించుచుండెను. ఆ సోయగము నాకటిక చీకటిలోఁ దారానాధుఁడు కాని యాదిల్షాహఁకాని, చూడ లేదు. కాని యతఁడు తనలోఁ దానిల్లనుకొనెను.

'ఆహ! నేటికాలమునకు బుద్ధిసాగరుని జంపు నుపాయముం గాంచితిని.'

———

పదునాలుగవ ప్రకరణము

దర్బారు

విజయసింహుని వంశ మత్యంత సుప్రసిద్ధమైనది. అతని తండ్రియు, తాతయు పరువుప్రతిష్ఠలు కల్గినవారు. వారు విజయ నగర సంస్థానమున సేనానాయకులై కీర్తినిగాంచిరి. పౌరుష వంతులు. శౌర్యైకకథనులు. స్వభావసిద్ధముగా జనులహృదయ మునందు గౌరవభావమును నాటుచందురు. అట్టివారు సుగు ణౌదార్యవంతులైనచో వారికింగల్గునట్టి ఖ్యాతి మిక్కుటమగు చుండును. తమ్మ్ం బోషించుచున్న విజయనగర సామ్రాజ్య మునకు బెక్కు—విజయములను సమకూర్చి వా రట్లు రాజమన్న నలకు బాత్రులయి యుండిరి.

విజయ సింహుండు కూడ, ఆనువంశీకముగా వచ్చు చున్న శౌర్య ధైర్య గాంభీర్యాది సద్గుణ గణములతోపా టుద్యోగమునుగూడ నిల్పుకొని విజయనగరమున బండితుల చేతను గవులచేతను తదితర లోకముచేతను స్తుతింపం బడుచు నుండెను. అతండు పిన్నతనమెల్లం దనతాతగారింట శృంగార పురమునం గడపెను. తరువాత విజయనగరమునకువచ్చి కొలందది కాలమునసే రాజును దన సుగుణసంపత్తిచేతను, సాహస

ధైర్యాదులచేతను, విక్రమముచేతను, మెప్పించి ప్రధాన సైన్యాధిపతులలో నొకడాయె. అతనియెడ రామరాజునకు బుత్రవాత్సల్యముకలదు. అందుచే నతడు దినదినము నూతన నాభివృద్ధిని గాంచుచుండెను. గోల్కొండ నవాబు జగన్మో హినిని దలిదండ్రులను దీసికొనిపోయి కారాగారమున బంధిం చినహార్త విజయనగరమునకు వచ్చెను. ఆపట్టణమున నెల్ల వారును గ్రోధావేశ పరవశులైరి. ఇకం గేవల శౌర్యప్రధా నులును, బౌరుషవంతులునగు విజయసింహుని వారికెల్లరకు నెట్లుండునో మేము వర్ణించుటకంటె మీరే హించుకొనుట యందముగానుండును. రామరాజు గ్రోధమునకు మితి లేదు. వారినెల్లరను వెంటనే విడిచిపెట్టవ లయుననని గోల్కొండ నవా బునకుం దెలియం జేయుటకై నుయినాడొక సభచేయ నిశ్చ యింపంబడెను.

సభాస్థలమెల్లను గ్రిక్కిరిసి పోయెను. రాజులు, సామం తులు, బంధువులు, జమీందారులు, పండితులు, కవులు, వందులు, మాగధులు, అందఱు చనుదెంచిరి. రామరాజు మెల్లగాలేచి యిట్లనియెను.

"ఆర్యులారా !

మన మీనాడు సభచేయుట తటస్థించునని యనుకొన లేదు. కాని యట్టిప్రమేయము తలంచని తలంపుగా గల్గినది. విజయసింహుండు రాజిభక్తికల్గిన యోధశిఖామణి. దేశాభి

మాని. అట్టివానికింగల్గిన యాపరాభవమునకుం జింతనందవలసి యున్నది.

ఇందీ తరుణవయస్కుని తప్పేమియు లేదు. పాప మత నింట పెండ్లియగునని యతనిబంధుగులును, స్నేహితులును మన మును మిక్కిలి సంతోషించుచుంటిమి. ఆ యోధున కాయా వవనతి, సర్వవిధముల యందును దగియుండునని యను కొంటిమి.

ఇట్లు లక్రమముగా వచ్చి యాపెన్ల్ని స్వప్రయోజన పరత్వబుద్ధిచే నాపుటమాత్రమేగాక తనను బ్రేమింపని జగన్నో హినిని గామించి కొనిపోయి బంధించుట శ్రీ గోల్కొండ నవాబుగారి వంటివారికిం దగినపనిగాదు.

ప్రమాద మెట్టివారికినేని యుండును. అతం డిట్టిపనికిం బశ్చాత్తాపమంది, మనము రాయ బోరమంచిన తత్త ణామే ఆపెను తలిదండ్రులతోఁగూడ మన కప్పగింపకపోడు. అతడు మనకు మిత్రుడు. అయినను, మనకు విశ్వాసపాత్రుడగు విజయసిం హునకట్టి కష్టము ప్రాప్తించినప్పుడు మనమూరకుండుట తగిన పనికాదు. మఱియు సోమశేఖరమూర్తి సత్కుల సంభూ తుండు. గౌరవనీయుండు. ఆతని కీ కష్టము దుస్సహాము. ఇంతియ గాక హిందూవనితలు పాతివ్రత్యమును స్త్రీలకు భూషణముగా గణింతురు. అదిలేనివారిని మిక్కిలి దూషింతురు. ధనములను

ధాన్యములను, కరులను, పట్టణములను, రాజ్యములను గూడ
ద్రుణములట్లు తలపోయుదురు. దానినిగాపాడుట రాజధర్మము.

కావున నిట్టియున్నత వంశస్థుడగు నిట్టి జమీందారు
నకు నిట్టియాపద సంభవించినప్పుడును, అట్టి సుగుణైక
భూషితురాలగు పతివ్రతా శిరోమణికి మానహాని సంభవించు
చున్నప్పుడును, రాజభక్తి పరాయణుండై శౌర్యనిధియైన విజ
యసింహున కిట్టి యాపదవచ్చుచున్నప్పుడును దానిని మనము
సామోపాయమున వారింపఁజూడకుండుట ధర్మముకాదు.

అందుచే ప్రస్తుతము మైత్రితో మెలఁగుచున్న గో
ల్కొండ నవాబుగారితో మనము కొంచెము జోక్యముకలుగఁ
జేసికొని, జగన్మోహినిని విడిచిపెట్టుఁడని కోరవలసియున్నది.
ఇందులకు సరసులగు కుతుబ్బ్యాహాగారు సంగీకరింతురుగాక"

తఱువాత మతికొందఱు లేచి దానిని బలపఱచిరి.
ఎల్లవారు నేకగ్రీవముగా సంగీకరించిరి. కొందఱు యౌవన
లుత్సాహ పూరితులై యధికప్రసంగముచేయఁ బూనిరి.
కాని చక్రవర్తిగారు పడుచుఁదనపు దుడుకుదనమువలన
లాభముగల్లఁజాలదని చెప్పి మర్యాదపూర్వకముగ వారిని
వారించిరి. కాని వీరవరులెల్లరు శౌర్యరసముట్టిపడఁ బంట్లు
కొఱకఁ జొచ్చిరి. అంత మంత్రియగు చక్రధరుఁడు లేచి శ్రీ
చక్రవర్తిగారు గొల్కొండనవాబునకు వ్రాసినలేఖ నిట్లు
చదివి వినిపించెను.

"అయ్యా!

మీకును మాకును మైత్రి చాలకాలమునుండి వచ్చు చున్నది. అట్టిమైత్రినే మనకెల్లప్పుడును దైవము ప్రసాదించు నుగాత!

మా కొలువునందు విజయసింహుఁడను సుప్రసిద్ధుఁడగు పడుచువాఁడు కలఁడని మీరెఱింగియే యుందురు. అతఁడు మాసైన్యాధికారులలో నొకఁడు. ఉన్నతవంశీకుండు. సుగుణ వంతుఁడు. అతని వంశమెల్ల బౌరుషప్రధానము. అతనిని మీదే శములో నున్న గౌరవనీయుండగు శృంగారపురపు జమీందారు, శ్రీసోమశేఖరమూర్తిగారికూతురు జగన్మోహిని వరించి నది. కాని పాపము మీరు రేపులగ్నమనఁగా వచ్చి జగన్మో హినిని జననీజనక సమేతముగా బంధించి గోలుకొండకుం దీసి కొని పోయినారఁట. అట్టి యుత్తమసాధ్వీరత్నముల మాన భంగముచేయుట మనబోంట్ల కుచితముకాదు. స్త్రీజన మాన రక్షణము రాజధర్మము.

కనుక మీరు వారిని విడచిపెట్టి మనమైత్రిని నిలుపు కొందురని తలంచుచున్నాను. వృథాగా, ఈకొద్దిపాటి విషయ మునకు గలహించుకొనుట మసకు శ్రేయోదాయకము గాదు. అన్యుని వరించిన స్త్రీని బలవంతముగా దీసికొనివెళ్లి పెండ్లియాడుమని కోరుట మీకు పంచిదికాదు. మీరు వారిని వదలుదురని నమ్ముచున్నాను."

యోధవరుల హృదయపీఠములు కంపించెను. తన్ముఖ ములయందుఁ బొడసూపిన రక్తకాంతి యాసభామండప కుడ్య జాలముల నెల్లను, కుంకుమ రాగ సమేతములనుగాఁ జేసెను.

'నేను తీసికొనిపోయెదను, నాకిందు. నేనుదీసికొని పోయెదను, నాకిందు' అని యావనులు ముందునకు దుమికిరి.

పదునైదవప్రకరణము

తిరస్కారము

గొల్కొండదర్బారున కొకసారి పోవుదము. అది నానావిధ నూతనాలంకార శోభితమై యుండెను.

అందు దమతమ పదవులకు దగినతావులయందు, మంత్రులు, యోధులు మొదలగు వారెల్లరును గూర్చుండి యుండిరి. కొందఱు ద్రాక్షారసమునుద్రావి హాయిగా, ఆ వినోదములను జూచుచు గూర్చుండిరి. నవాబు సింహాసనా సీనుడై యుండెను. అనర్ఘమణి జాలములచే నాసభామంటప కుడ్యములు ప్రకాశించుచుండెను. అందు సగిమీపనులు మనో హారముగాఁ జెక్కఁబడెను. ఆ గోడలపైన లతలు, వృక్షములు, హంసములు, మయూరములు సువర్ణపుఁబనులతోఁజిత్రింపఁబడి యుండెను. మహమ్మదీయులు నానావిధాలంకార ప్రియులు. వారికి భూలోకవినోదములందుఁ బ్రీతి విస్తారము.

అందలి వారెల్ల నానావిధ చిత్రవిచిత్ర వస్త్రాలంకార శోభితులయి యుండిరి. కొందఱు తెల్ల పట్టుతోను, కొందఱు నల్ల పట్టుతోను, కొంద తెఱ్ఱపట్టుతోను జేసిన పాగాలను టోపీ లను ధరించియుండిరి. అందఱును వివిధవర్ణ శోభితములయిన

షరాయిలను ధరించిరి. వారితోపీలపై దురాయి లతిమనో
హారముగా ప్రకాశించుచుండెను. మొగమల్ కొల్లుపైన
జేయంబడిన బంగారుబుటేదారు పనులు చూచువారి కనులకు
మిటుమిట్లు గొలుపుచుండెను. అట్టియెడ నొకసేవకుం డచటి
కరుదెంచి యిట్లనియె.

'దేవా! విజయనగరమునుండి రాయబారి వచ్చినాడు.
దేవర దర్శనమును గోరుచున్నాడు.'

అతం దాదూతలనుగూర్చి చారులమూలముగా నిది
వటకే వినియుండెను.

'మా కా రాయబారులతోను, గీయబారులతోను
బనిలేదు?' అని ప్రభువు చెప్పెను.

'అవునండి. అంతే' అని యొకం డనియెను.

మంత్రి నవాబువంకం జూచి 'అయినను, అది వినుట
మనకుం గర్తవ్యము" అనెను. మటికొండటు మంత్రిమాటను
బలపటచిరి.

'అయినచో రానిమ్ము' అని ప్రభువు మరల ననెను.
సేవకుండు 'చిత్తము' అని వెడలిపోయెను.

అంత నా రాయబారి నవాబునకు సలాముచేసి లోనం
బ్రవేశించెను. నవాబు మాటలాడలేదు. మటి యెవరును
మాటలాడలేదు. అతనికన్న లెట్టంబడుచుండెను. అది మంత్రి
చూచెనో లేదో కాని,

'ఇటువచ్చి కూర్చుండుడు.' అనియెను.

'చిత్తము' అని యతఁడొక కుర్చీపై నధిష్ఠించెను.

'మీరు తెచ్చిన రాయబార మేమి?' అని మంత్రి యడిగెను.

'ఇది చూచుకొనుడు. తక్కినది మీకేయర్థమగును.' అని యతఁడాయుత్తరము నొసంగెను. అది గైకొని మంత్రి మొదలునుండి తుదవఱకు సాంతముగాఁ జదివెను. అచ్చట నున్న యోధుల మొగములు రక్తవర్ణాలం కృతముల య్యెను. నవాబు కన్ను లెఱ్ఱఁబడెను.

"సేనాధిపతులారా! యావన తురుష్కులారా!

చూచితిరా కాల మెట్లు విపరీతముగాఁ బరిణమించి నదో? నా కితఁడు బుద్ధిగఱపుచున్నాడు. పైగా నితనితో స్నేహమును నేను నిల్పుకోవలయునట! ఇతనిస్నే హమును నిలుపుకొనకయున్నచో మన కిఁక దిక్కు లేదుగాఁబోలు! మన మితనిమో చేతి క్రింద నీళ్లు ద్రాగుచున్నామని తలంచెను. ఛీ రా! కాఫరులపని క్రిందను మీదను దెలియకున్నది. ఇందుకు వారి ననవలసిన పనిలేదు. మనయొక్క కృపయే ఇంతవఱకుఁ దెచ్చినది. పూర్వము మన ముసల్మానులు చేసి నట్లు మనముకూడఁ జేసినచో మనల నిట్లు వీ రధిక్షేపింపఁ గలరా? ఆహ! కాల మాహాత్మ్యము! రామరాజు నాకు నీతు లుపదేశింపవలసి వచ్చెనుగా! కనలు పొరలు గ్రమ్మినవి కాఁబోలు!" అని యతఁడు కూర్చుండెను.

దుర్మార్గునకు మేలుచేయుట కాలసర్పమునకుఁ బాలు పోసి పెంచుటవంటిది. ఈ కుతుబ్షాహను రామరాజు పూర్వము రక్షించెను. కుతుబ్షాహతండ్రి గతించినప్ప డతనియన్న తండ్రిస్థానము నలంకరించెను. అతఁ డితనింజంపఁ బ్రయ త్నింప నితఁడు రామరాజు శరణుజొచ్చెను. అతఁ డితనిని విజ యనగరమున నిర్భయముగాఁ గాపాడెను. తరువాత యన్న చనిపోఁగా నితఁ డతనికుమారుసింజంపి తద్రాజ్యభారమును వహించెను. అట్టి యాపురుషునకు రామరాజు ఉపదేశవాక్య ములు విషతుల్యములుగాఁ బరిణమించెను.

నవాబల్ల నఁగనే సేనానాయకులును, తోఁకఁత్రొక్కిన త్రాఁచులకరణి లేచి రామరాజునకుఁ బాగ ఉెక్కెనని యొకఁ డును, అతనిని నాశముచేయవలెనని యొక్కఁడును నోరికివచ్చి నట్లెల్లఁ గూయఁజొచ్చిరి.

అంత రామరాజు రాయబారి యిట్లనెను.

"రాజా! ముసల్మాను యోధులారా!

మీ యూరక రామరాజును నిందించినఁ బ్రయోజనము లేదు. చాటున నూరక మొఱుగుట సజ్జన లక్షణము కాదు. మీకు శక్తియున్నచో యుద్ధము నందాయన సైన్యములం దా ర్కొని జయించి మగఁటిమి చూపుట లెస్సగాని, యిట్లు చేత గాని ప్రేలుఁడు ప్రేలిన లాభ మేమి? ఇట్టిపనిని మూలనుండు ముసలమ్మలు మీకంటె నెక్కుఁదుగాఁ జేయఁగలరు.———"

ఇల్లనుచుండఁగనే యొకతురుష్క యావనుఁ డతన్ఁ దుమికెను. అది చూచి రాయబారితోవచ్చిన మతియొకఁడు బాకులుతీసికొని విజృంభించిరి. మనరాయబారియు విజృంభించి 'ఆంధ్రవీరులు బొందిలోఁ బ్రాణమున్నంతవఱకు రాజభఁవి విడువరు. ప్రాణములను లెక్క సేయరు. రండు! సంతోష ముతో బ్రాణముల నిట విడిచెదను' అనెను. ఆ యిరువురుఁ గూడ కాలానల జ్వాలలను మీరుచున్న క్రౌద్రరూపములతో సిద్ధము గా నుండిరి.

ఇఁక నవాబు బుసగొట్టుచున్న కాలసర్పముపలె నుండెను. మంత్రి 'రాయబారులం జంపిన నేమి లాభము? కయ్యము మానుడు' అనెను. అందుం గొందఱు మహా రాష్ట్రవీరులుండిరి. వారతిప్రయత్నమునఁ దురకల నాపిరి. 'బ్రతికిపోతిరి. పోయి యుద్ధ ప్రయత్నములు చేసికొమ్మని మీ రాజుతోఁ జెప్పుడు' అని నవాబు క్రౌద్రముతోఁ జెప్పెను.

———

పదునారవప్రకరణము

జ్యోతిషము

బుద్ధిసాగరుఁ డట్లు కారాగారమునఁ బెట్టఁబడెనుగదా? పాప మతఁడిపుడేమి చేయుచున్నాఁడో, ఒకసారి చూచి వత్తము. అతని కాపట్టణమున నొకగొప్ప భవనమిచ్చిరి. దాని చుట్టును జక్కని యుపవనముండెను. అతని కందు సకల సౌకర్యములు సమర్చిరి. అతనికిఁ గొదువ లేశమును, లేదు. పూర్వమునుండియు భరతఖండమునఁగల రాజ్యములను బాలిం చిన రాజులలో నెక్కఁడో క్రూరు లొకరిరువురు తక్క తక్కిన వారెల్ల రాజఖయిదీల నిట్లే యాదరించిరి.

ఖయిదీ యనఁబడుటతక్క నతనికి సంభవించిన కష్ట మేమియు లేదు. ప్రాకృతజనులు కష్టములకు సహింపలేక దుఃఖింతురు. అతఁ డట్లు చింతింపలేదు. అతని ముఖము ధైర్య వంతముగా నుండెను.

ఒకరికి ద్రోహముచేసి పాపకృత్యములచే లోకమునకు హానిచేసినవారిని శిక్షించుట రాజధర్మము. కాని యేపాప మెఱుంగక ప్రజలచేఁ బూజింపఁబడువారిని జెఱసాలలోనుం చుట ఆత్మనాశమును జేసికొనుటయే. 'వినాశకాలే విపరీత

బుద్ధి' అని దానినే పెద్దలందురు. కాని యింతమాత్రముననే అట్లు సంభవించితీరునా? ఏది యెట్లయినను అట్టినిర్దోషులను మనము పూజింపక మానుదుమా? వారివంటిపూజ్యులు మతి కలరా? అట్టివారి పాదరజోలేశములచే నిండిన యాకారగార ములు విగతపాపములై పుణ్యక్షేత్రములుగా బరిణమించును. అతడు సేదుదయము నిర్మలములై మనోహరమై సుగంధ యుక్తములై సమీపస్థ కుసుమిత లతాపరిమళ సమేతములై యచటికి జేరువగానున్న యొకసరస్సీరమునుండ వచ్చుచున్న కమ్మతెమ్మరలను సేవించుచు నాభవనపుముందు భాగమున షికార్లుచేయుచుండెను. అతడిట్లు యోజింపసాగెను.

'ఇది కేవలము నన్నుజంపవలయుననియు, అది ప్రత్య క్షముగాజేసిన లోకమునకు గోపము వచ్చునసనియు బన్నిన పన్నుగడ. ఇంతకంటె మతేమియుగాదు. నేనిందుండిస దప్పిం చుకొని విఘ్నములు కలిగింపక యుండసని వారెఱుంగుదురు. మతియు నిట్లుచేసినచో, అమాయకులగులోకులు, వారియాంత రంగిక దూరదృష్టిని దుస్వభావమును గ్రహింపనేరక తమ్మ మిక్కిలి దయాస్వభావముకలవారని స్తుతింతురనియు వారి యాశయము. ఇదియెల్ల ధీర్ఘదృష్టియొక్క పర్యవసానసామే. అగుంగాక! దీనికిదగిన ప్రతిక్రియ నెఱవేర్పజాలనా?'

అతనికి దూరమున నొక బిచ్చుకుడు కన్పట్టెను. ఆ బిచ్చ కుడు శాంతుడు. అతనిరూప ముజ్వలమై యుండెను. అత

దొ౦క సన్యాసి వేషమును ధరించియుండెను. ఆతని గడ్డమంత దీర్ఘముగాలేదు. అదినెఱసియు నుండలేదు. అతని మొగము పసిమిఛాయలు తేఱుచుండెను. కనులు దీర్ఘములై యోచనా సమర్థతను జాటుచుండెను. ఛత్రముకలదు. హస్తమున౦ గమండలము శోభిల్లుచుండెను. ఆ సన్యాసికి గంజాయినిబీల్చు నల వాటున్నట్లు తోఁచుచుండలేదు.

అత౦ డాపట్టణమున నచ్చటచ్చట౦దిరిగి యచటికి వచ్చెను. మంత్రియతని వంక౦జూచెను. అతనిమనమున నేదియో తోఁచెను. కాని యత౦డేమియు ననలేదు. అతని మొగమువంక౦ జూచి యాసన్యాసి చిఱునవ్వ నవ్వెను. కాని యది యితరు లకు గోచరింపలేదు.

అచట, కారాగార పాలకుఁడును, ద్వారపాలకులును, మఱికొందఱు సేవకులును గలరు. కారాగారపాలకుఁడు ముం దుకువచ్చి యిల్ల నెను.

'నీ వె వరవు? ఇచ్చట కేలవచ్చితివి? నీకిచట బిచ్చము పెటుఴా రెవరును లేరు. పొమ్ము'

'నాకు బిచ్చము మాత్రమే ప్రధానముకాదు. మీ వంటివారి దర్శనము నాకు౦ దృప్తి నిచ్చును'

'మావలన నీకేమికావలయును ?'

'నాకేమియు నక్కఱలేదు. కొ౦చెము సంభాష ణము మాత్రమే'

‘ అది యేవిషయముంగూర్చి. ఇపుడు యుక్తమేనా?’

అతడు ప్రత్యుత్తరము నీయలేదు. అతనికనులు మాత్రము_స్థి మితములై యుండెను. అవి సరిగా, ఆకారాగా రాధి పతి మొగముననే [వాలెను.

‘ అది రహస్యమా ఏమి? ఏకాంతస్థలము కావలయునా? ఏల యట్లు నిశ్చలముగాఁ జూచుచున్నావు?’

‘ అది రహస్యముకాదు. నేను జ్యోతిషము చెప్పఁగలను’ పరిహాసమును సూచించుచు, ఆకారా గారాధిపతి మొగమునఁజిఱిన వ్వుదయించెను. అది యతఁడు చూచెను. కారాగారాధిపతి యిట్లనెను.

‘ జ్యోతిషమునందు మాకు నమ్మకములేదు. జ్యోతి షుక్కులు వట్టి డాంభికులు. జ్యోతిషము బూటకము. ’

‘ అది మీ విజయనగర జ్యోతిషము. మా జ్యోతిష మట్టిదికాదు. ’

‘ మతి మీదే దేశము ’

‘ మా దేశము పేరు నీకేల? నీకు వలయు సంగతుల నెల్ల నడుగుము. సరిగాఁ జెప్పెదను. నాకుఁ గేరళము తెలియును’

‘ నీది మళయాళ దేశమా? ’

‘ కావచ్చును ’

‘ దేశ దిమ్మరులు మిక్కిలి గడుసువాండ్రు. వారితో మాటలాడుట మిక్కిలి దుర్లభము. అడిగినదానికి సరిగాఁ

వంశగాథలను చెప్పరు. భయముండదు. అట్టివారితో మాట లాడుట కష్టము' అనెను.

అని యతడు విరలేదు. అతడిట్లనెను.

'నీకు నాల్గు సంవత్సరములక్రిందట బొమ్మక అయినది. మూలికాప్రయోగముచే నొక వైద్యుడు నిన్ను రక్షించెను'

ఆ మధిపతి, ఆశ్చర్యపూరితుండై పోయెను. మరి యాతడు మాటలాడలేదు.

'చితంత్రికి నీవొక్కడవే కుమారుడవు. నీకిరువురు ణులున్నారు. వారికీ బెండ్లియైనది. కాని పాపము! చిన్న పమాత్రము విధవవైయెనది.' అతనికాశ్చర్య మెక్కుడాయెను.

'మహాత్మా! మీరు చెప్పినదంతయు యదార్థమే'

'నీవీ పట్టణమున కెనిమిదామడలు దూరమునంగల యొక చిన్నగ్రామ మునందాళ్యతోపుల్లో నొకగృహములో వెలయు ప్రసిద్ధ——'

అతం డాగుడని సంజ్ఞ సేసెను. ఇతడాగి, ఆయధికారి చెవిలో నేదియో గొణిగెను. అతడత్యంతా నందమున మునింగెను.

'అయ్యా! ఇదిగైకొనుడు. మీ ఋణమ్మను దీర్చుటకు నే సమర్థుడనుగాను. ఇంతతో సంతృప్తివహింపుడు' అని

యతనిమింజేతియందు మెఱియుచున్న బంగారుకడియమును దీసి యొసంగంబోయెను.

'మాకట్టివి యవసఱములేదు. కాంచనము మా కేల? సంసారమా? భార్యలా? బిడ్డలా? మాకు వేళకుబట్టెడన్నము దొరకిన సంతియే చాలును. మీవంటివారి సంతోషమే మాకుం దగినప్రతిఫలము. అదిచాలును.'

అది చూచుచు, నచ్చటివారిలోంగొందఱు 'స్వామీ! మాకుంగూడం జెప్పుడు' అని ప్రార్థించిరి.

వారి వారికిం దగినరీతులను వారికెల్లరకు సరిగా నాతడు చెప్పెను. వారిలో గొందఱకు రత్నరేకులు కట్టెను. వారెల్లరుం బరితృప్తులైరి. బుద్ధిసాగరుండు సమీపించెను.

'నీకుంగూడ జ్యోతిషము కావలయునా యేమి?'

'అవును'

'నీవు వీరివంటి వాడవుగావు'

'ఎందుచేత?'

'నీవు రాజద్రోహివి'

'మహాత్ములకు సన్నియుం దెలియును. మీకుందోంచి నది చెప్పుడు'

అచట నున్న వారికెల్లరకు బుద్ధిసాగరునందుంగల ప్రేమ ఎక్కిలి విస్తారము. అతండు మంత్రిగానుండి వారికెల్లరకుం జాల మేలుచేసెను. విధివశమునం జెఱసాలలోంబడి యిపుడు

షారికిల్లో(బడి యుండవలసివచ్చినను, అతనిని వారు గౌరవింపక మానినవారు కారు. అందుచే నతనిభవిష్య త్తెట్లుండునో, అశడ యీకష్టము లెప్పుడు పోవునని యతడు చెప్పునో యం: నాక్రెల్లరు నతనివంక నేకదృష్టితో వీక్షింపసాగిరి.

'నీ వీరాజ్యమునకు జాలకాలము మంత్రివై యుంటితి. అంతవఅకు నీవు రాజును విశ్వాసముతో(డ(గొల్చితివి. కాని యిప్పుడు రాజద్రోహి వయితివి. ఇంతలో నీ కీ శిక్షపోదు. కాని అడ ఆయువుండినచో—నీయాయువు స్వల్పకాలమే! పాపము—' అతడంత నూరకుండెను. మంత్రిముఖమున విచారము తో(చుటలేదు.

ఆకారాగృహాధిపతి అతనిజెవిలో నేమో యడిగెను. సన్యాసి మెల్లగా బుద్ధిసాగరుడు తప్ప తక్కినవారు వినునట్లు 'వారమురో జులలో—గండము' అనిమెను. అతడు మరల బుద్ధిసాగరునివంక దృష్టిపారించెను. అత(డును చూచెను.

'పాపము నీయందు నాకు(గరుణ జనించుచున్నది. నీపాపములు నశించును. దీనిని జేతికి(గట్టుకొనుము.' అని యొక రత్న(కె కతనికి(గూడ(గట్టెను. 'నాకిట్టి వానియందు విశ్వాసములేదు. అదివట్టి బూటకము' అని యతడు విప్పుట నటించెను. అచటి వారెల్లరు(జింతించిరి.

———

పదునేడవ ప్రకరణము

దీర్ఘదర్శి

రాత్రి ప్రొద్దుపోయెను. కారాగారాధిపతి యింటిలో నుండెను. అందు గొందఱు గుసగుస లాడుచుండిరి. అయింటి యరుగుపైన వెనుకప్రక్క మనయోగి పరుండి యుండెను. అది దిడ్డివాకిలి. ఆవాకిట నెవరికిని విశేషించి పనియుండదు. ఆ దారి నాయింటికిబోవువా రరిది. ముందు ద్వారముననే యెల్లవారును బోవుచుందురు. ఆయింటం గొందఱు గొప్ప వారుండిరి. వారున్నది సభామంటపము. అందు బెద్దమను ష్యులు వచ్చికూర్చుందురు. అది మనోహరముగా నుండెను.

అందు ధనరాసులు కుప్పలుగా మొగ్గిగుచుండెను. అంతధనము నతఁడెప్పుడు చూచియుండఁడు. కాని యతనికి గుండెలు కొట్టుకొనుచుండెను. అతని కేమియు దోఁచినది కాదు. అతని కా యోగితో సంభాషింపవలయునని కోర్కె పుట్టెను. అతఁ డాప్రదేశమునకు బోయి అతనిని మెల్లగా వచ్చెను. అతఁడు మేల్కొనెను.

'అయ్యా! ఇపుడు నే నొకయంశము మీతో మాట లాడవలసియున్నది.'

'ఆ ! మాటలాడుము. ఫరవాలేదు'

'మంత్రిని జెఱసాలలో బ్రొద్దున మీరు చూచితిరి గదా ?'

'ఆ !'

'ఇష్ట డతనిని వదలిన'

'నీకు బెద్ద లాభమువచ్చును'

'నాకు లాభ మక్కఱలేదు. ఆయనకు నావలనం గష్టమేదియు రాదుగదా ?'

'ఏమియు రాదు.'

'అది వెల్లడికాదా ?'

'కాదు. అగునట్టిస్వభావమే యిందులేదు'

'పాపము ! మంత్రికింగూడ గష్టములు రావుగదా ?' అని మరలననెను. సన్న్యాసినవ్వెను. అతం డతనిచెవిలో నేమో రహస్యముగాఁ జెప్పెను.

'మీరుచెప్పినది మిక్కిలి చిత్రముగానున్నది'

'అవును. ఇంకను ముందు గలదు'

'నిశ్చయముగా నిది యొకకథ. ఇపుడు నాకు సంశయ నివర్తియైనది'

'ఇక సత్వరమే నీవు పోయి యందులకిష్టపడి వారిని బంపుము'

'చిత్తము'

అని యతడు పోయెను. లోపల ధనమును గైకొనెను. ఆతడొక పురుషుని వెంటబెట్టుకొని తిన్నగాc జెఱసాలకుc బోయెను. అచట నతడు ద్వారపాలకులతో నేదియో గుస గుసలాడెను. వారిచేతిలో నిన్ని నవరసులను గ్రుమ్మరించెను. ఆ వచ్చినవారితో నిట్లుభాషించెను.

'మఱి బండి సిద్ధము చేసికొనివచ్చినారా?'

'ఆc! వచ్చుచున్నది.'

'ఇంకెంత సేపగును?'

'త్వరలోనే రావచ్చును'

అంతలో దూరమున బండిచప్పుడు వినవచ్చుచుండెను. అది యంత కంతకు సమీపించెను. తుట్టతుద కది యా చెఱ సాల ముంగిట నిలిచెను. ఆ యధికారి తనబారిని దాను బోయెను. నూత్న పురుషుcడిట్లు భాషించెను.

'ఇంత మాలస్య మేల చేసితివి?'

'నాకు ముందుగాc దెలియలేదు. ఇపుడే తెలిసినది.'

'గమ్య స్థానమునకు వారు పోయి యుందు రా?'

'ఆc! ఇదివఱకే పోయి యుందురు'

ఆ నూతన పురుషుc డిటునటుచూచెను.

'ఆయుధములును మఱచి పోలేదుగదా?'

'వెంట నూరి మఱి తీసికొని పోయినారు'

'పదిలముగాc నుండవలయును సుమీ' అని చేతిలో

నొకఁబంగారు నాకిమించెను.

'అందుకు సందేహమా ?' ఆనెను.

ఆ నూత్నపురుషుఁడా ద్వారమున బ్రవేశించెను. అతని కెవరు రక్షణముచెప్పలేదు. బుద్ధిసాగరుఁడున్న ప్రక్క భవనమున కతఁడు పోవుచుండెను.

ఆ భవనమున జైయంతేస్తునందుఁ బఱుపుపై నతఁడు పఱుండియుండెను. అతనికి నిద్దురపట్టలేదు. అతనిమనస్సు యోజనమగ్నమై యుండెను. అచ్చట దీపము ప్రకాశించు చుండెను. ఆ దీపపు వెలుతురున, ఆ దివ్యమూర్తిని మనము కన్నులార దర్శింపవచ్చును. అట్టి కష్టపరంపరలలోనున్నను, అతఁడు ధైర్యమును విడువలేదు. ఆనూతనపురుషుఁ డతని సమీపించెను. అతఁడతనిగాంచి యిట్లనెను.

'నీవెవరవు ?'

'నన్ను తమమిత్రులగు విజయసింహుఁ డంపినాఁడు'

'ఇంతయర్ధ రాత్రమున నేలఁ యతఁడు నిన్నంపి నాఁడు ?'

'మిమ్ములను గొంపోవుటకై'

'నన్నెట్లు గొంపోవ గలవు ? రక్షకులు లేరా'

'ఇపుడు డెవరును లేరు'

'రాజద్రోహిని జెఆసాలలో నుంచినప్పుడు రక్షకు లుండఁరా ?'

'వారి కతఁడేదో సమాధానముచెప్పినాఁడు'

'ఇప్పుడు నన్నెక్కడికీ గొంపోవుదువు?'

'చెఱసుండి విముక్తులను జేయుటకు. తరువాత మీ యిష్టము'

'నిన్ను నేనెఱుంగను'

ఆ నూత్న పురుషుఁడీప్రశ్నలకు మిక్కిలి లోనఁ గంపింపఁ దొడఁగెను. అతనికి బుద్ధిసాగరుఁడు తమతంత్రమునఁ బడునన్నయాశ తగ్గెను. 'ఈ యుత్తర మున్నదికాదా? ఈ దివ్యాయుధమునకుఁగూడ నితఁడు జంకకుండునా?' అనుకొనెను.

'నీ దగ్గఱ నే మేని యతఁడే నిస్సంపెననుటకుఁ దగిన యాధారముకలదా?'

'ఇదిగో, ఈయుత్తరమును జూచుకొనుఁడు. తమ సంశయ మెల్లఁ గీఱును'

అతఁడాయుత్తరమును దీసి బుద్ధిసాగరుని హస్తమున నుంచెను. అతఁడది స్వీకరించి మెల్లఁగా నిట్లు చదివెను.

"శ్రీమహా మంత్రులవారి సన్నిధికి :—

తమ కృపాపాత్రుండు విజయసింహుఁ డనేక నమస్కారములు:—

అయ్యా!

మీరు ప్రతిపత్తుల యొక్క కుట్రలవలస, నేద్రోహముఁ జేయకున్నను, రాజద్రోహులై వృథాగా శిక్షనందుచున్నారు. ఇందుకు నేఁజాల చింతిల్లుచున్నాను.

అయినను, ఇట్టికష్టస్థితిలో దమకు నాకు సాధ్యమైనంత మేలుకలుగ జేసి, తమయెడ నాకుంగల భక్తిని జూపుకొనందలంచితిని. చేము కారాగారమునుండి మిమ్మొల్లయినను దప్పించుటకు బూనుకొంటిని. దేవునికృపవలన నిందు మనకు సంపూర్ణ విజయము సిద్ధించునుగాక !

కారాగారాధిపతిని మనకులోంబడునట్లు చేసితిని. దా నోపాయమున ద్వారపాలకులనుగూడ మనపక్షమునకుం ద్రిప్పితిని. మన మీరాత్రి పోవునప్పు డడ్డమువచ్చువా రెవరునులేరు.

ఈ యుత్తరముందెచ్చిన వాడు నాకు మిక్కిలి స్నేహి తుడు. బంధువు. ఇతడు మీయందు భక్తికల్గి మెలంగునట్టి వాడు. ఇతనిపేరు కుమారసింహుడు. ఇతనికొక బండినిచ్చి తిని. బండివాడుకూడ మిక్కిలి నమ్మక మయినవాడు.

నేను మీరాక కెదురుచూచుచు, తుంగభద్రా ప్రవంతి దటినున్న యినుకగుట్టల దగ్గ ఆగానుండు విశాలమగు వట వృక్షమునకడ నుందును. అది మన కెంతయుం దగినప్రదేశమని మీ రెఱుంగుదురు. అచటినుండి మీరు పరదేశమునకుం బో వచ్చును. ఇచట నుండుట మనకు క్షేమంకరము కాదనుట మీ రెఱుంగని విషయము కాదు. శత్రుసమూహాముల మధ్య నుండుట కంటె నపాయకర మేమియుండును? ఒకవేళ మీరు పరదేశగమన మంత మంచిదికాదనియు, ఇచటనే మాఱు వేషమున నుంట మంచిదనియుం దలంచినను, అచటికి వచ్చి

చర్చించి, సిమ్మట, ఇష్టమగు కార్యమును జేయుటయే మంచిది. ఏలయన? అది రహస్యవ్యాపారములకు మిక్కిలి యోగ్య మయినస్థలము. అచట నిర్భయముగా నెంతసేపయినను, ఏవిష యమునుగూర్చియైనను జెప్పుకొనవచ్చును.

విజయనగర ప్రాంతములు జనాకీర్ణములు. అచ్చట రాత్రింబవళ్ళు నెల్ల వేళలను మానవులు సంచరించుచు నుందు రు. రహస్యవ్యాపారముల కాప్రాంత భూములు యోగ్యములు కావు. రాత్రిపూట పట్టణము వెలుపలకుంబోవుటకు ద్వార పాలకులకుం గసపఅచవలసిన చీటిని సంపాదించి కుమార సింహునకిచ్చితిని. మనకింక నేభయమును లేదు. కనుక మీరు సంశయింపక త్వరగా మీకొఆకంపినబండినెక్కి పైంజెప్పిన ప్రదేశమునకు దయచేయుఁడు. అచట నేను మీకొఆ కెదురు చూచుచుఁ దగినంత పరివారముతోఁ సిద్ధముగా నుందును. మీరు పరదేశమునకుం బోవలయునన్న వలయుసామగ్రిని గుట్టములను దీసికొనిపోవుచున్నాను.

ఇపుడు మనకెంతయు ననుకూలమగు సమయము.

చిత్తగింపుఁడు.

ఇట్లు

భవత్సాదాగ వింద సేవకుఁడు

విజయసింహుఁడు"

ఆ యుత్తరము నతఁడు సాంతఘుగాఁ జదివెను.
తలయూఁచెను!

మహామహుల క్రియ లర్థసమన్వితములు.
మితములు. వారేదిచేసినను, ఏది మాట్లాడినను,అందు
పుల్లంతయైనను వ్యర్థముండదు. అదిహెల్ల నర్థసమన్విత
యుండును. వారిభావము లనన్యగోచరములు. ఆ
లోచన సమన్వితములు. అతఁడల్లేల తలయూఁచియ
మన కేమి తెలియును ? అతఁడిట్ల నెను

'కుమార సింహుఁడవు నీవేనా?'

'చిత్తము. నేనే'

'బండి యెక్కఁడ ?'

'ద్వారము కడ నున్నది'

'విజయసింహునకు నీ వే మగుదువు ?'

'అతఁడును మేమును జ్ఞాతులమ. వరునకు, ఆ
నాకన్నయగును.మాకిరువురకును జిన్న ప్పటినుండి స్నేహ

'అతఁడింక నేమని నీకు జెప్పినాఁడా ?'

' ఆఁ! తాను గొంద అనుచరులతోఁగూడి
తుంగభద్రానదీతీరమున నున్న యాపెద్దమట్టిచెట్టుదగ్గ
కొఁఅకు కనిపెట్టుకొని యుందునని చెప్పినాడు'

ఈ ప్రశ్నములన్నియు నతఁడతని నేల యడ
యును ? ఇదియంతయు వ్యర్థప్రసంగము కాదా ? అత

వ్యర్థప్రసంగముచేయునా ? ఆయుత్తరమున నీసంగతులన్నిం
జెప్పఁబడియుండలేదా ? అయినచో నతఁడు మరలనూరకి
యతని నడుగవలయును? అతఁ డొకసారి యా సౌధ
ముందునకు వచ్చి యుమ్మి యుమియుచు నల్గడలం బరీక్షిం
చూచెను. అతని కేమియు గోచరింపలేదు.

'ఇప్పుడెంత కాలమైయుండును ?'

'రమారమి రెండుజాములైనది'

'బండివాఁడు సరియైనవాఁడేనా ?'

అతని కీ ప్రశ్నలు విసుగుంబుట్టించు చుండెను. అట
కా మంత్రియొక్క భావ మేమియు నర్థముకాలేదు.అతఁడు వ
ననియు రాననియుం జెప్పలేదు. వచ్చునది రానిది యతని
దెల్లముకాలేదు. హృదయ మూఁగించుడెను. ఏమన్న నే
గునోయని భయము. పయికిమాత్రము గాంభీర్యము. మం
యతని నప్పుడప్పుడు వీక్షించుచుండెను. అది యతనికి మతిం
భీతిదాయకముగా నుండెను. ఎట్టకేల కతఁడిల్లనియెను.

'అయ్యా! కాలము పోవుచున్నది. ఆలస్యమేల ?'

'అవును. మనకిపుడు కర్తవ్యమేమి ?'

'ఏమియు లేదు. పోవుటయే.'

అతఁడు మరల నొకపరి సౌధపురఃప్రదేశమునకు వచ్చెన
మూరమున నతని కేదో గుర్తుకాన్పించెను. 'ఆఁ! ఇక పోఁ
చ్చును' అని తనలో ననుకొనెను.

9

'నా జాగులేదు'

'నావెంట దయచేయుడి?'

కుమార సింహుడు ముందునడిచెను. బుద్ధిసాగరుడు
వానివెంట నడువ నారంభించెను. అతని హృదయము సం
తోష సంపూర్ణమాయెను. తానంతటి మహామంత్రిని మోస
పుచ్చగల్గితినిగదా యని యతడు తన్నుదానే యభినందించు
కొనసాగెను. అంతకంటె నతనికిందువలన గల్లు లాభమును
తలచుకొన్నప్పుడు వచ్చు హర్షమునకు మేరలేకుండెను.

అతడు మెల్లగాc దనలోc దానిట్లు తలపోసికొనెను.
'బుద్ధిసాగరుసంత మహామంత్రిని మోసపుచ్చగల్గితిని.
ఈ కేరు వాయిల్లు బంగారముతోనిండును. చక్రధరుడుగారు
నాతెలివికి సన్ను అభినందించును. ఆహా! నాజన్మ మెంత
యదృష్టవంతము?'

ఆ యిద్దఱును వాకిటనిలిచియున్న బండిదగ్గఱకుc బో
యిరి.

'అయ్యా బండినెక్కుడు' అనియెను.

అతడు బండిని నధిష్ఠించెను. మహాపురుషులకు దీర్ఘ
దర్శిత్వము స్వాభావికము. సామాన్యుల కగోచరములగు
నంశములను వారు చమత్కారముగా గ్రహింతురు. అట్టివారి
బుద్ధి అత్యంత సూక్ష్మము.

ఏయంశమునఁగాని చక్కఁగాఁజర్చింపక ప్రవేశింపరు. అట్టి చోఁ దన్నెవఁడో యొకనూతనపురుషుఁడు వచ్చి 'మిమ్ము జైటి నుండితప్పింతును, రండు'అనియొకయుత్తరమును జూపించినంత మాత్రమున సది యెల్ల విశ్వసింతురా? దూరగ్రహణైక సమ ర్థమగు వారి బుద్ధియందు మోసమును శంకింపకుండునా? అట్లు శంకింపఁజేని యది స్తుత్యమ్మా? అల్లేల యనవలయును? 'ప్రమాదోధధమతామపి' కదా? విశ్వసించినను విశ్వసింప కున్నను బుద్ధిసాగరుఁడు బండినెక్కెను. అది కదలెను. కుమార సింహుఁడును బండివాఁడునుగూడ నెక్కిరి. మంత్రి యతనితో నేదోప్రసంగము చేయుచుండెను. అస్పష్టముగా, ఆ బండికివెనుక అప్పడప్పడు చిన్నచప్ప డగుచుండెను. ఈధ్వని విన్నప్పుడు మనకు నిన్న యాదిల్యాహో రహస్య మందిరమున చెట్టుకడ విన్న చప్పుడు స్మరింపకుండునా? ఆ బండి తుంగభద్రాస్రవంతి నానుకొనియున్న యడవులలోనికిఁ బోవుచుండెను.

పదునెనిమిదవప్రకరణము

ఆశ

ఇంకను సాయంకాలము కాలేదు. అరవికసించిన మ
ల్లికాసుమముల పౌరభము, ముగ్దా సుందరీ మనోహరమండ
లూస పరంపరల తెలింగున సరసుల హృదయములను హరించు
చుండెను. అతి తీక్ష్ణకర పరంపరలచేతఁ బ్రపంచమును
కాల్చివేసిన ప్రభాకరుండు కొంచెకొంచెము శాంతిలుచుం
డెను. అతని తేజఃప్రకర మెల్ల వయసుతోఁగూడఁ దగ్గిన ముసలి
వాఁడి పరాక్రమ మట్లు కుంచితమాయెను. ఇప్పటికి సాయం
కాలపుటెండ ప్రపంచమునకెల్ల బంగారప్పు బూతపూయుచు
మనోహర మగుచుండెను.

అట్టియెడ డనసోధారామమునందు గల చంద్ర
శిలానిర్మిత విహారమంటపమునందు మనమిదివఱకుఁ జూచిన
గొల్లభామఁ డప్పుడప్పుడు రాణీ యిటునటు తిరుగుచుండెను. సమీపము
నఁగల కాసారముమీఁదుగా పూసారములు త్రావుచు ఝుమ్మ
ఝుమ్మఁ గూయుచున్న మత్తభృంగముల కలమధుర రవములు
కమ్మ తెమ్మకలతోఁగూడఁ గలిసికొనివచ్చి యాపెహృదయ
మున కాహ్లాదమును గల్గించుచుండెను.

ఇల్లాపై యాభవనమున సాయంతనవిహారము సల్పు చుండఁగనే పొద్దుగ్రుంకెను. చీకటులు గ్రమ్మెను. ఆమె యింకను తనశుద్ధాంతమునకుఁ బోవసమకట్టినది కాదు. ఇప్పటికామె యచటికివచ్చి చాలసేపయినది. కాని ఆమె యేల యచటినుండి పోదు? ఆమె యెవరినోయెవరినో యెదురుచూచుచున్నట్లుండెను. అప్పడప్పుడు పరధ్యానముగానుండి మత్తమధుకరములుచేయు నిస్వనములను కామినీ కింకిణీ రవములనుగా గ్రహించి యులికిపడుచుండెను.

అంతలో నొక తురష్కసుందరీ రత్నము తాను ముందు నడచుచు వెనుకవేఱొక సుమృదులాంగిని దీసికొని మెల్లగా వచ్చుచుండెను.

ఆమె యాసుందరగినిఁజూచి 'సోదరీ! లోనికి దయ చేయుము' అనెను.

ఆ మువ్వురును లోసఁబ్రవేశించిరి. ఆమందిరమున నొక వైపుననున్న మెట్లపై నెక్కి యామందిరపుఁ పై భాగమున కరి గిరి. అది యత్యంత మనోహరముగా నలంకరింపఁబడెను. అందు పరిమళతైలముచేనింపఁబడినయొక దీపము వెల్గుచుండెను.

ఆ ప్రదేశమునకుఁ బోవఁగనే మసగోల్కొండబేగమ 'త్రిలోకరత్నమా ! ఆ యాసనముపైఁ గూర్చుండుము' అని యాపెను బ్రార్థించెను. ఆమె యాసనము నధిష్టించెను. ఆమెకెదురుగా నాపట్టమహిషి కూడ సమీపముగానున్న

మాసమునఁపైనఁ గూర్చుండెను. ఆమె తెప్పవాల్పక యా
నాత్మసుందరివంకఁ జూచుచుండెను.

ఆమె తనమేలిముసుఁగును దీసివై చెను. ఆ సర్వలోక
సమ్మోహనమగు సౌందర్యవతి యెవరు?

ఆమె జగన్మోహినియే. ఆబేగ మాసుందరివంకఁ జూ
చెను. ఆ వ్రాలినచూడ్కుల నాపై మతి మరల్చుకొనలేక
పోయెను. ఆచూపు అందు లగ్నమైపోయి మరల్ప శక్యము
నాక యుండెను.

సౌందర్యము విచిత్రమయినది. అది మానవులహృద
యము నాకర్షించుచుండును. కొందఱిముగములఁజూడఁగనే
స్వాభావికమగు హర్ష ముదయించును. అది నూతన పురుష
లకుఁ బ్రేమానుబంధమునఁ గల్పించుటకుఁ మిక్కిలి నేర్పుతో
నేవచేయును. ఆబేగ మా సుందరీమణింజూచుచు గొంతసేపు
వఱకు మాట్లాడ లేకపోయెను. స్త్రీల సౌందర్యము స్త్రీలను
బురుషులు మనోహరాకృతి పురుషులనుగూడ నాకర్షించపుడు
డాకర్షించును.

క॥ మగవానికి మగవాఁడును
       మగువకు మగువయును వలచు మఱియేమనఁ న
       న్నగరపు రాజకుమారుల
       జిగిబిగి సోయగము, చెలుల సింగారంబు౯.
ఆపై తుదకుఁ బ్రయత్నముచేసి యిట్లనెను.

'అక్కా! నేను నిన్ను 'అక్కా' యని పిలిచెదను. నీవును నన్నల్లే పిలువుము. స్నేహపూర్వకమగు నీప్రసంగమున దారతమ్య ముండరాదు.'

'అది మీదయ. సజ్జనలక్షణము'

'మీమొగముజూడఁగా నాకు మిక్కిలి జాలియగుచున్నది. పాపము మీకుఁ గల్గినయాపద యెంతయు విషాదకరమైనది.'

జగన్మోహిని మాటలాడలేదు.ఆమె మొగమున బొమ్మలు గ్రమ్మెను. ఆపెదృష్టి ప్రసరించుటలేదు. మొగమును వంచి మెల్లగాఁ దనచేలాంచలమునం దుడిచికొనెను.

'అక్కా! మీనగర నామమేమి ?'

'శృంగారపురము'

'అవును. అది మారాజ్యములోనిదే కాదా !'

'అవును'

'ఎక్కడ? కృష్ణానదీసమీపమునఁగాదా ?'

'అక్కా! అవును. దానికి సమీపముననే యున్నది'

'మీతండ్రి జమీందారు. ఆయన వంశము సుప్రసిద్ధమైనది. ఆయన సుగుణములంగూర్చి యావఱకే వినియుంటిని. పాప మాయనకుఁ జాలకష్టమువచ్చినది. ఆయనపేరేమి ?'

'ఆయనపేరు సోమశేఖరమూర్తి'

మఱల నొకసారి యాపె కనుంగొలకులు బాష్ప పరి
వృతములాయెను. స్త్రీ లెంత ధైర్య వంతురాంద్రయిననను
హృదయములు శిరీషకుసుమ కోమలములు. పురుషులవలె
గష్టముల నెదుర్కొని నిలువఁజాలరు. ఆపె లోన ' హా! తండ్రీ
నాఁబలస నీకెట్టి కష్టములు వచ్చినవి?' అని యనుకొనెను.
అదియంతయు బేగము కనిపెట్టెను. ఆపె యామె నీప్రసంగము
నుండి మార్చవలయునని తలఁచెను.

'నవనీతకోమలమగు నీహృదయము నీకష్టకరమగు
ప్రసంగముచే క్షోభపెట్టను.'

ఆమెముఖము విన్రమమైయుండెను.

'అక్కా! మనము స్నేహభావముగల సోదరీతిలకముల
వలె మాటలాడుకొందమని నీతో ముందేచెప్పితిని. ఇంకను
సంశయించెదవేల? నాయాప్రసంగము నీకేమేని కష్టమును
గల్గింపదుగదా?'

' అమ్మా! అట్లుతలపోయకుము. కష్టములతోఁ గుందు
చున్న నన్ను గృపావిశేషముచే మన్నించి నామేల్గెడ్డలను
దల్లివలెఁ గనుఁగొనుచున్న మీప్రసంగము నాకుఁగష్టదాయక
మేలయగుమ?'

' అవును! అదికాదు. హిందూసుందరీమణులు స్వాభ
వికముగా సాధుశీలము కలవారు. మెల్లఁగా మాటలాడుటకు
వా రలవడియుందురు. అది నే నెఱుంగుదును. వారికి మావలె

ప్రగల్భశీలత యుండదు. శాంతభూషితలు. వారుమాటలాడు
నప్పుడు మనోజ్ఞమై లజ్జ ముఖమునకు వన్నెగల్గించుచుండును.'

'అవును. మీ రెఱుంగని దేమికలదు ?'

'కాని సోదరీ! మనము కొంచెము సేపదిమఱచి విచ్చుల
విడిగా మాటలాడుకొందము'

ఆమెభావమును సంపూర్ణముగా జగన్మోహిని గ్రహిం
చెను. చిఱునవ్వంకురించెను. అది యామె స్వభావ రమణీయ
మగు ముఖమునకు వన్నె బెట్టెను.

'అందుకు నాకు గూడ నిష్టమే'

'స్త్రీలకు మైత్రియం దపేక్ష మెండు. అందుచే నే నీ
మైత్రిని గోరుచున్నాను'

'నా మైత్రివలన మీకు లాభము కల్లకపోవచ్చును. కాని
మీ మైత్రి మాకత్యంత మవసరమైనది. మీదయమాకు గావల
యును. మా మైత్రిని మీర పేర్మించుటకు మేమెంతటి వారము?
అది మీకరుణయే'

'సోదరీ! అట్లనఁబోకుము. వయసున జిన్నదానవై
నను నీవు పెద్దదానవే. నీ సుగుణసంపద లిదివఱకే జగత్తునం
దెల్లఁ బ్రసిద్ధములు. మైత్రికిఁ బరస్పర సుఖదుఃఖ నివేదనము
కావలసియున్నది. అందొక పట్ల మున్నతమైనచో నసహ్యము.
నేనొకవిషయమునఁ బెద్దను. నీ వొకవిషయమునఁ బెద్దవు.
కావున మన మైత్రి సమానముగా శోభింపఁగలదు'

జగన్మోహినికిని గొంచెము చనువుచిక్కెను. ఆపె యొక్క బ్రహ్మాతశ్చలమై యుంటమంచిదికాదని తలచెను. బేగము సాహెబంత విధేయతతో దనవంటి సామంత ప్రభువు కూతురును స్నేహమునొఅకు యాచించుట తనకు శుభకరమని సూచెతలచెనా యేమి? ఆమె మొదట నింతసన్మానము చూపునని తలంచియుండలేదు. ఇట్లనెను.

'యవస సుందరీమణులు చమత్కారవతులు. చలోక్తు లును చమత్కారములకును వారిసంభాషణములు పుట్టినిండ్లు అనిఖొంటివి. అది నేడుకంటిని'

ఆ యవనసుందరి మోముదామర వికసించెను. సోగ ... మాపెఱచన్నలు విరళమాయెను. 'ఇపుడీమెకును గొంచెము సిగ్గుతెచ్చెనది' అనుకొనెను.

'వారు హృదయాకర్షణమున సమర్థరాండ్రు. సర్వ సౌఖ్యవతులు.'

'అదిమాత్రము సరికాదు. చమత్కార ప్రసంగముల కును, సమయోక్తులకును, చలోక్తులకును, చాతుర్యములకును, సొగసు! నీవన్నట్లు మేము సుప్రసిద్ధరాండ్రమే. హృదయాకర్షణ చేయుసామర్థ్యముకూడ మాయందుంగలదుకానియదృష్టము'.

ఆపె నిట్టూర్పువిడిచెను. ఆమెమొగము విరక్తిని సూచించుచుండెను.

'అక్కా! అల్లనెదవేల?'

విజయనగర సామ్రాజ్యము

మొదటి ప్రకరణము

" Breathes there the man, with soul so dead,
Who never to himself hath said,
This is my own, my native land,
...."

Sir Walter Scott.

యోగి

మనమున్న యీశతాబ్దమిరువదియవది. కాని యిప్పుడు
మన మొకసారి 16-వ శతాబ్దము వంకఁ జూడవలసియున్నది.
కాలమొక తీరుగానుండదు. అది చక్రమువంటిది. క్రిందు మీఁ
దగును, మీఁదు క్రిందగును. ఆకాలమునఁ బ్రస్తుతము హంపీ
విరూపాక్షమనుచోట జగద్విఖ్యాతమగు నగర మొకటికలదు.
అది విజయనగరము. తుంగభద్రాస్రవంతీ తుంగతరంగ మా
లికా ధాతోత్తరభాగము. తన్నగర రక్షణమునకుంగాను బర
మేశ్వరుండు నిర్మించిన యత్యున్నత కుడ్యజాలములో యున
నొప్పు కొండగుట్ట లాపత్తనపుఁ బూర్వదక్షిణ పశ్చిమ భాగ
ముల వెలయుచుండెను. ఇట్లు స్వాభావిక సృష్టి సౌభాగ్య రాసు
లయిన యాపర్వతములలో నొకచోట మిక్కిలి యెత్తయిన

ప్రదేశ మొకటుండెను. ఆప్రదేశము సకలవిధ లతాసంకులమై నానావిధ తరు సంతతులచే నొప్పారుచుC జూపఱికు నానంద దాయకముగానుండెను. అందొక విశాలమగు నుటజముకలదు. అందు మునులుందురు. అది ప్రకృతమ శ్రీధరుండను నొక యోగి సత్తమని యధికారమున నుండెను.

ఆయుటజమునకుC గొంతదూరమున, దాని యావరణ ముచ నే, చిన్న మండప మొకటుండెను. దానిపైC గృష్ణాజినము పఅఇచెయుండెను. అందు మన శ్రీధరుండు చేతనొక వీణను మెల్లగా పాడుచుండెను. అపుడపుడే తూర్పు తెల్లవారెను. ప్రపంచమెల్ల నిశ్చలమై మందసమీర సౌరభ సౌభాగ్య విభాసురముగాC దోచుచుండెను. నిర్భయముగా హారిణకిశోరము లతఁ ప్రక్కలC దృణాంకురములంC గొఱుకుచు బహువిధముల గతులిడఁ జొచ్చెను.

అతఁడు కనులు మూసికొని పాడుచుండెను. ఆగీత మమరలోక విలాసిసీ ప్రస్తుతి పాత్రము. మధురము, అన్యదుల్లభము. ఆగానసారస్య సౌభాగ్యము చవిగొన్న వారికిని, అప్పటి యా ప్రకృతి నిశ్చలభావమును నైర్మల్యమును గన్న వారికిని, ప్రపంచమెల్ల నతని యలోక సామాన్య, సుభగ, సంగీత సార స్యమును గ్రోలుచుC దన్మయావస్థం జెందెనని తోఁపకపోదు. కావి, యామ్యుదుమధురగానమతోఁ బోల్చి చూడఁగోరిహో లేశ తానకంటె నధికుండను విచారమునను చెప్పఁజాలముకాని,

' నిజముగా మే మదృష్టవతులముకాము '

' ఎందుచేత? మీకంటె నదృష్టవతులు లేరని చెప్ప
టయా ? '

' హిందూయువతు లదృష్టవతులు '

' నేనట్లు తలంపను. యవనసుందరులు స్వాభావికముగా
సౌందర్యమును బ్రేమింతురు. ప్రపంచమునంగల సర్వసౌభా
గ్యములకును, సర్వసుందరవస్తువులకును వారి సౌధములు నిలయ
ములు. అత్యంత మధురమైన గానమును నిత్యము నాకర్ణిం
తురు. దేహములను జక్కగా బూలచేతను లతలచేతను,
చిత్రచిత్రముగాc జిత్రింపcబడిన మొఖ్ మల్ గుడ్డలచేతను పట్టు
పావడలచేతను శోభస్కరముగా నలంకరించుకొందురు. వారి
కింకc దక్కువేమి ? '

' వారి సౌభాగ్యమంతవఱ కే '
జగన్మోహిని గ్రహించెను. ఊరకుండెను.

' మాకును, అదృష్టమునకును జాలదూరము. మేమిా
సౌధపంజరములందు బంధింపcబడిన విహంగములము. మా
కాలమును సౌందర్యమును యౌవనమును, భూలోకసృష్టి వినో
దములను మనోహరవస్తు ప్రపంచమును జూచుటలోడనే సరి
పోవును. హిందూసుందరీమణులు తమ మనోహరుల హృదయ
ములను హరింతురు. ఆభాగ్యము మాకులేదు. పరస్పరానురా
గము, ప్రేమ, యివి మే మనుభవింప నోcచుకొనలేదు. అది

ఇక సర్వవస్తు శోభితములగు నీసౌధపరంపరలతోడ నేమి ప్రయోజనము ?'

'అది, ఎందుచేత'

'పాదుషాలు బహుసుందరీప్రియులు'

ఇగన్మోహిని 'అది కష్టమే' అనెను.

నాకీలోకమునకు మనోరథములు సమానములు. వారికి నొరుల కష్టములయం దనుతాపము స్వాభావికముగా జనించుచుని. ఇతరులకష్టములను జూలకనగా వారు గ్రహింతురు. అప్పుడామె మొగ మనుతాపసూచకముగా నుండెను.

'సుందరీరత్నమా ! హిందూరాజులలో జాలమంది యేకపత్నీ వ్రతముకలవారంట'

'అవును. రాజపుత్రులలో, ఈ యాచారము విశేషించి కలదు.'

'అది చాలమంచిది'

'ఈ యాచారము మీలోను గలదనివింటిని'

'ఆc! కలదుకాని నవాబుల దర్బారులకది పనికిరాదు.' ఆమె కొంచెము సేపూరకుండెను.

'సుందరీరత్నమా ! స్వభావజన్యమగు చాపల్యమునకు లోచై యొకవిషయము నడుగ నుపక్రమించు చున్న దానను. స్నేహధర్మములో నీవు వేఱుగా భావింపవుగదా ?'

'అది యదుంగందగినదియు జెప్పందగినదియుంగూడ నైనపక్షమున నభ్యంతరమేమి? మాకది యవమాన ప్రదము కాదేని యడుగవచ్చును'

'అది మనోహరమైనది. శ్రవణానందకరమైనది. ప్రేమ యీశ్వరదత్తమైన శాశ్వతవస్తువు. అది యత్యంత మధురము. మానవులకెచట యిష్టమో యది యచట పుట్టుచుం డును. ఇష్టమే ప్రేమ. ప్రేమయే యిష్టము. అది యిచ్చిన వారికి బుచ్చుకొన్న వారికి హర్ష మునుజనింపంజేయును. ఎవరి యందుగాని తమప్రేమను లగ్నముచేయక మానవు లుండంజా లరు. అది వారిసహజగుణము. సకలజగన్మనోహరమైన యా సుందరీ రత్నముయొక్క ప్రేమ మెచట లగ్నమైనది?'

ఆమె మొగము మందమారుత కంపిత స్వర్ణకమలము నలెం జలించెను. అవసతమై యుండెను. ప్రేమతరంగిణి యామె మొగమునుండి ప్రవహించుచుండెను. మనోహరిణియగులజ్జ యందు స్నానముచేయుచుండెను. ఆసుందరీమణి మటి మాట లాడ లేకపోయెను.

'అనూనవిలాస శోభితమయిన నీమొగమే నీహృదయ మును జెప్పక చెప్పుచున్నది. హిందూసుందరులు తమ మనో హారుల నామములను జెప్పరని వింటిని. పోని మ్మదియొక్కడనేని స క్రమయినదా? లేదా?'

ఆ హేమసరోజము యథాపూర్వముగా నుండెను. అల్లి తన్నంతప్రీతిపూర్వకముగా నడిగిన యాయువన పట్ట

మహి... దాచిచెప్పుట కామె యిష్టపడలేదు. నవనీత కోమ
ల... ...మోహృదయము చలించుచుండెను. అది సరళ
మైనది. ఎక్రతగాని కపటముగాని యందు లేదు. ఆ స్వర
...చులముషండి యస్పష్టమై, మంజులమై, త్రిపావృతమై, అను
కా... ద్యోతకమై, శ్రవణామృతమై, సుఖకరమై, సుకుమారమై,
కుసుమసార సమాకర్షణ లోల మధుకరీ కలనిన్వనములను
హాసించుచున్న యొకమధురవాణి వెల్వడుచున్నది !

'అవును. అదిసక్తమైనది ' అనెను.

ఆ యవనసుందరి ముఖమునుండి మందహాసతరంగిణి
ప్రసహించుచుండెను. అది ప్రయత్నపూర్వకముగాదు. సహ
జము.

' అది యెవనియందు లగ్నమైనదో యతడు ధన్యుం
షు. ఆ యదృష్టవంతుం డెవరు ? '

ఆమె యుత్తరమును నిరీక్షింపలేదు. ఆమెకు ప్రాచ్య
సుందరీమణుల వర్తనము తెలియును. ముగ్ధాతరుకాల భావ
ములు ప్రౌఢములుకావు. కోమలములు. ఆపె ప్రత్యుత్తరము
చేయలేదు. అది నిరాకరణము కానేరదు.

'పోనిమ్ము. నారీరత్నమా ! ఒకసారి నీదృష్టి నిటుసారిం
చుము. ప్రకృతిసుకుమారములగు శంకకములతోడను అత్యు
త్తమ లక్షణశోభితమగు మోముదమ్మితోడను సకల జగ
న్మనోహారముగానున్న యామూర్తి యెవరిది ? '

అని యామెచేతికొక చిత్రపలకము నందించెను. అందొక దివ్యసుందర విగ్రహము చిత్రింపబడియుండెను. అది నిశ్చయముగా జిత్రప్రతిమయనుటకు వలనుగాకయుండెను. అందు జీవలక్షణములన్నియు వ్యక్తము లగుచుండెను. అది నిజముగా ప్రతిమకాదు.

ప్రాచీన హిందూనాగరకతను జాటుశాస్త్రములలో శిల్పకళాచాతుర్యమొకటి. అందీ చిత్రలేఖనము మిక్కిలి హృదయంగమైనది. ప్రకృతి సౌందర్యమును, మానవ విగ్రహములను, ఆయా భావములతోఁగూడ లేశమేనియుఁ దప్పకుండునట్లు సహజముగాఁ జిత్రింపఁగల సుప్రసిద్ధచిత్రకారులు నేఁటి నటికును గలరు. వారు హిందూదేశ ప్రాచీనవైభవమును, నాగరకతను, శాస్త్రసంపదను దమచిత్రముల మూలకముగాఁ గానముచేయుచుందురు.

ఆ చిత్రపలకమును జగన్మోహిని వీషించెను. ఆమెకుం దృష్టితిరలేదు. నీలోత్పల దళముల నధఃకరించుచున్న యాపె కనుల నీరు గ్రమ్మెను. అది యప్రయత్నసిద్ధము, సహజము. ఆమె దానినాపుటకుఁ బ్రయత్నించెను. కాని సాధ్యమాయెనా? ముత్యములవలె నాబాష్పబిందువు లాసుందరి తోడలపైఁ బడుచుండెను. అది యా యవనసుందరి కనిపెట్టెను. ఆపె ఫక్కున నవ్వెను.

తరుణుల కది స్వాభావికము. భార్యా భర్తలకు నేకత్ర సమావేశముచేసి పరిహాసించుట సుందరీమణులకు సంతోష మూగాఁజంతుచు. అందీ యవనసుందరి హృదయము నిష్క పట్లమైనది.

'అక్కా! ప్రత్యుత్తరమీయవేమి?'

'ప్రత్యుత్తర మేమున్నది? మీరెఱుంగరా?'

ఆ చిత్రపటమెవరిది? అది నీకిదివఆ కే గోచరించియుం పఱు. అదిస్వభావము. అంతమాత్రము స్మరింపనివాని కేదియు స్మరింపదు. ఆ చిత్రఫలకముంవంకఁ దిన్నగాఁజూడుము. అందు విజయసింహవాని లోకోత్తర మూర్తికలదు.

'నీ హృదయమును హరించినసుందరుఁ డీతఁడేనా?' ఆమె చిఱునగవుచే సంగీకారభావమును సూచించెను. మఱి యుక్కొ నెఱు.

'కాని అక్కా! ఈకోరిక యీ జన్మమున లభించు నదికాదు. అంతభాగ్యము నావంటి దురదృష్టురాలికి గల్గదు.'

'ఎందుచేత? ఇది పరస్పరానురాగముకాదా? అతఁడు కూడ నిన్ను ప్రేమింపలేదా? చూడుము! ఈసమానరూపవయో విలాసములే మిమ్మిరువురను దంపతులనుగాఁ జేయఁదలంచి దేవుఁడు సృష్టించెనని చెప్పక చెప్పుచున్నవి. అది తప్పైనేని యాస్మష్ట రుచించునా?—అతఁడు కూడ నిన్నఁ ప్రేమించె నని వింటినే?'

'నాకీ కారాగారబంధ విమోచన మీజన్మమధ్యమున నుండఁగలదా?'

యవనసుందరి యాపెను హృదయపూర్వకముగాఁ బ్రేమించెను. అందు కామె సౌందర్యమును సుగుణగణములును వారుపడుచున్న కష్టములును గారణములుకావచ్చును. అది యునుగాక యామెస్వభావము కరుణారసపూరితము. ఆమె యిదివఱకే యామెకష్టములను దప్పింపవలెనని సంకల్పించి యుండెను.

' సోదరీ! అవును. పాపము మావలన నీకుంగష్టములు చాల.సంప్రాప్తించినవి. అయినను సోదరీతిలకమా! నీకష్టము లం దొలగించుట నాచే నైనంతవఱకుఁ బ్రయత్నించి చూచె దను '

'సాహెబా! వందనములు. నాయందిట్టి కరుణనువహిం చుట నాయదృష్టము. నాపుణ్యము పరిపక్వమైనది. మఱచి పోవలదు సుమీ!'

' అక్కా! ప్రొద్దుపోయినది. ఇక నిటనుండుట యు క్తముకాదు. పోదము. కాని చింతమాత్రము మనస్సునం దుంచుకొనకుము. నీకుం ద్వరలోనే విముక్తి యగును లే'

' అక్కా! పరిపూర్ణ కృపనుంచుము. మీమాటలచే నాకు స్వస్థత కల్గుచున్నది. ఇక సెలవు తీసికొనెదను '

' మంచిది. మీ యిరువురుదంపతులను మఱియొకసారి చూచుభాగ్యము నాకుంగల్గుంగాక !'

———

పండ్రొమ్మిదవ ప్రకరణము

రాధాకుమారుడు

క॥ స్వాతంత్ర్యమె నిజమోక్షము
స్వాతంత్ర్యమె సర్వసౌఖ్య సారము జగతి
స్వాతంత్ర్య మభిలషించెడు
నాతడు దేవేంద్రపదవి నైనన్ ద్యజించు.

సృష్టిలోని జంతువులకెల్ల స్వాతంత్ర్యేచ్ఛ స్వభావికము. పరాధీనజీవితము సర్వభోగవంతమయ్యు సౌఖ్యకరము కాజాలదు. మానవులకు స్వాతంత్ర్యేచ్ఛ తదితరజంతువుల కంటె హెచ్చు. సకల సుఖాస్పదములయిన చంద్రశాలలలో హంసతూలికాతల్పములందు గోరినవస్తు ప్రపంచమునెల్ల ననుభవించుచు భూలోకమందు స్వర్గసౌఖ్యముల నందుటకంటె గొల్లవంతవఱకు దిని త్రావి స్వేచ్ఛాపరతంత్రుఁడై మెలగు చుండుట యనేకరెట్లుత్తమము. పరాధీనజీవితమునే యెల్లపుడు గోరుచుండు వారుత్తములుకారు. ఉత్తములెల్లపుడు స్వతం త్రత నభిలషింతురు. దానికొఱకే రాష్ట్రములు పోరాడు చున్నవి. రాజ్యములు నశించుచున్నవి. కోట్లకొలందిగా జనులు నశించు చున్నారు. కాని యుత్తములు తదభిలాషను విడువరు.

విడువనే విడువరు. ఎన్ని కష్టములు జనించినను విడువరు! పరాధీనవృత్తి భానిసవృత్తి. తన వ్యవహారములు చూచుకొను టకు దన కధికారములేదు. ఒకరిక్రింద తాను బానిసగా నుండవలయును! తానెందునకు బనికిరాడు! అతనికి గౌరవము లేదు! ఎందుకా బ్రదుకు?

పాపము! చెఱసాలలోబడిన జగన్మోహిని స్వర్ణకుమా రుల తరువాతివృత్తాంత మేమయినదో కనుంగొనవలయును.

జగన్మోహినియొక్క ప్రీతి నెవిధమునననయిన సంపాదింప వలయునని నవాబు దినదినము మధురములయిన కదలీఫలము లను దాడిమఫలములను మఱియు నానావిధఫలములను బంపు చుండెను. బంగారుజరీతో బనిచేసిసపట్టుపుట్టము లాపెకుంగో దువలేదు. సేవకులు కొల్లలు. సువర్ణమయరత్నఖచిత మనో హారాన్పై భూషణములతో నాసౌధము నింపంబడుచుండెను. చంద్రహారములు సూర్యహారములు మొదలగునవి వలయు నన్ని! కాని యవియన్నియు నెవరికి వలయును? ఆపె వాని వంకం గన్నెత్తియయినం జూడలేదు.

మొదట నామెను విచారించుటకును, లమెకు సేవ చేయుటకును ఁఛురకలము నియోగించెను. కాని యది యూపెకిష్ట ముగానుండ భనుకో నెనుగాబోలు నవా బోక హిందువు సధికా ఃగా నియోగించి హిందూసేవకుల నేర్పఁటచెను. కాము గులకుం దమ గోరిస సుందరీమణుల నెల్లని మెప్పించవలయు

నముటకంటె మటియేప్రపంచముఁ దెలియదు. అట్టివారు నిశ్చయ
ముగాఁ దారుకోరిన మత్తకాశినులయొద్ద బిచ్చివారివలె కాదు
భానిసీలవలె జరింతురు.

కాని యా యిరువురు సుందరీమణులును, గృష్ణపక్ష
చంద్రికవలె గృశించుచుండిరి. వారిముఖములకాంతి తగ్గుచుం
డెను. సంప్రఙ్క్షవికసిత హేమకమలములవలె నున్న మొగము
లిప్పుడు వాడిపోయినవి. నిశ్చయముగా వారు ప్రాణధారణ
కొఱకు మాత్ర మప్పుడప్పుడు డేదో కొంచెము భక్షించుచుండిరి.
సురుచిర పదార్థములు వారికి రుచించుటలేదు. విచారదేవత
వారికెల్లప్పుడు ప్రత్యక్ష మగుచుండెను. తల్లిదండ్రుల కష్టస్థితు
లను దలపోసి తనవలన నట్టికష్టములు వారికింగల్గెంగదా యని
జగన్మోహిని శోకించుచుండెను. తనవలసఁ దసన్నెట్నొవాసినికం
హృతఁగట్టములొద వెనని యాపై మఱింత పొగలెఁ,ముఁడెను.

స్వర్ణకుమారికిఁ దల్లిదండ్రులులేరు. చిసఱయ్యఁడే గతిం
చిరి. అప్పటి నుండియు దయార్ద్రభావముతో జగన్మోహినితఱ్ఱి
యామెను జేరదీసి కన్నకమార్తైనుగా భావించి యేలోటు
పాటును లేకుండఁ బెంచుచుండెను. ఆమె సద్గుణవతి, సౌందర్య
వతి, పరోపకారశీల. తనస్థితిగతులను జక్కఁగా భావిసిదిఱాసెను.
కర్తవ్యతెఱుఁగును. తన్నుంబెంచిన జగన్మోహిస తలిదండ్రులనే
తన తలిదండ్రులనుగా భావించి పూజించుచుండెను. జగన్మో
హినికిని స్వర్ణకుమారికిని గలప్రేమ, స్నేహము నిరుపసమానము.

జగన్మోహినితోఁగూడ స్వర్ణకుమారికిని బెండ్లిచేయవలయునని సోమశేఖరమూర్ది తలంచెను. కాని యాపె యిష్టపడినదికాదు.

ఒకనాటిసాయంకాలమున నొకయావనుఁడు జగన్మోహిని స్వర్ణకుమారులున్న పౌధముఁవంక జూచుచు, ఆ వయిపునకే నడచుచుండెను. అతనియాకృతి మనోహరమై చూపర కెంత చూచినను,ఇంకనుజూడవలయునన్న కోర్కి గల్గించుచుండెను. అతఁడంగ సౌష్టవముకలవాఁడు. వయసు రమారమి యిరువది మాఁడేండ్లుండును. అతఁడే స్వర్ణకుమారీ జగన్మోహినుల స్థితి గతులను గన్నఁటకును రఛణచేయుటకును నవాబుచే నియోగింపఁబడిన హిందూయావనుఁడు. అతనియందు నవాబునకు మిక్కిలి సమ్మతమును, ప్రేమయుఁ గలవు.

అప్పుడాభవనమున నెవరును లేరు. సేవకురాండ్రు తమతమ పనులు మాచుకొనుచుండిరి. కొందఱు వంటంజేయుచుండిరి. తదితరులు తదితరవ్యాపారములను జేయుచుండిరి. సాయం సమయమగుచుండెను. జగన్మోహినీ స్వర్ణకుమారు లిరువురును దమ దుఃఖ్లతిఁకి శాంతిలుచు గూర్చుండియుండిరి. వారి కితనిరాక తెలిసియుండవచ్చును. అతఁడు వారి సమీపమునకేఁగెను.

అతనింజూడఁగనే జగన్మోహినిక సోదర ప్రేమ జనించెను. ఆపెకు పరపురుషుని జూచినపుడు కల్లు స్వాభావికమయిన లజ్జ కలుగలేదు. కాని తలవంచుకొనిమెల్లఁగా 'సోదరా! కూర్చుండుఁడు' అనెను.

'సోదరీ! అక్కడ లేదు. మీ మర్యాదమాత్రమే చాలును' అని ప్రత్యుత్తర మిచ్చెను.

'కారణ మేమో నాకు దెలియదు కాని యితనియందు నాకు సోదరప్రేమ గల్గుచున్నది. దైవము నాకిట్టిసోదరు నిచ్చి యుండకపోవుటచే గాబోలు' అని మోహిని తలంచెను.

కాని స్వర్ణకుమారి యాసుందరమూర్తిం గాంచినది మొదలొక నూత్న వికారమునకు లోనయ్యెను. ఆమె దృష్టి యెంత వారించినను వారక, ఆయౌవనునిముఖారవింద సౌందర్య మును గ్రోలుచుండెను. ఎంతయత్నించినను ఆపెహృదయ మా నూత్న వికారమునుండి మరలలేదు. ఆసుందరీ రత్నముయొక్క వాల్చూపు లప్పడప్పడు సప్రయత్నముగా బోయి యాయౌవ నుని స్ఫురద్రూపము నాలోకించుచునే యుండెను.

'ఛీ! చపలహృదయమా! ఎన్నడు నెఱుంగని యిట్టి నూతన వికారమునకు లోనగుదువేల?' అనుకొనెను. కాని యది యంతటితో మారునా?

ఆ యౌవనుని యవస్థయు నక్లేయుండెను. హృదయ మతని వశముకాకుండెను. ఆ సుందరియొక్క తరళనయనముల సౌభాగ్యమును, గాంచెమువాడినను సంపూర్ణశరత్సుధాకరుని సంపూర్ణముగా బరాభవముచేయ జాలిన యాపెముఖమును దక్క మతియొక్క టతనికి గోచరించుటలేదు.

ఇట్లా యిరువురు పరస్పరానురాగపాశములచే బంధింపఁ బడిరి. అందుకుఁగారణమేమైయుండును? అది సృష్టివిచిత్రమా? జగన్మోహిని తనలో నిట్లు తలంచెను.

'ఈతనిం జూచినప్పటినుండియు నితఁడు స్వర్ణకుమా రికి భర్తయైన భాగుండుననితోఁచుచున్నది. వీరిరువురివంకఁ జూచినచో వీరికీ బరస్పర(పేమ జనించిన ట్లగపడుచున్నది. ఎవరిపేరు చెప్పినను వినని స్వర్ణకుమారి యితని నిట్లేల (పేమిం చునో ?'

జగన్మో :–మిమ్ములను నే నెఱుంగకున్నను 'సోదరా' అని పిలు చుటకు సాహసించితిని. ఇందుకు మీరు క్షమింపవలెను.

రాధా :–నేను సోదరుఁడను. నీవు సోదరివి. ఎన్నటికిని, ఈ భావమునే నాయందుంపఁ (బార్థించుచుంటిని.

జగన్మో :–మీ నామాక్షరముల నెఱింగించి మా(శవణ పుట ములను బవిత్రముచేయుదురుగాత.

ఈ మాటలు విన్నతోడనే స్వర్ణకుమారి హృదయము చల్లఁబడెను. చల్ల నితోల్కరివానచే శుష్కించిన తృణములు పోలె నామె వికసించెను. చి త్తవి(శాంతి గల్గెను. అతఁడు మెల్ల గా 'రాధాకుమారుఁడు' అనిచెప్పెను.

జగన్మో :–రాధాకుమారులు మీరేనా ? మీ రేదేశమో వెళ్ళి నారని చెప్పుకొన్నారు.

రాధా:-అవును. నేనే. ఇచటికే వచ్చితిని.

జగన్మో:-తురుష్కులకు బానిసలై యుండుట కేనాసుప్రసిద్ధాంధ్ర సామ్రాజ్యమగు విజయనగర సామ్రాజ్యమును విడిచి గోల్కొండకు వచ్చినది?

అతఁడు నిలువున నీరై పోయెను.

రాధా:-చిన్నతనమునంజేసి తప్పొప్పులు తెలియక యుద్ధాభిలాషచే నిట్లు ప్రవేశించితిని. కాని తరువాతఁ బశ్చాత్తాప పడుచునే యుంటిని. ఇంటి గుట్టు లంకకుఁజేటన్నట్లు మన వారు తురుష్కులపక్షమునఁ జేరి యిట్లు కుట్రలు పన్ను చుంటచేతనే మన హిందూసామ్రాజ్యము లన్నియు నశించు చున్నవి. కాని సోదరీ! ఇందు నేనొక విశేషమును జెప్ప సాహసించుచున్నాను. మన్నింపుము. నా యీ తురుష్క సేవ యొకవిధముగా మంచిగనే పరిణమించినది. నేనిచట లేకున్న మీ యీ దుఃఖకాలమున నేను మీతోఁగూడ సమముగా దుఃఖమును బంచుకొని యనుభవించుభాగ్యము నాకుఁగల్లునా? మీదుఃఖమును నాదుఃఖముగాఁ దలంచి దానిని దప్పించుటకు దగినశక్తిని నా కొసంగుటకు దైవ మును ప్రార్థింతును.

జగన్మో:-సోదరా! మీపశ్చాత్తాపముతోఁడి హృదయము నే నెఱుంగనిది కాదు. అయినను జూడవలయునని యిట్లంటిని. క్షమింపుడు. మాకష్టములకోఁఅకు మీరుకూడఁ గష్టములం

బదుట యు_క్తముకాదు. మీ రన్యతంత్రులు. మమ్మెట్లు
రక్షింపగలరు ?

రాధా:- భారతీయార్యర_క్షమే నాయందుః ప్రవహించుచునేని నే
నాంధ్రకులయు_త్తమ సుగుణములు కలవాడనేని నా ప్రాణ
ములు పోయినను మీ ప్రాణములను గాపాడ వెనుకదీయ
కుందును గాక !

స్వర్ణకుమారి హృదయము నా వీరాలాపములు కరం
చెను. ఆమె వీరవనిత.

జగన్మో:- మా యందు మీకంత యనుగ్రహముందుట మా
యదృష్టముకాక మతేమి ?

రాధా:- సోదరీ ! ప్రొద్దుపోవుచున్నది. సెలవు తీసికొనెదను.

జగన్మో:- మంచిది. నన్నును స్వర్ణకుమారిని మాత్రము మఱువ
కుందురుగాక! సెలవు.

రాధా:- స్వర్ణకుమారీ ! పోయివచ్చెదను.

ఆమె హృదయ మాతుత్సుక్యమండిత మాయెను. నోట
మాటరాలేదు. మెల్లగా ' చిత్తము ' అనెను. ఆ సుందరీసుంద
రులు పరస్పరావలోకనము గావించిరి. వా రెడబాసినను వారి
హృదయములు బంధింపఁబడి నట్లి యుండెను. అతఁడు వెళ్ళ
లేక వెళ్ళెను.

———

ఇరువదియవ ప్రకరణము

నిరాశ

జగన్మోహిని స్వర్ణకుమారులు గోల్కొండకువచ్చి రమా రమి మాసము కావచ్చెను. వారిస్థితి యంతకంతకు దుఃఖకర ముగానుండెను. వారి కేవిధమునను దప్పించుకొను నుపాయము తోఁపలేదు. మనసులకు విశ్రాంతిలేదు. దయామయురాలైన గోల్కొండనవాబు పట్టమహిషియు, స్వర్ణకుమారీ మనోహ రుండైన రాధాకుమారుఁడును బెక్కువిధముల గార్యసాధనము చేయఁ దలపోసిరిగాని యొక్కటియు వారికే బాగుగానుండ లేదు. రేపటితో నవాబిచ్చినగడువునెలయు నగును. అతఁడు దుష్టుఁడు. తల్లిదండ్రుల కేమేని హానికల్గించి తీరును.

ఇంకను జాముప్రొద్దుపోలేదు. ప్రపంచమెల్ల గారు చీకట్లు వ్యాపించియుండెను. కొందఱింకను స్నానములుచేయు చుండిరి. కొందఱు పదప్రక్షాళనముం గావించుకొని భోజనము లకు గూర్చుండిరి. మఱి కొందఱు భోజనముచేసి హాయిగాఁ జల్ల గాలిలోఁ దిరుగుచుండిరి.

అట్టియెడఁ గోల్కొండనగరమున నొక గొప్పసంక్షోభము కలిగెను. ‘ఆత్మహత్య! ఆత్మహత్య’ యని బజారులలోఁ జెప్ప

కొనుచుండిరి. కొందఱు యౌవనులు 'చూతము రండు' అని తోడివయసుకాండ్రను జెల్కికాండ్రను బిలిచికొని పరువు లిడుచుండిరి. 'అహా! నవాబు మిక్కిలి పాపాత్ముడు. అతని వలననే యింతకల్గెను' అని కొందఱు దూషించుచుండిరి. కొందఱు గృహిణులు 'పాపము! తల్లిదండ్రుల కడుపుల్లో జిచ్చు వెట్టి పోయినది. నేను జూడలేదుగాని అంతసుందరిమతీ లేదట! ఎవరి కర్మ నెవరు తప్పింపఁగలరు?' అని విచారించుచుండిరి. ఏమూలజూచినను సంక్షోభమే. ఎచటజూచినను గల్లంతే. ఎచ్చటజూచిసను, ఆసందడే. కొందఱు తలపోయువారు. కొం దఱుచింతించువారు. కొందఱుదూషించువారు. కొందఱు పాప సనువారు. పట్టణము మూలమూలలను 'ఆత్మహత్య-ఆత్మ హత్య' అనువార్త వ్యాపించెను.

గోల్కొండకును గొలఁదిదూరమున నొక గొప్ప చెరువు కలదు. అది పర్వతమునకును గుట్టలకును మధ్యగానుండెను. రాజభటులెల్లరు నావయిపునకుంబోవుచుండిరి. గొప్పగొప్ప యుద్యోగస్థులు, న్యాయమూర్త్తులు, పాలకులు గుఱ్ఱములసధి ష్టించి యా వయిపునకుఁబోవుచుండిరి.

ఆ చెరువుగట్టున జనసమూహము మూఁగెను. అది చుట్టు వయిపులకును వ్యాపించెను. అటునుండి యిటు, ఇటునుండి యటు, కదలుచుండెను. అది ప్రవహించుచున్న జనసముద్రము వలెనుండెను. రాజాజ్ఞపై వందలు వేలు పదివేలు కాగడాలు

వచ్చి యచట యంధకారమును విచ్చిన్నముచేయుచుండెను. ఆ చెఱువు మిక్కిలి విస్తీర్ణమైనది.

అచ్చటఁజేరిన యామొకల మనములెల్ల నాతురపడుచుండెను. కాని బ్రదికికాని చచ్చికాని నీటిలో నెవ్వరును కాన రాలేదు. కొందఱు తెప్పలుకట్టి యాచెఱువు మధ్యకుఁ బోవుచుండిరి. వేఱొకఁకొందఱు ప్రక్కఁప్రక్కల లోఁదట్టునఁ జూచుచుండిరి. జాడయేమియుఁ గన్పడలేదు.

కొందఱు రాజానుగ్రహఁపేతులు 'మేము చూచితిమి. ఆ వయిపుగా వచ్చె' ననుచుండిరి. మఱికొంద 'టీ వయిపుగా' ననుచుండిరి. ఇంకఁగొందఱు మఱియొక వయిపును జూపుచుండిరి. ఆ యా స్థలములకెల్ల భటులాత్రముతోఁ బరువిడుచుండిరి. కొందఱు ఱాలుగట్టుకొని పడియుందురని భావించి దోనెలనెక్కి లోపల వాసములతోఁగెలఁకుచుండిరి. ఏపని వచ్చిను దమపనిగనే భావించు నిష్కపటులగు పిల్లలు వారి వెంటఁ బరువిడుచుండిరి.

ఆ చెఱువున నొకఁప్రక్కఁ నవాబుత్త మాళ్వమొకఁ డెక్కి యత్యంత విచారసూచకమగు మొగముతోఁ నాతుర తతోఁ జూచుచు నెవరేమిచెప్పుదురో యని వేదనపడుచుండెను.

ఒకఁడు వచ్చి 'అయ్యా! నేఁజూచితిని. ఇరువురు సుంద రీమణు లీవయిపుగా వచ్చిరి' అనెను.

నవాబు, ఆతురతతో 'నిజముగాఁ జూచితివా?' అనెను.

'అయ్యా! చూచితిని'

'ఏ వయిపుగావచ్చినారు?'

'ఈ ప్రక్క బజారునుండి వచ్చినారు.'

'ఎందఱు?'

'ఇరువురు.'

'హిందువుల వలె నున్నారా? మహమ్మదీయులవలె నున్నారా?'

'మహమ్మదీయ స్త్రీలవలెనే యున్నారు. ఆపాదమస్త కము నఱ్ఱములు కలవు. వారి కండె లున్నట్లన్నవి. అవి మెఱిఁగుచు నుండెను.'

'వా రేవయిపునుండి వచ్చుచున్నారో కనిపెట్టిచూచి తివా?'

'ఆఁ! చూచితిని. వారంతఃపురము వైపుల నుండియే వచ్చినారు.'

'ఏల చూచెదను? చాలమంది ట్లో చెప్పుచున్నారు. వారు నిశ్చయముగాఁ దిమ్మెవఱేని పట్టకొందురని మహమ్మదీయుల ం గసల వేషములంధరించి వచ్చినారు. అనేకమంది వారిని, ఆ వేషములతో నుండఁగా జూచిరి. వారింకను బడలేదేమో యీ పాంతములను వెదకుఁడు. ఆ చెరువు ప్రక్కలఁజూడుఁడు. గల్ల

పై జూడుఁడు. చెఱువులో 'జూడుడు' అనుచు నవాబు ఆ యా ప్రక్కలకు భటులను బంపుచుండెను.

క్రమ క్రమముగా నతనిమనసునకు బిచ్చియెక్కుడగు చుండెను. ప్రాణములతో నాసుందరింబట్టి తెచ్చినవారి కొక్క లక్షరూప్యముల నొసంగెదననెను. కొందఱాశపడి దొడ్లు, దోవలు, పుట్టలు, గుట్టలు, గట్టులు శ్రమపడి వెదకుచుండిరి. రెండు యామములు గడచెను. మూఁడు గడచెను. ప్రపంచ స్మృతి యతనికిలేదు. ఆమె ప్రాణములతో దొరకునను ఆశ యతనికిం బోయెను. ఇఁక నచటనుండి కార్యములేదని 'హా! జగన్మోహిసీ! హా! జగన్మోహిసీ! ప్రపంచమెల్ల నంధకారము చేసి పోయితివా?' అనుచు స్వభవనము వయిపునకుఁ బోవు చుండెను.

ఇరువదియొకటవ ప్రకరణము

వెన్నెల

ప్రపంచము మిక్కిలి చిత్రమైనది. అన్ని యాత్రలను సులభముగాc జేయవచ్చును. కాని యాప్రపంచయాత్రమాత్ర మత్యంతకష్టమైనది. దానికి సమయస్ఫూర్తి, శక్తిచాతుర్యము, యుక్తిమొదలగు సద్గుణములుండి యుండవలెను.

మనుజులగుణములు, స్వభావములు, నడతలు రీతులు పెక్కువిధములు. కొందఱు చమత్కార ప్రియులు. మతికొందఱు సమర్థులు. కొందఱు సమయోక్తులు చమత్కారముగా నాడుదురు. మతికొందఱు తెల్ల మొగాలు. అతిభయంకరమైదు స్థిరమైన కష్టసముద్రమును బుద్ధినెొకనెక్కి చమత్కారము గాcదప్పించు కొనుటకు కొందఱు మిక్కిలిచతురులు. కొందఱు లేనికష్టములను, బాధలను, దెచ్చి నెత్తిసైc బెట్టికొని వానిని దప్పించుకొను మార్గమునుగాంచలేక యామరణము వెతలం జెందుచుందురు. కొందఱబుద్ధి చతుస్సాగర పరివృతమైన సకల భూతల పరిపాలసమును నహించి, తద్రాజ్యాంగ చక్రమును, ఎత్తులకు మాcతెత్తులొడ్డుచు నిరాఘాటముగాc ద్రిప్పనేర్చును. మతికొందఱు స్వవ్యవహారములనే చేసికొనcజాలరు. అట్ల

వారెట్టి కష్టమునందప్పించుకొననఁజాలరు. కాని సఁప్తసముద్రము లను దెప్పలేకుండ నీదఁ గలవారుకూడ గలరు.

అట్లు గొల్కొండ పట్టణస్థులెల్లరును జఁన్మోహిని స్వర్ణకుమారులకొఱకు వెదకుచుండిరి. ప్రభువులు, సేవకులు, పిల్లలు, తల్లులు, తండ్రులు, ఎల్లరును, ఆ ప్రసంగమునే చెప్పి కొనుచు నుండిరి. కాని యది యింకను బట్టణమునకు గొంత దూరముగానున్న కారాగారములకు వ్యాపింపలేదు.

ఆ కారాగారములలో నొక ప్రత్యేక భవనమున నిరు వురు దంపతులుండిరి. వారితర నేరస్థులవలెఁగాక గౌరవ ముతోఁ జూడఁబడుచుండిరి. వారిని గావలికాయుటకఁ బ్రత్యేకముగా నొక తురుష్కున్నతోఁ ద్యోగియుఁ గొంత మంది.భటులును నియమింపఁబడిరి. వారెల్లరును జాగ్రత్తతో గావలి కాయుచుండిరి. రమారమి జాముప్రొద్దుపోయెను.

అప్పుడా భవనము వైపున నొక యౌవన విగ్రహము నచ్చుచుండెను. అతని కాయము బలిష్ఠమైనది. అతఁడత్యంత ధైర్యశౌర్య నిలయుఁడును, పౌరుషవంతుఁడును, అయి యుండు నట్లు తోఁచుచుండెను. అతఁడొక గుఱ్ఱమునెక్కెను. అతని వెంట మఱియిద్దఱాంధ్ర సేవకులుండిరి. వారిరువురు చేతి యొక గుఱ్ఱమును దోలుకొనివచ్చుచుండిరి. అతఁడు తిన్నగా నా యిరువురు సేవకులతోను, గుఱ్ఱములతోను, ఆ దంపతు లున్న భవనపు బ్రాఁకార ద్వారముకడకుఁబోయి అందుఁ జొచ్చుచుండెను.

ద్వారపాలకులు వారి నడ్డగించి ‘ ఎవరు ? మీారులోనికిc బోcగూడదు. తిరిగిపొండు ’ అని గద్దించిరి.

‘ నేను బోయెదను. ఎవరడ్డము వత్తురు ? ’

‘ మీాకుc బోవ నధికారములేదు ’

‘ మాకుc గలదు ’

‘ అట్టి దే దేని యున్నంజూపుcడు ’

అతcడ్రోక ముద్రిక దీసి చూపించెను. ఆ ద్వారపాల కుల గుండియ లవిసెను. వా రతనిముందు సాష్టాంగముగాcబడి ‘ అయ్యా! మాతప్పను మన్నించుcడు. మేము మిమ్మొఱుంగక యపరాధమ్ముం జేసితిమి ’ అని వేడుకొనిరి.

‘ క్షమించితిమి. లెండు ’

‘ అయ్యా! బదికితిమి. ’

అది నవాబు ముద్రిక. అది రాజులకును, గొప్ప ప్రభు వులకును, నవాబు బంధువులకునుగూడ దుర్లభము. అతని కట్టి ముద్రిక చిక్కcటంజేసి, అతcడెవరో యని భయపడిరి.

అతcడా ప్రాకారముదాటి లోనికింబోయెను. ఆ ప్రాకా రము లోపలనే వారింగనిపెట్టి యుందుట కేర్పడిన గొప్పయధి కారి యుండెను. అతcడు తిన్నగా, ఆ యధికారియున్న భవ నము ప్రక్కకుcబోయి యొక సేవకుని లోనికంపెను. అతc డితని రాక నెఱింగించెను.

11

ఆ యధికారి బయటికెదురుగా వచ్చెను. అతడియశ్వా ధిష్ఠితుండగు పురుషునిజూడగనే, ఇతడొక యున్నత వంశీ కుడైయుందుననని తలచెను.

'అయ్యా! ఏలవచ్చితిరి?'

'చిత్తము. జగన్మోహిని తల్లిదండ్రులను దీసికొనిపోవు టకు'

'మాకింక నవాబుగారి యనుజ్ఞ కాలేదు'

'ఇదిగో! చూడుడు'

అని యామ్ముదికనే చూపించెను. అతడు విశ్వసించెను. ఆలస్యముచేసిన నేమియగునోయని భయంపడెను. నిరంకుశ ప్రభువుల హృదయములను జక్కగా నతడెఱుంగును.

'అయ్యా! వచ్చుచున్నాను' అని యింటిలోనికిం బోయి యొక టో పీనిదగిలించుకొని సేవకునొకనింబిల్చి 'తాళ పుంజెవులను దీసికొనిరా?' అని చెప్పెను. తోడనే సేవకుడు వానినిగొని పరువెత్తుకొని వచ్చెను. ఆ యధికారి యూయశ్వా ధిష్ఠితునిబక్క నడచుచుండెను. అతని ప్రక్క గుజ్జములు నడచుచుండెను. తాళపుం జెవులందీసికొసి వచ్చిన సేవకుడు వారింగలిసికొనెను. వారందఱు నాభవనములయొద్ద కేగిరి.

ఆ యధికారి 'తాళముతీయరా' అనెను. తీసెను. లో నంబ్రవేశించిరి. అందు సోమశేఖర మూర్తియు భార్యయు నుండిరి.

' అయ్యా! మిమ్ములను విడుదలచేయుచున్నాను' అని యాయధికారి యనెను.

' కృతజ్ఞులము' అని యిరువురు ననిరి.

' త్వరగాఁబోవలయును. గుట్టములపై నధిష్ఠింపుఁడు' అని యాఁతఁడనెను.

ఆ యిరువురును ద్వరితముగా గుట్టములనెక్కిరి. మెల్లగా స్వారిచేయుచుండిరి. కొంతవఱకు నాయధికారి వెంబడించెను.

'అయ్యా! సెలవు. మమ్ములను మఱువకుఁడు'

'మమ్ముంగూడ మఱువకుఁడు'

'ఇఁక దిగునదెదను'

'ఈఁ! మంచిది. పోవుచున్నాము.'

ఆ యధికారి కొంచెము సేపునిల్చుండి "రాజులు చపల చిత్తులు. వారిపని 'లేఖిక లేచినదే ప్రయాణ' మన్నట్లుండును. ఎప్పుడేదితోఁచిన సప్పుడదిజరిగి తీరవలయును." అనుకొనుచు దనభవనమునకులు బోయెను.

నాఁసయువ్వఱును సేవకులుఁ వెంబడింపగా గొంతవఱకు దిన్నగాఁబోయి యచ్చటినుండి మఱియొక దారికిం దిరిగిరి. అది పట్టణముయొక్కతుద. ఆప్రదేశమున విస్తారము గొప్పభవం తులు లేవు. చిన్నగుడిసెలు మాత్రముకలవు. క్రమక్రమముగ వారు స్వైస్వప్ర దేశమునఁజేరిరి. అది భయంకరముగా నుండెను. సోమ శేఖరమూఢ్ఘి యిల్లునెను.

' గమ్యస్థాన మింకెంతదూరమున్నది ?'

' ఒక మయిలుకంటె నెక్కుడుదూరముండదు '

అని వారిగుఱ్ఱములవడి యెక్కుడుచేసిరి. అవి వాయు వేగమునం బఱువిడుచుండెను.

వా ఱట్లుపోయి యొకభీకరారణ్యముననున్న యొక రహస్య ప్రదేశమునం జేరిరి.

అచ్చటఁ గొన్ని గుఱ్ఱములును, గొందఱు సేవకులు, భటులు, మఱికొందఱు స్త్రీలు నుండిరి. అం దిరువురు సుందరీ మణులు, నీ చీఁకటిలో మనము వారి దుస్తులంబట్టి, జగన్మోహినీ స్వర్ణకుమారు లనుకొనవచ్చును.

అచ్చటనున్న భటులు మహారాష్ట్రులు. వారు మిక్కిలి దేశాభి మానముగలవారు. వారే యా రహస్య స్థలమునకు గుఱ్ఱములను మన ప్రయాణికులకు నందఱకును దెచ్చినవారు. ఆ ప్రదేశముననున్న వారికెల్లరకు నానావిధములగు నాయుధ ములు గలవు. మన యాశ్వికు లచ్చటికేఁగిన వెంటనే వారం దఱు నొక్కపరి సంతోషతరంగములలో ముని్గిరి.

బేగము సాహెబు 'అమ్మా! ఇఁక ద్వరపడుందు. లేని యెడల గష్టములు సంప్రాప్తించును' అనియెను.

'అమ్మా! మీదయను మేమెప్పుడును మఱువఁజాలము. వందనములు. సెలవు దయచేయుఁడు' అని వారెల్లరు నేక గ్రీవ ము గాననిరి.

ఆ బేగము గుట్టముల సదిష్టించిన యా సుందరమూ
ర్తుల దగ్గఱకువచ్చి గుట్టములను సమీపింపఁజేసి వా రిరువురను
గ్రాగిలించుకొని చెఱీయొక ముద్దిడెను. వా రుల్లాస సముద్రము
లను మునిగిరి. 'మీకు శుభమగుంగాక' అనెను.

'అక్కా! సెలవు దయచేయింపుఁడు' అనిరి.

'మంచిది' అనెను.

క్రమక్రమముగా నొకరితరువాత నొకరందఱు నాబే
గము నెడఁగృతజ్ఞతను దెలియఁజేసిరి. పరస్పరప్రేమానుబంధ
మును వీడలేక వీడిరి. త్రెంపలేక త్రెంపిరి. అంధకార బంధు
రమై ఘోరమృగసమూహసంచార భయంకరమై నానావిధ
మృగ ఘోరనిస్వనమై విపులమై, దీర్ఘమై, జనసూన్యమై, పిశాచ
భూత ప్రేత, రాక్షసాది నివాసస్థలమనందగిన యా ఘోరా
రణ్యమున నారాత్రివేళ, జిక్కువక్కఁగానున్న యొకత్రోవంబట్టి
వార్లెల్లఁదమగుట్టముల కళ్ళెములను సంపూర్ణముగా వదిలి
వాయువేగమును మించినవేగముతో స్వారిచేయుచుండిరి.

ఇరువదిరెండవ ప్రకరణము

ఆ చప్పుడేమి?

మానవులదృష్టి పరిమితమైనది. అది యెంతవఱకు బోవునో యంతమేరలోనుండు నంశములను మాత్రమే గ్రహింపగలదు. భౌతిక ప్రపంచమున చూడజాలని మన దృష్టి యన్యుల హృదయములందున్న యంశములను గ్రహింపజాలునా? మనచుట్టును, బంధువులు, స్నేహితులు, విరోధులు, ఉపేక్షా భావముగలవారు పెక్కురున్నారు. కాని వారియంత రాత్మయందు వారు మనలం బ్రేమించుచున్నారో ద్వేషించు చున్నారో మనము గ్రహింపనేర్తుమా? ఎవ్వ రెచ్చట నెందు నోటి కేవేళ నేమేమి చేయుచున్నారో పరిమితమగు దృష్టిచే మనము వానినెల్ల గ్రహింపగలమా?

కొంతసే పట్లు, ఆదిల్యాహోయు, తారానాథుఁడును, చక్ర ధరుండును ముచ్చటించుకొనవలసిన రహస్యాంశములను శంకా రహితముగా ముచ్చటించుకొని వెళ్ళిరిగదా? పిదప గొంత కాలము గడచెను. రెండు యామములమీఁద గొంచెము ప్రొద్దుపోయెను. ప్రపంచమెల్లఁ దేహ ధన మాన ప్రాణాదు

లన్నిటిని దైవము వశముచేసి పోయినగా గాఢనిద్ర నందు
చుండెను. లోకమెల్ల నిశ్శబ్దముగా నుండెను.

అట్టితరుణమున రహస్య భవనము నానుకొయున్న
యా చెట్టుమీదనుండి యొకమానవ విగ్రహము క్రిందికి
దిగుచుండెను. అతనివెంటనే మఱియొకడు దిగుచుండెను.
మొదటివాడు రెండవవానికంటె గొంచెము పొడవు. కాని
మొత్తము మీద నిరువురును బొడ్డ నైనవారే. మిక్కిలి బలా
ఢ్యులు. వారిదేహమున కప్పుడు వారుతొడిగిన దుస్తులు తమా
హాగానుండెను. వారిరువురును నల్లనిపొడవై నలాగులను ధరించి
యుండిరి. వారిగుప్పుల దేహముకుసరిగా నంటుకొనియున్న
నల్లని పొట్టిచేతుల చొక్కాలను ధరించిరి. వారిమొలలలో
మిక్కిలి పదునైన సన్నని బాకులుండెను. దెబ్బలనాపుకొనుటకుం
దగిన యితరాయుధములును వారియొద్ద గలవు. వారు పాద
ములకు జర్మముతో జేయబడిన క్రొత్తరకపు ముచ్చెలను
ధరించియుండిరి. అవి మెత్తగానుండి రవంతకూడ ధ్వనికా
నిచ్చుటలేదు. ఆచెట్టు, అడకసము నొరయుచుండెను. అదియొక
యడవిజాతి చెట్టు. అట గుబురుగానుండి క్రిందనుండి చూచు
వారికి అవరోధము కల్పించుచుండెను. ఆ గుబురులో మన యా
పురుషులిరువురును దాగుకొనిరి. వారుక్రిందికి దిగి యిట్లు
మాటలాడుకొనిరి.

'నాకు మధ్యమధ్య కొన్ని ముక్కలు మాత్రము వినం బడలేదు. కాని కావలసిన యంశము సర్వముండెలిసినది'

'నే నొక్క ముక్కకూడ దిగపడకుండ వింటిని'

'ఈ పాపిష్టిత్రయములో నెవడైన గమ్యస్థానమునకు వచ్చిన బాగుందును. ముక్కలుముక్కలుగాదెరిగి భీమండు దుస్సేనుని వధించినట్లు వధించిప్రేవులు జందెములు వేసికొందును'

'ఈ దుర్మార్గులలో నెవరును, అచ్చటికిరారు. ఆది ల్యాహా రేపుండడు గదా? తారానాథ చక్రధరులు పిరికివారు. వారు కారు'

'అవును! నిజమేకాని క్రోధోద్రేక మిల్ల నిపించు చున్నది'

'క్రోధము దూరదృష్టిని నశింపంజేయును. దాని కేమి గాని మన మిక్రబోవచ్చునని తోంచుచున్నది. ప్రపంచమెల్ల నిశ్శబ్దముగానున్నది. ద్వారపాలకులు, రషకులు, నెల్లరు నిద్రిం తురు'

అని వారిరువురును నడువ నారంభించిరి. మొదటి యతడు ముందును రెండవ యతడు తరువాతను బోవం చుండిరి.

ఆ మందిరమునకు జుట్టును, విశాలమగు నావరణాకల దు. దానిలో నొక ప్రక్కకొండల గుట్టయొకటి కలదు. అప్రాంతము

నకుం బోవుటకెవరికిని సాధ్యముకాదు. అందుచే నాదిల్ శాహ
భటులా ప్రాంతమున విశేషించి కావలి కాయరు. అయినను
దఖచుగావచ్చి చూచుచుందురు.

ఆ యిరువురు పురుషులును, అట్లు పోయిపోయి, యా
కొండ గుట్టలలో నొక తావునకుంజేరిరి. అచటికింబోవుటకు
నూఱుచిక్కులు. మధ్యజెముడు పొదలు, రక్కసపొదలు
గలవు. అందుం గూఱిర సర్పములు, తేళ్ళు, మండ్రగబ్బలు,
పెంజెఱులు కూడ నుండును. అడ్డమువచ్చిన దుష్ట మృగముల
నెల్ల తప్పించుకొనుచు వారొక రహస్యస్థానమునకుం బోయిన
తరువాత, ఆగుట్టలలోనున్న యొక పెద్ద ఱాతినిఖైకి లాగిరి.
అది యూవలకువచ్చెను. వా ఱాచోటియలో ప్రవేశించిరి.
వెంటనే మఱల నా ఱాతినిలోనికి లాగి యారహస్యద్వారముం
బూఱ్చి వయిచిరి. ఆ కొండలోపలి కా మార్గముగుండ గొంత
దూరముపోంగా నొకపెద్ద విశాలమైన గుహ తగిలెను. అది
దాటి మఱల వారిరువురు వడివడిగా నడుచుచుండిరి. ఱాళ్ళు
కాళ్ళకుం దగులుచుండెను. దుష్ట జంతువుల మొఱితలు వినం
బడుచుండెను. కాని వారు భయపడకపోవుచుండిరి.

మఱి కొంచెము దూరము నడుచు సరికి వారి కా గుహ
యొక్క రెండవసైపు కన్పడెను. బయటికివచ్చిరి. ప్రపంచ
మెల్ల నిర్మనుష్యమైయుండెను. ఆ బయలులో నాయిద్దఱు
నొకరివెనుక నొకరు నడుచుచు బోవంజొచ్చిరి. మనము చూడ

లేదుగాని జనులు చెప్పుకొను మాటలంబట్టి చూచినచో వీరిని యమ కింకరులతోc బోల్పవచ్చును. సందేహములేదు.

అట్టి నిర్జనస్థలమున నొంటరివై ఆరాత్రి, ఆ కటికచీcకటిలో, ఆ విగ్రహద్వయమును నీవు సందర్శింపcగలవా? నీ గుండియలు పగలవా? చూడు. వారెవరో? వారు మన కపరి చితులుకారు. శ్రీధరుcడు, విజయ సింహుcడు!

నాcడు తెల్ల వారినది. మరలc బ్రొద్దుక్రుంకెను. రాత్రి యాయెను. చెఱనుండి మంత్రియగు బుద్ధిసాగరుని విడిపించి తిమి. పాప మతనిని గోcటిలోనుండి నూతిలోనికి దింపితిమి. అతcడా శకటమునెక్కి తన్ను జంపుట కుద్దేశింపcబడిన గమ్య స్థానమునకుc బోవుచుండెను. ఆ బండి తోcలువాcడుకాక మఱియొకcడు బండివెంటcగలcడు. ఆ బండి క్రమముగా గమ్య స్థానమును సమీపించుచుండెను. మంత్రివెనుక ప్రక్కనుండి తొంగి చూచుచుండెను. అతcడెవరి కోఅకేని యెదురుచూచు చున్నాcడా యేమి?

బండి వడివడిగాc బోవుచుండెను. అంతలోc జప్ప డొకటి వింటిమి, నీకు జ్ఞప్తియందున్నcదా? అదియేమి?

ఆ బండివెనుక దూరదూరముగ శ్రీధరుccను విజయ సింహుcడును సాయుధులై నిన్నటి దుస్తులనే ధరించుకొని వచ్చుచుండిరి. వారెంతజాగ్రత్తగా నడచినను రాలిన యెండు టాకులకుం దగిలి పాదములు కొద్దిపాటి చప్పుడును జేయు

చునేయుండెను. వారు గాలికి దిగువుననుండిరి. అందుచే నది పైనసున్న బండివారికి వినంబడుటలేదు. కాని బుద్ధిసాగరుం డట్లో వారి రాకను గ్రహించెను.

ఇక గమ్యస్థానము విశేషముదూరము లేదు. మట్టి చెట్టునకు సమీపమున నొకచోట నిరువురు మనుష్యులు కూర్చుండియుండిరి. వారు కాచుదున్నపోతులవలెనుండిరి. నల్లని నేరేడుపండువంటి వన్నెగల శరీరము, పొడవైన యాకృతి గల్గి యిరువురును భయంకరముగానుండిరి.

'హోలే య్! శూడరోయ్ బండొత్తావుంది'

'ఆc! అన్నోరోయ్'

'కాళ్ళమొక్కర్ని తల్చుకొని కత్తుచ్చుకోరోయ్'

'ఇవ్వాళ్ళ్ మన దరిద్దిరం అంతా తీర్రండి'

'కళ్ళు ముంతల సారాయి ముంతలకే తస్సాగొయ్య రొండు సొంవచ్చరాల్లాకా పరవా లేదు.'

అనుకొనుచు, ఆయుధములను సగ్గుకొనుచుండిరి. బండి సమీపించెను. ఇంతలో నాయిరువురు మనుజులలో నొకడు దద్దరిల్లునట్లు "ఆ! చచ్చారా! బాబో' అని కేక వేసి క్రిందc బడెను.

అంతలో రెండవపురుషుడు వెన్కకుందిరిగి చూచెను. ఆ జాను బాహువయిన యొక యున్నత విగ్రహ మతనికంటం బడెను.

ఆ యిరువురును బెనగులాడిరి. వెంటనే యా యున్నత విగ్రహ మొక్కపోటున నతనింగూడ గూల్చెను. అతడు విజయసింహుడు. ఈ సందడి ప్రారంభింపగనే శ్రీధరుడు వెన్కనుండివచ్చి యకస్మాత్తుగా జైనంబడి బండి వానిం దునిమెను.

ఆ రెండవవాడు పాతిపోవజూచెను. కాని శ్రీధరుడు వెంటనంటి తరిమిపట్టుకొని యతనింగూడ వారితోబాటు విగత ప్రాణం జేసెను.

అంత మంత్రి బండినుండి వెల్వడివచ్చి శ్రీధరుని, విజయ సింహుని గౌగిలించుకొనియెను. మఱల నామ్ముగ్గురు నాబండి పై నెక్కి యామమట్టిచెట్టుప్రక్క గానావలకుండోలుకొనిపోయిరి. అట్లు వారాప్రక్కగా రెండుమెళ్ల దూరమరుగు సరి కక్కడ గొందఱు సేవకులు గుఱ్ఱములతో సిద్ధముగా వీరికోఆ కెదురు చూచుచుండిరి. విజయసింహ, శ్రీధర, బుద్ధిసాగరులు కొంత సేపటివఱకు నేదో గుసగుసలాడుకొనిరి. ఆ ముప్వరును మూ డు గుఱ్ఱముల నెక్కిరి. బండి నచటనే వదలి విజయసింహుడు కొందఱు సేవకులతో గూడి యొక ప్రోత్తమార్గమున బట్ట కాభిముఖుండై పోయెను. బుద్ధిసాగర శ్రీధరులు భటు నొకనిం దోడ్గైకొని యొచటికో పోయిరి.

————

ఇరువది మూడవ ప్రకరణము

ప్రయాణము

మనుష్యుల జీవితములవలెనే వారికింగల్లు కష్టసుఖము లుకూడ క్షణభంగురములు. ఇఫుడు సంతోషతరంగముల మధ్య మునింగి యుందుము. కాని క్షణకాలములో మనను ద్రమింగివేయ నోరుదెఅచికొనియున్న దుఃఖపరంపరను మన మెఱుంగఁజాలము.

స్వర్ణకుమారీ జగన్మోహినులును సోమశేఖరమూ_ర్తి యు దద్ధర్మపత్ని యు, రాధాకుమారుఁడును, కొంతపరివార ముతో, గుఱ్ఱములఁ నెక్కి_ స్వారిచేయుచుండిరి. నిముషములు, గడియలు గడచుచుండెను. గుఱ్ఱములు సాధ్యమైనంతవేగ ముతోఁ బరువిడుచుండెను. చెట్లలు గడిచిపోవుచుండెను. గుట్ట లు గడిచిపోవుచుండెను. పుట్టలుగడచి పోవుచుండెను. పల్లములు మొరకలు గడిచిపోవుచుండెను. ఎవ శేవయిపునుండి వచ్చి తమ్ముంబట్టుకొందురో యనుభయముచే వారెడతెగక యొక్క_ రీతిగా గుఱ్ఱములం బరుగ_త్తించుచుండిరి. మైళ్లు, క్రోశములు యోజనములు గడిచిపోవుచుండెను.

ఇంతలో దూరమునుండి గుజ్జములచప్పుడు వినవచ్చు చుండెను. అది మఱింతస్పుటమైకొందఱా శ్వీకులు తమ్మలను సమీపించుచున్నట్లు వారికిం గోచరించుచుండెను. గుజ్జముల కళ్లెములను సంపూర్ణిగా విడిచిరి.

అడ్డమువచ్చిన సర్వమును దాటుచు నవి పరుగెత్తాచుం డెను. కాని యా యాశ్వీకులంత కంతకు సమీపించుచుచుండిరి. వారిదివఱకు వీరింజూడ లేదేమోకాని యిపుడు మాత్ర ము చూచుచుండిరి. అప్పుడే చంద్రోదయమాయెను. ముం దుపోవుచున్న వారి జాడ తమకుం జిక్కుటచేతం గాబోలు వారి పుడు గుజ్జములను మఱింతవేగముగా దోలుచుండిరి.

'అదుగోరా! మనకింకా అరమైలుదూరంలోవుంటారు.'

'నీ కేంతెలుసురా! అట్లాకన్పడతా వుందిగాని అది చాలాదూరంవుంటంది. నీ కనుభవంలేదు గ స్కట్లంటూవు. గుజ్జాల్ని పఱెగెత్తించండి. అందుకోవచ్చు'

'పాపం వాళ్ళగుజ్జాలు చస్తున్నాయిరా పరుగెత్తలేక'

'పిచ్చిముండాకొడుకంటే నీయంటోజే. నీగుజ్జాలోంఠ చూచుకో! ఏమవుతా వున్నాయో'

'అవునురా! బంగారమంటె నాగోడా చచ్చుకాళ్ళకండ దిరా'

'ఓరి తొత్తు కొడకల్లాల! ఎందుకురా ఊర్వాగుఱతారు పోనియ్యక? మీ కేం తోచదల్లేవుంది?'

'వాగక ముంగళ్లే నోరుమూసు కూర్చొచ్చే వాలా
యేంటిరా నాకు తెల్వదు. దేముడు నోరిచ్చిందెందుకు వాగ
టాన్కి కాదంటాఱ్రి మఱి?'

'అదే జగన్మోహి ఞై తే కాదురా! అల్లముటా అయి తే
మన అభిప్రాయం చెప్పేటందుకో స్తందంటాఱ్రి వహ్వా! బంగారం
మేడలు కట్టించొచ్చురా'

'నీ నోటివాక్యం సల్లంగా, అది జగన్మోహిని ముఖ్ల
అవుతందిరా'

'నీకంకా సందేయంకూడా ఉందాయేంట్రో)? అచ్చ
రాల నామాట తీర్గంది చూడు. దేముడు మనమిరాద్ధయిం
చాలగాని యింకా ఇందులో షందేయం ఉంటందంటరా,
చూడతమాషా'

'ఉబలాటం పడబోకురా నాపిచ్చోడా! మనం సం
తోషిస్తే అది అసలేయెనక్కి పోతంది'

'ఆక్నె విష్ణు. అచ్చమైనవీరులజాత్రోళ్లు. అల్లతో గెల్చి
ఆజగన్మోహిని తీసుకొచ్చినప్పుడిమాటలు కాని యిప్పుడెందు
కురా ఆ యాణాంగిమాటలు. తెలివితక్కువ నాయాళ్ళలా'

'ఒకే గాజుల్లోడిగించుకొన్న ముండవై తే మఱినూవు
పోరా యెనిక్కి. అంతేగాని యిటువంటి ఆణంగిమాటలు నా
ముందాడమోకరా'

'ఊఁ! పదసేయండిరా సోది'

అని మఱియొకసారి బెత్తములతో గుట్టములవీపులపై గట్టిగాఁ గొట్టిరి.

ఆ యాశ్వికులు సమీపించుచుండిరి. సోమశేఖరమహా ర్తి యుల్లనెను.

'ఇఁకఁ బ్రయోజనములేదు. మనము వారితోఁ బోరాడ కుండ గమ్యస్థానమెట్టులును జేరలేముగదా? నిలిచిపోఱాడి వారిందోలివేయుటయే మంచిదని తోఁచుచున్న ది. ఏమందురు?'

'ఆఁ! మాకు నల్లే తోఁచుచున్నది. అయినను మఱి కొంతకాల హరణము చేయుదము'

'చేసినందువలనఁ బ్రయోజన ముండవలయును గదా?'

'మఱి కొంచెముకాలము గడచినను మనకు సాయము వచ్చువారెవరు? ఎల్లని మనను మనమే కాపాడుకోవలయును గదా? ఎందుకీ యాలస్యము?'

'రాధాకుమారా! నీ యాయుధములం దీసి సిద్ధము చేయుము. మహారాష్ట్ర వీరులారా! సిద్ధపడుడు'

'ఓ! మే మొల్లరము నిదివఱకే సంసిద్ధులమైతిమి'

'అదిగో! వారిపుడు మనలను మిక్కిలిసమీపించినారు?'

'వారుకూడ మనవలెనే ఆయుధములను దీసికొని సం సిద్ధమగుచున్నారు చూచితిరా?'

'ఆఁ! పరవాలేదు. దూరమున కెంతోమంది యున్నట్లు కన్పట్టినదికాని మన మను కొన్నంతమంది లేరు'

' నిజమే. ఇరువదిమందికంటె హెచ్చుగాలేదు '

' లేదు. పాతికమంది యుందురు. సందియములేదు '

' వెనుకకుందిరిగి మార్కొనుఁడు. వచ్చినారు. మన మీఁదం బడుదురు '

అని యొకరితోనొకరు సంగతులు చెప్పుకొనుచుఁ బర స్వరము హెచ్చరించుకొనుచు, అందఱును వలయు నాయుధ ములఁగొని సిద్ధముగానుండిరి.

' ఆ గంఁ డాగండి! యెక్కడికెళ్ళారింకా ? '

' అడమండలల్లే పారిపోతారేం. మీఁకేం పౌరుసం లేదా ? '

' నిలండి నిలండి !' అను కేకలు నాల్వురు వినంబడెను. ఆ కేకలు రాధాకుమారునకును, దక్కిన వీరులకును ములుకుల్తై తోఁచెను. ఆవీరుల ముఖములనుండి దుర్నివార్యమై, భయంక రమై, శత్రుశుష్క మహీరుహ విధ్వంసన సమర్థ శిఖిజ్వాలాయ మానమై క్రోధరసము నిరంతర ధారగాఁ బ్రవహించుచుం డెను. ఆ భటుల దుర్భాషలు వారిని వేటుందిన్న బెబ్బులులను జేసెను. కండ్లనుండి నిప్పుకలు రాలుచుండెను.

' రండు ! రండు ! వ్యర్థ ప్రసంగము లేలఁజేసెదరు ? మీ మగఁటిమి చూపుఁడు. భవత్కంఠ విటంఠ నోత్సాహమునం గాలసర్పములవలెఁ బ్రకాశించుచున్న మాఖడ్గముల నెదిర్చి నిలువుఁడు '.

అని యోధవీరులు ప్రతి వాక్యములు వచించిరి. అందఱు గుఱ్ఱముల నొక్కపరి వెన్కకుందిప్పిరి. వారిపైఁబడిరి. ఒకరితో నొకరు దాఁగొనిరి. స్వర్ణకుమారీ జగన్మోహినులుకూడ యుద్ధ సన్నద్ధలయి శత్రువులను హింసించుచుండిరి.

నిముసములో పోరు ఘోర మాయెను. ప్రాణములపై నాశవదలి యిరుదెసలవారును బోరుచుండిరి. రక్తము కాల్వ లుగఁగ్రైను. యోధులందఱ ఆ దేహములు రక్త మయము లయ్యెను. వస్త్రములు రక్తమయములయ్యెను. హస్తములు రక్తమయములాయెను. పాదములు రక్తమయములు. శిరములు రక్తమయములు! తెల్లఁగా వెండివలె నంతకుఁ బూర్వము మెరసినఖడ్గము లిప్పుడెట్లుగా మెరయుచుండెను!

నవాబు పట్టమహిషిని ముద్దుపెట్టుఁగొనివచ్చిన యాయిరువురు రాజకుమారులవంకఁ జూడుడు! అంగము లెంత రమ్యము లుగానున్నవో? వారిరువురను జూచినంతనే శత్రువులకుంగూడఁ గొట్టుటకుఁ జేతులువచ్చుటలేదు. కాని యుద్ధము. ఒకరు కొట్టిన మఱియొకరు ముద్దుపెట్టుఁకొందురా? అది యెక్కడనేని కలదా? పాపము! వారిరువురును రక్తముతోఁ దడపఁబడిరి.

అదిగో! పాపము! రాధాకుమారునివంకఁ జూడుడడు! కన్నుల మిఱుమిట్లు గొనుచున్నవి. ఆ భయంకరమూర్తిని జూడలేము. లేళ్ళపై విజృంభించిన కోదమసింగముపలె నతని మూర్తి ప్రకాశించుచుండెను. ఒకరింబొడుచుచు, ఒకనిం

గ్రుచ్చుచు, ఒకనింజల(త్రంచుచు నతఁడు స్వేచ్ఛావిహారము చేయుచుండెను. కాని పాపమతనికి (శమ హెచ్చెను. ఇఁకఁ బోరాడఁ జాలకుండెను.

సోమశేఖర మూర్తికొక పెద్దగాయము వీపునందగిలెను. ర_క్త(సవంతి (పవహించుచుండెను. పాప మతనిపనియైనది.

వీరండటికింఛెను ముందునకుఁబోయి తమనాయకులకు దెబ్బలు తగులకుండవలయునని శ(త్రుభటులను గవిసిపోఱాడిన మహారాష్ట్ర వీరులనుజూడుఁడు! స్వామి భ_క్తియన్న నిజముగా వారిసొమ్మే. స్వామి ఋణమును దీర్చుకొనుటకై వారి నల్వుర లోను ముప్వ్వురు గతించిరి.

గోల్కొండ భటులకున్న యంత వీలు వీరికిలేదు. వారింకను బది పం(డెండుగు రుండిరి. వాఁరెల్లరు వీరులు, యోధులు. వీరో పిల్లవాంద్రు, సుకుమారులు, (స్త్రీలు, ముసలివాండ్రు. (పాణభయమున వారిందులకుం డెగించిరి. సహాయమువచ్చు వాఁరెవరును గనఁడలేదు. ఏదిక్కును లేనివానికి దైవ మేదిక్కం దురు. కానివారి కదియును గనఁపట్టినదికాదు. ఏమియుందోఁచ లేదు. రాధాకుమారుఁ డొకరి నిరువురను మూఁగురను నల్లు రను జంపెను. వారికి బల్లెములుకలవు. వీరికి లేవు. ఆ నట్టడవి యందు, ఆ నిర్జనస్థలమున, ఆసుకుమారులు, ఆ సౌందర్యవతు

లు, ఆ యున్నతవంశ సంభవులు, అందఱూ జావవలయునని విధి నిల్లయమా యేమి?

ఇంతలో నిరువురు సేవకులు వడివడిగా బరువెత్తి యశ్వముల నధిష్ఠించి పోరాడుచున్న యా యిరువుర సుందరీ మణులను సమీపించి 'ఓ శేఠ్! పిచ్చిముండాకొడక ల్లాలా కండిశా! జగన్మోహినీ సొర్ణకుమారీ యిద్దర్ని జయించి లాక్కెద్దాం. ఇక్కడ పోట్లాడతా వున్నారు' అని కేక వేసిరి. తోఁ.సంతమంది యిటనుండి తక్కిన వారా ప్రక్కంబోయిరి. రాధా కుమారులును తక్కిన వీరులును బడుటకు సిద్ధముగా నుండిరి. వీరిఖడ్గములు వారికి దగులకముందే వారిబల్లెములు వీరింబొడిచిన్వై చుచుండెను.

ఆ యిరువురు సుందరీమణులును 'ఆగుడు! కొంచెము సేపువఱకు యుద్ధము మానుడు. మే మొకమాట జెప్పెదము' అనిరి. ఆయిరువురు నల్లనఁగనే గొల్కొండ భటులు తత్క్షణామే యుద్ధమును మానిరి.

'గొల్కొండ భటులారా! మీరింకేల పోరాడెదరు? మేమిరువురము మూతోడవచ్చెదము. యుద్ధమును మాని గొల్కొండకుం దిరిగి పోదము, సటండి. ఊరకే మీరు నాశమైన నేమి లాభము?' అని యనిరి.

కాని రాధాకుమారుడు 'అది సరికాదు. మాప్రాణ ములలో, ఊపిరి యున్నంతవఱకు మీరు పోవలదు' అనెను.

ఆ సుకుమార రాజకుమార ద్వయము ' మ్రాఁగొఅకు మీఁకేల దీనిఁగొడంబడెదరు. మేనం బ్రాణము లున్నంత వఅకు శత్రువులం జీల్చి చెండాడి వైచుదము ' అనిరి.

' యుద్ధమైతే మాఁకేం ? సెక్తిలేదను కొన్నారాయేం ? రాండి ! మళ్ళీ పోట్లాడదాం ' అని యా భటులు తిరుగఁబడిరి.

మరల యుద్ధము సంప్రాప్తమగునట్లుండెను. మఱియొక పరి యాయుధములు కలియఁబోవుచుండెను. ఇరుదెసలును మరలం గలియంజొచ్చెను. వారి యాయుధములు మఱియొక్క పరి తళుక్కుమనియెను. ఆసుందరీమణుల గుండియలు కళుక్కు మనియెను. ఆయుధములొండొంటిందాఁకి ధ్వనించుచుండెను.

' గోల్కొండ వీరులారా ! వలదు ! వలదు ! పోఱాడ వలదు. ఇదిగో ! మేము మీతోఁడవచ్చుచున్నాము ' అని యా సుందరీ మణులనిరి. అనుచునే వారు గుఱ్ఱములను గోల్కొండ కుం ద్రిప్పిరి. అప్పుడే డెక్కలు మ్రోగుచుండెను. అవి పరుగెత్తు చుండెను. రాధాకుమారుని మొగము వర్ణనా తీతముగా నుండెను. అది యెఱ్ఱగాఁ బొద్దుగ్రుంకునప్పటి సూర్యునివలెఁ బ్రకాశించుచుండెను. కాని తీక్ష్ణభావము, మధ్యాహ్నార్క్ తేజమును మించియుండెను. అతని పండ్లప్రయత్నముగా ధ్వనిం చుచుండెను.

' మా ప్రాణములుండఁగా మీఁకేమియు భయములేదు. కందు ! రందు ! మీఁరేల పోయెదరు. సాహసించి త్వరపడకుఁడు! త్వరపడకుఁడు ' అని యెలుగెత్తిపిల్చెను. వెంబడించెను.

'అయ్యో ! ఇంత సాహసము మీకుందగదు' అని యా రాజకుమారు లిద్దఱును బిగ్గఱగా శేకలువైచిరి.

పాపము ! అట్లఱచుచు వీరెల్లఱును గొంతదూరము వఱకు వారిని వెంబడించిరి కాని కార్యము లేకపోయెను. ప్రార్థించిరి, వేడిరి, బతిమాలుకొనిరి. లాభము లేకపోయెను. ఆ సుందరీమణులు పోవుచుండిరి. వారి వెంటంబడి గొల్కొండ భటులు పోవుచుండిరి. అప్పుడే కొంతదూరము గడచిరి. వీరు నిరాశ చేసికొనిరి.

'మాకొఱకు మీ రిఖ్లేల చింతించెదరు ? మేము గొల్కొండకుంబోవుట మాకిష్టము. దానిని మీరు వారింప రాదు. మాయందు మాత్రము దయయుంచుఁడు. పోయి వచ్చెదము.'

అని కడసారి పల్కులు వినవచ్చెను. మఱి మాటలు విన్పడలేదు. ఱెచ్చువడి వీరెల్లంగొంతవఱకుఁ జూచిరి. ఇంతలో వారు దృష్టిపథమును దాటిపోయిరి. ఇంకలాభము లేదని వీరు ముందుకుఁ బ్రయాణముచేయ మొదలిడిరి. వారి ముఖములు తేజోవిహీనమ్మై యుండెను. అందుఁబెక్కురకు బెద్దగాయ ములు తగిలినవి. కొందఱు మిక్కుటమగు బాధ నందుచుం డిరి. కాని దానిని సహించుకొని గుట్టములను వదలి యా యరణ్య మధ్యమున వేగముగాఁ బోవుచుండిరి.

———

ఇరువదినాలుగవప్రకరణము

పాపము గోల్కొండభటులు కష్టపడి ముప్పతికభాగము మడిసి యొకభాగము మాత్రము ప్రాణావశిష్టులై స్వర్ణ కుమారీ జగన్మోహినులను వెంటఁబెట్టుకొని గోల్కొండకుఁ బ్రయాణమై పోవుచున్నారు. గుజ్జములోఁకదాని వెనుక నొకటి వరుసగా నడచుచుండెను. మధ్య స్వర్ణకుమారీ జగన్మోహిను లుండిరి. ఇర్వురు వారి వెనుకను నల్వురుముందును భటు లుండిరి. ఇంకను దెల్లవారలేదు. వెనుక ప్రక్కఁనున్న వారిరువు రతి బలాఢ్యులు. మంచి నడివయస్సులో నున్నవారు. ఆ భటులెల్లరు నతివేగముతో గుజ్జములను దోలుచుండిరి. వారి కిప్పుడు గమ్యస్థానముం జేరవలయు ననుటకంటె మతియొక తలఁపులేదు. అందులోఁజివర రెండవవాఁడు యోచనాపరుఁడు. కుయుక్తికలవాఁడు. అతఁడప్పుడిట్లు యోచింపసాగెను.

"ఇప్పుడు నేను స్వర్ణకుమారీ జగన్మోహినులను దీసి కొనిపోయి నవాబున కిచ్చినందువలన మనకువచ్చు ఫలితమేమి? అతఁడోఁక లక్షరూపాయిల నిచ్చును. అందులో మధ్య లంచా లకు సగముపోవును. ఈ కార్యమునకు వచ్చిన వారము మే మిరువదియైదు మందిమి.

ఈ యుద్ధాట్లో అక్కెమాల్లో బందొమ్మండుగురు ప్రాణములను విడిచిరి. న్యాయమనితోచినచో నవాబు వారికి రెట్టింపుధనమును లక్ష నుండి పంచియిప్పించునేమో. అతడు గ్రుడ్డిముండల్లోడుకు. తనకుతోచినదితప్ప మతియొవడు చెప్పినను వినడు. పోనిమ్ము, సమముగా బంచియిచ్చినను నావంతు వచ్చునది నాల్గువేలరూపాయలు. ఈ రూపాయలు శాశ్వతములుగావు. దొంగలు దోచుకొన్నను బోవును. నా ప్రాణమున్నంతవఱకు నాకు ధనసంపాదన కేలోటును గల్గదు. అది యుంగాక దేవుని దయవలన నాకువచ్చినసలోటులేదు. లక్షాధి కారినిగాక పోయినను తల్లిదండ్రులు గడించియిచ్చిన యాస్థి నా జన్మాంతముదఅకు సుఖ జీవనమునకుంజాలును. నాయం దీకన్యలు మిక్కిలి యాతురతతో జూచుచున్నారు. నిశ్చయ ముగా నా సౌందర్యమును జూచి వారు మోహించియుందురు. ఇంతకంటె నాకు ధన్యతకలదా? అదిగో చూడు మాసుందరీ మణి మరల వెన్నెలల్లో దనసుకుమారమును, మనోహార మును, అగు ముఖమునెత్తి నావంకఁ జూచుచున్నది? అట్టి సౌభాగ్యవతుల కటాక్ష వీక్షణముల నందుటకంటె మఱి భాగ్యము నాకే జన్మమునంగలదా? ఈ సుందరీమణులకుఁ దురు ష్కులన్నం గిట్టదు. అందుచేతనే వీరు నవాబు నయినను లత్క్య పెట్టుటలేదు. నన్నుం దప్పక వీరు పెండ్లాడి తీరుదురు. ఇట్టి యౌవనవతులతో సౌఖ్యము నందుటకంటె మఱి కావలసిన

———

దేమి? ఇపుడు నవాబు నాకు నెలకెనుబది రూపాయలిచ్చును. తెలివియున్నవానికి ధనసంపాదన మొకలెక్క_కాదు. ఈ యెను బదిరూపాయలను మఱియొకచోట సంపాదించుకోఁజాలనా? ఎడ్డిముండా కొడ్కై నను నావెన్కనున్న యీభటుండు నేను జెప్పినట్లు వినును. మేమిరువురమును గలిసి యీ ముందున్న నల్లురను జంపివేసెదము. అతనికి నాల్గుసంచులు ధనమాశ పెట్టెదను.''

ముందునైఁపునకు దృష్టిసారించిచూచెను. ముందు భటు లు వీరివంకనేని చూడకుండఁ దమమార్గమున వడివడిగా బోవుట నితఁడు కనిపెట్టెను. వెనుక భటునితో నిట్లు మెల్లగా ప్రసంగించెను.

'ఓరీ! భీమన్నా'

'అయ్యా! సిత్తం.'

'మెల్లగా మాట్లాడరా పిచ్చిముండ కొడకా!'
అతఁడుమెల్లగా నిట్ల నెను.

'ఇంగ మెల్లిఁగానే మాట్లాడుతా లెండి! ముందేం తెల్వ కల్లాన్నానుండి. సెలవియ్యండేంటో'

'నీకు బహుమానంవచ్చే డబ్బుకంటె రెట్టింపు నేనిచ్చి యావజ్జీవం నిన్న నాకొల్వులో నుంచుకొనెదను. నే నొక చిన్న సంగతి సితోఁ జెప్పఁదలఁచుకొన్నాను. నీవుకూడ దాని కంగీకరించుదువా?'

'ఇన్నాళ్ళనుండి మీరెంప్పించిదాని కెదురెప్పుడైనా సెప్పనంది? ఆ సంగతేంటో సెలవియ్యండి. శెస్తా'

'ప్రమాణ పూర్వకముగాఁ జేసెదవా?'

'ఓ! పెరమాణ పూర్వకంగా చేస్తానుండి! చెప్పండి'

'అతి రహస్యమునుసుమీ! వెల్లఁబుచ్చఁగూడదు'

'అట్లాగే'

అతఁడు తన హృదయమునందలి యుద్దేశమెల్ల నతని కెతింగించెను. అతఁడంతయు సాకల్యముగా వినెను. ఆ భటుఁడు వట్టిమోటువాఁడు. కాని యతనికింగూడ దురాశ పుట్టైను. ఆ స్త్రీ రత్నములలో నొకర్త నపహరింపవలయునని అతని కాశపొడమెను.

స్త్రీలును ధనమును ప్రపంచములో నెల్లరకు నాశ గల్గించును. ఆ రెంటివలననే తలలు పగులును. కంఠములు తెగును. రాజ్యములు నశించును. ఋషులు, యోగులు, సంసారులు, మునులు, నాగరకులు, అనాగరకులు, అందఱు వారిని గామింతురు. ప్రపంచములోని కత్తులకు దెబ్బలాటలకు, ఆ రెండే ప్రధాన బీజములు. అతఁడు మెల్లఁగా నిల్లనెను.

'అందు కడ్డంలేదు గానండి, నానొక సంగతి మనివి సేస్కుంటా'

'అదేమిటి? త్వరగాఁ జెప్పు'

అతడు సందేహించెను. ఆ భటుని సందేహము నతడు కన్పెట్టెను.

'సందేహింపక త్వరగా చెప్పు. సమయము మించి పోవుచున్నది'

'అచ్చెప్తే మీకొక్కోపం వస్తుందండి!'

'నాకు కోపమురాదు. సీమనప్పలలో నేమున్నదో దాచక త్వరగా నాకు జెప్పుము. నేను వీలయినఁ జేసిపెట్టెదను'

'ఆ యిద్దర్లో నాకొక పిల్లని దయచేయించాలి'

ఆ మాట యతని మనస్సునకుఁ గంటకమాయెను. కాని యతడు దానిం గప్పిపుచ్చెను. తనలోఁ దా నిట్లనుకొనెను.

'ఈ మోటవాని కా సుందరీమణులలో నొక్కరితె కావలయునట! కానిమ్ము! ప్రస్తుతము గడువవలయు. తరువాత గాని యితనిని సులువుగా వంచింప వీలులేదు.'

అతడు మెల్లగాఁ బయికిట్లుచెప్పెను.

'ఇందులకేనా యింత సంశయ పడుచున్నావు? దీని కింతగా సంశయింపవలసిన యగత్యమేమికలదు? కార్యమునకుం గడంగుము. నీ యిష్టము నట్లే నెఱవేర్చెదనులే.'

ఆ భటునిహృదయమున నూతన మనోరథములు మొలకెత్తైను. అతనిముఖము సంతోషపరివృతమాయెను. అతం

షికముల యుబ్బి తబ్బిబ్బు లగుచుండెను. ప్రాకృత జను లల్ప సంతోషులు. వారికింగల్లు సుఖదుఃఖాది భావములు వారిచే గోప్యము చేయఁబడక పయికిఁ జక్కఁగాఁ బ్రస్ఫుటమగుచుండును. అట్టివారిఁ దూరదృష్టియుండదు.

'సిద్ధం. సిద్ధంగున్నానుండి'

'సశే, కొంచెము సేపు తాళు'

ఆ కుయుక్తిపరుఁడు తనదృష్టి నిపుడు స్వర్ణకుమారి వంకఁ బ్రస్సెను. ఆమెను మెల్లఁగాఁబిలిచెను. ఆమెకుం దనయుద్దేశము నెల్ల ఁజెప్పెను. ప్రత్యుత్తరమియ్యలేదు గాని యామె కనుఁగ్రిమవాపవిచేసెను. అది యా కుయుక్తిపరుని మోము డిమ్మఁగఁ బ్రసరించి యతనిహృదయమం గొల్లఁగొనెను. అతఁ డా యభ్థిమును గ్రహించెను.

'మేము కార్యమున కుపక్రమింప వచ్చునా?' అని యతఁడు పల్కెను. కొంచెముసేపువఱకు జవాబురాలేదు. కాని యొట్టకేలకట్లు మెల్లఁగావినఁబడెను.

'పేము పోట్లాటయందు మిక్కిలి సమర్ధత కలవారు. ఆయుధముల నిచ్చినచోఁ దగినంత సాయమును మీకుఁజేయఁగిలము'

ఆ వాక్యములతనిని పరవశత నొందించెను. అతఁడొక సీమసమం బ్రపంచమును మఱచెను. తనప్రక్కఁనున్న భటుని దగ్గఱనుండి రెండు బల్లెములను గైకొని యా సుందరీమణి

కొసంగెను. ఆ సుందరీమణు లిరువురు చెఱియొకటి తీసికొొనిరి. ప్రాతఃకాలమగుచుండెను. ఈ నాల్గు గుఱ్ఱములును వడిగా నడువ దొడంగెను.

ముందుకఁబోవుచున్న నాల్గు గుఱ్ఱములు నాగియుండెను. వారు ముందువంకఁజూచుచుండిరి. ఆవయిపున నొక చెఱువుం డెను. వారా చెఱువుదగ్గఱ ప్రాతఃకృత్యములు నిర్వర్తింపవచ్చు నని తలంచి గుఱ్ఱములనాపి తమవెంటనే కొంచెె మాలస్య ముగా వచ్చుచున్న స్వజనముఁరాకకై చూచుచు నుండిరి.

ఇంతలో నా నలుగురలో నొకఁడు కెవ్వునఁగేక వేసెను. వెంటనే కడమ ముువ్వరును ప్రక్కకుందిరిగి చూచిరి. వెనుక నుండివచ్చి సుందరీమణులును కుయు_క్తిపరుఁడును భటుఁడును వారిని బల్లెములతో బొడిచిరని మీకుఁజెప్పవలయునా ?

ఱెండు పక్షములవారును గొంచెెముసేపు పోరిరి. కాని ముందుగాఁదిన్న బలమైనగాయములచేత మొదటి నలుగురు పడిరి. పాపము వారు ప్రార్థించుచున్నను, సుందరీమణులు వారించుచున్నను విడువక, ఆ కుయు_క్తిపరుఁడును, భటుఁడును, ఆ నలుగురలోఁ గొన యాపిరితోనున్న వాడినిం బొడిచి చంపిరి. ఒక్క_నిమిసములో ఆ నలుగురు పరలోకమున కేగిరి.

———

ఇరువదియైదవ ప్రకరణము

ప్రతి ఫలము

ఆ భటులు నల్గురును జచ్చిరి. ప్రాతఃకాల మాయెను. మందమారుతము నిర్మలముగానున్న యాకసమున హాయిగా వీచుచుండెను. వెలుతురు కొంచె కొంచెము హెచ్చుగుచుం డెను. వెన్నెలపెంపు నశించిపోయెను. మన సుందరీమణు లిరువురును మేలి ముసుగులను సొగసుగా సవరించుకొనిరి. వారి ముఖములు సరిగాc గన్పడుటలేదు. కుయుక్తిపరుని కన్ను లా వారిజాక్షుల ముఖపద్మములమీcదికి స్వారిచేయుచుండెను. వారి మేలి ముసుగులనుండి యప్పుడప్పుడు నొక విధమయిన క్రొత్త మందహాసములు జనించుచుండెను. ఆ చిఱునగవుల యందుc బెద్దయర్థమున్నట్లు తోcచుచుండెను. కాని దానిని మనము గ్రహింపcజాలము. ఆ కుయుక్తిపరుcడు మాత్రము తన యందలి మోహముచే నా మందహాసము లట్లు పొరలి వచ్చు చున్నవని యనుకొనుచుండెను. కామాంధులు, మోసమును గుర్తింపcజాలరని లోకమున వాcడుక. అయినను సర్వత్ర కాముకులు మోసమునే కాంచుదురని సిద్ధాంతముచేసి చెప్పc జాలము. చెప్పిన నది కల.

ఆ నల్గురును జచ్చినవెనుక, యీ నల్వరును చెఱువు గట్టుపైకి నెక్కిరి. అచ్చట ప్రక్షాళనాది ప్రాతఃకాల క్రియలు నిర్వర్తించు కొనుటకు మిక్కిలి యనుకూలముగా నుండెనని వారందఱు నిశ్చయించుకొనిరి. సుందరీమణు లొక పచ్చిక తావునం గూరుచుండిరి.

వారి మందహాసములు, వారి విలాసములు, ఆ కయుక్తి పరుని హృదయమును నీరుజేయుచుండెను. ఎప్పు డా సుందరీ మణులు తనయంకపీఠిం గూర్చుందురా యని యతనిమనస్సు త్వరపడుచుండెను. ఆ యిరువురును దన్ను ప్రేమించిరని యతండు తలంచెను. కాని యందులకు ప్రతి బంధకముగా నచ్చట, అభట్టు డొక్కడు కలడు. అతనికి మఱ్ఱొక సంకటము కూడంగలదు. ఆ యనాగరకునకు నొక సుందరీమణి నొసంగ నతని కిష్టములేదు. అత డెప్పుడు తన్నంజంపి యీ సుందరీ మణులం గైకొనునో యని భయము. సందేహమయ మన స్కులకు ప్రపంచమంతయు సందేహమే. అంతయు భయమే. వారికి శాంతి యుండదు.

ఆ భటుని హృదయముకూడ నట్లే చలించుచుండెను. వారిని విడిచి దూరమేగుట కతని కిష్టములేదు. కాని యతని కింత సందేహములేదు. తనకిత డే యపాయము జేయకున్న ను తాను దూరముగా బోయినచో గుఱిములపై నెక్కి యా ముఱ్వ్వరును బాఱిపోవుదురని లోపల భయముకలదు. అతండు

కూడ నా సుందరులవంక మాటిమాటికి వీక్షించుచుండెను. తనమీది ప్రేమచేతనే వారట్లు మందహాసములు చేయు చున్నారని యతడును భావింప దొడంగెను. అతని మనమున కది యంతకంతకు హర్షమును గల్గించుచుండెను.

ఆభటుడట్లు జగన్మోహిసీ స్వర్ణకుమారులవంక జూచు టకు యుక్తిపరన కసహ్యముగానుండెను. చూడుడు! ఒక్క నిముసములో నెట్టి విచిత్రభావము లుదయించుచున్నవో? ఆ యిరువురి హృదయములందును బరస్పర ద్వేష ముదయించెను.

జగన్మోహిసీ స్వర్ణకుమారులముఖమున జింతకు నెట్ట దేమి? విజయసింహ రాధాకుమారులను వరించిన కాంతా రత్నములెనా వీరు? అయినచో వారికి సంతోషముగానున్న దేమి? వారిముఖములనుండి వెల్వడుచున్న యా ఆగడప్పు జిట్టు నగవుల కేమేని యర్థముకలదా? నిష్ప్రయోజనముగా నల్లెల నవ్వవలయును? ఆకు యుక్తిపరుడా భటునివంక జూచి యిట్లనెను.

'ఓరీ! భీమన్నా! యిటురారా'

'అయ్యా! సిత్తం. ఎందుకుండి?'

'నాలుగు పల్లుతో ముక్కొను పుల్లలను విఱుచుకొనిరారా'

అతని కది యిష్టములేదు. కాని యింతలో నేమివచ్చు నని యతడందు.కంగీకరించెను. దూరమేగుట కతనికిష్టము లేదు. నాల్గుదిశలకును దృష్టిసారించెను. ఇరువది ముప్పది గజ

ములలోనే యొకచెట్టుండెను. ఆచెట్టమిచెటో, దానిపుల్లలు పల్లుదోముకొనుటకు పనికివచ్చునో రావో, అతడు పరీక్షించి చూడలేదు. పై కెక్కి పుల్లలను విఱుచుచుండెను.

ఆచెట్టు క్రింది కేగి కుయుక్తిపరుడు పైసుండి పడుచున్న పుల్లల యాకులు దీయుచుండెను. అతడు నాలయిదు పుల్లలుకోసి 'యికచాల్లే' అని దిగివచ్చుచుండెను. కుయుక్తిపరుడు పుల్లల యాకులు తీయుచున్నట్లు నటించుచునే ఆచెట్టు మొదలు దగ్గఱకు వచ్చెను. ఆస్కంధము మిక్కిలి పొడవైనది, లావయినది. ఆ భటుడు దానిని గాగిలించుకొని ప్రాకుచు క్రిందికివచ్చుచుండెను. మానిసి యొత్తువఱకును రాగనే మన కుయుక్తిపరుడు బొడ్డలోనున్న ఖడ్గముందీసి యాభటుని కుడిడొక్కలో నొక పెద్దపోటు పొడిచెను. 'ఛీ కుక్కా? యెంతపన్నేశావురా!' అనుచు నాతడు క్రిందంబడెను. అతనిపంస్లు పటపటమనుచుండెను. అతడొకసారి కాలెత్తి మన కుయుక్తిపరునిం దన్న బోయెను. కాని సాధ్యము కాలేదు. బాధహెచ్చెను. గిలగిల కొట్టుకొనుచుండెను. ఇంతలో మఱి యొకపోటువచ్చి కరమునం దగిలెను. పాప మతడు ప్రాణములు విడిచెను !

కుయుక్తిపరుని హృదయము పరిపూర్ణానంద మయమై పోయెను. అతని సంతసమునకు మేరలేదు. అతని భయము సందేహము సర్వము నాశమాయెను. భయ సందేహములను

నివర్తించుకొన్నట్లే యాచెఱువునందలి జలములలో స్నానము చేసి తనకలుషముంగూడ బోగొట్టుకొనందలంచి స్నానము చేసెను. ఎన్ని పాపములుచేసినను నరుడు గంగాస్నానము చేసినేని యవియన్నియు నసించునని యతని నమ్మకము కాఁబోలు !

అతనిహృదయము హర్షప్రపూర్ణమాయెను. శరీరము నంగల రక్తముపోయి నిష్కల్మషమమాయెను. వెంటనే బయటికి వచ్చి క్రొత్తదుస్తులు తొడిగికొనెను.

అప్పుడే ప్రొద్దు పొడుచుచుండెను. ఆసుందరీమణులా స్థలముననే, అల్లే కూర్చుండియుండిరి. ఆ మేలిముసుగులు తీయలేదు. ఆ మందహాసము తగ్గలేదు. అత్యాతురతతో నతఁ డచటకింబోయెను.

' సుందరీమణులారా ! ఇఁక నన్ను నను(గ్రహింపుఁడు' అనెను. ప్రత్యుత్తరములేదు. మందహాసమే.

' మీ మేలిముసుఁగులుతీసి మీ కటాక్షవీక్షణములచే నన్న ను(గ్రహింపుఁడు'

మరల మందహాసమే. ప్రత్యుత్తరములేదు. కాని 'మౌనమర్ధాంగీకార' వ్ఱి యతఁ డుప్పొంగుచుండెను.

' మీరు ముగ్ధలు. మీకు సిగ్గు స్వాభావికము.' అని యాసరసుఁ డందొక్క సుందరిని ముద్దుఁబెట్టుకొనెను. ఆమె

యతనిని గట్టిగాఁ గౌగిలించుకొనెను. పాప మెందుచేతనోకాని యారసికున కది కష్టముగాఁదోఁచెను. గిలగిల తన్నుకొనెను. కాని పట్టువీడలేదు. ఆ సుందరి యిట్లుపలికెను.

'కాముకుండా! వీరు సుందరీమణులు కారు. ఆంధ్ర వీరులు. నీబలమున్ జూపుము'

అని యెత్తి యతనిం గుదిలించి నేలపై విసరివేసి త్రొక్కి పట్టెను.

ఆ యిరువురు సుందరీమణుల మేలిమిసుంగులు నొక్కపరి క్రిందఁబడెను. పరాక్రమమును సూచించు నిరువు రాంధ్ర వీరుల ముఖములు కుయు_క్తిపరునియెదుటఁ బ్రకాశించు చుండెను. ఒక్క దెబ్బతో నతఁడు గతించెను. ఆ యిరువురు నందు స్నానముచేసి విజయనగరము దారింబోవఁ జొచ్చిరి.

ఇరువదియారవ ప్రకరణము

కాలకూటము

'జ్ఞాతిశ్చేదన లేనకిం' అని యొక నీతిశాస్త్ర వేత్త వక్కాణించెను. జ్ఞాతులలో బరస్పరవైరము స్వాభావికముగాఁగల్లు చుందురు. ఒక తల్లికడుపునం బుట్టుటయా వివాద హేతువు? అల్లెంతమాత్రమునుఁ గాఁజాలదు. ముందుఁ బరస్పరము కల హింపఁనున్న సోదరులే బాల్యావస్థయం దత్యంత ప్రేమతో మెలంగుచుందురు.

'మాతాపుత్ర విరోధాయ హిరణ్యాయ నమోనమః' అని మఱియొక కవి చమత్కరించెను. నిశ్చయముగా ధనమే ప్రధాన వైర కారణము. అచ్చటనే సోదరులకుఁ గతులు, విరో ధములు. సర్వమునకు నదియే కారణము !

కాని యౌదార్య వృత్తిగలవారికి సమయోత్పన్నమగు నాక్రోధము చిరకాలముననుఁ నుండదు. వెంటనే నశించును. ప్రపంచము పెక్కురీతులు. కొందఱకా భావమే కలుగదు. మఱికొందఱు నాటివైరమునే సర్వకాలమును లోన నుంచు కొందురు. వారే విషపూరిత హృదయులు.

రాజకుమారులకుఁగల్లు వైరము దీనికింజాల భిన్నమై నది. ఒక తండ్రి కడుపునఁ బుట్టినవారిలో నొక్కఁడు రాజగును.

కడమ వారి కాన్గారవము లభింపదు. ఇది వారి హృదయములనా జన్మమును దహించుచుండును. వారు స్వభావసిద్ధముగా శౌరుషవంతులు. అందుచే వారు మతింత దహింపబడుదురు. వారి కట్టెయెడ సమయము తటస్థించినచో నేమి సంభవించును? రాజ్య విభాగము చేయుట కభిలషించుచుందురు. రాజ్యములలో బరస్పర కలహము లంకురించును. అపుడు శత్రు రాజులకు మంచి తరుణము చిక్కును.

చక్రధరుడు రాజవంశీకులలో నొకడు. అతనికి విజయ నగర సామ్రాజ్యమున వారసత్వము కలదు. కాని రామరాజు దానిని బలముచేతను, బుద్ధిచేతను, ఆక్రమించుకొనెను. అతడేమి చేయుటకును అవకాశము చిక్కినదికాదు. అతనికి బాల్యమునుండియు రాజ్యకాంక్ష విస్తారము. కాని యతని పక్షము దుర్బలమై పోయెను. అత నికి రాజ్యసంపాదనము చేయుటకు దగినంత సాయము చేయువారెవరు? అందుచే నతడు చక్రవర్తియగు రామరాజిచ్చు భరణముతో దృప్తి వహించుచు గాలము గడుపవలసినవాడాయెను. అతని కది రుచించునా? తనకు గౌరవములేదు. రాజ్యములేదు. రాజ కార్య ప్రసక్తిలేదు. పరిపాలనలేదు. సామంత ప్రభువులు తన్ను సేవింపరు. రాజ్యములో దనమాట నెవరును వినరు. ఇదియంతయు నతనికి గష్టముగానుండెను. అయిన నతడేమి చేయగలడు?

చక్రవర్తితో నెదుర్కొనుటకు మదించిన యేనుగులు, కాల్బలములు, గుఱ్ఱములు కావలయును. ధైర్యశౌర్య యుక్తులయిన యోధులు కావలయును. వీనినన్నింటిని సంపాదింపదగిన స్నేహితు లుండవలయును. రథము లుండవలయును. ఆయుధము లుండవలయును. ఫిరంగులు మొదలగు నవన్నియు నుండవలయును. ఇన్నిటిని సంపాదించుటకు వలసినంత ధన ముండవలయును. ఇదియంతయు నతడు నెఱవేర్ప గలడా?

ఇఁకఁ గర్తవ్యమేమి? ఎల్లయినను రాజ్యము సంపాదింప వలయును. నేర్పుతో విషమయినను ద్రావింప వచ్చును. మెల్లగా లోలోపలఁ గుట్రలుచేయ మొదలుపెట్టెను. చక్రవర్తిని మిక్కిలి ప్రేమించుచున్నట్లు నటింపఁజొచ్చెను. మృదుమధుర ముగాఁ జక్రవర్తికి నొచ్చుకుండ మాటలాడఁదొడఁగెను.

వృద్ధుఁడైన రామరాజు స్వభావముచేతఁ బరులను నమ్ముననట్టివాడు. అతఁడు కపటికాఁడు. కపటులవర్తన మతనికిఁ దెలిసినదికాదు. తనవలెనే లోకమును భావించెను. అంత కంతకుఁ జక్రధరుఁడు తన్నఁ బ్రేమించుట విస్తారమైన ట్లతనికిం దోఁచుచుండెను. అందుచే నతఁడును, అంతకంతకుఁ దనకుఁ జక్రధరునందుఁగలఁ బ్రేమను వృద్ధికావించెను. అతనికి రాజ్య మున గొప్పయుద్యోగములిచ్చినచో బాపమతనికి రాజ్యము లేని లోపము తీఱిపోవునని తలఁచెను. పెద్దయుద్యోగము

లన్నియు నిచ్చెను. క్రమక్రమముగా నతనికి సర్వాధికారము నొసంగు చుండెను. తుదకు సర్వరాజ్యకార్యములలోను, అతని సలహాను గైకొనుచుండెను.

ఇంతలో జక్రధరునకు మతియొక యండదొరికెను. అది యేదో మీరెటుంగనిదికాదు. ఆయన ఆదిల్ శాహ. ఇతడు విజయనగరసామ్రాజ్య పాలనమున నెట్లు భాగము వహించినది మీరెఱుంగుదురు. ఇట్లి యిద్దఱును సమాన కాంతుగలవారగుటచే మిత్రులైరి. ఏకాభిప్రాయవంతులకు మైత్రి సుకరము. వారిద్దఱు కొన్ని నిబంధన లేర్పఱచికొని విజయనగరసామ్రాజ్యమును మ్రింగ నిశ్చయించుకొనిరి. అప్పటి నుండి యిద్దఱును గుట్రలుచేయుచు సమయము వేచియుండిరి.

విజయనగర సామ్రాజ్యమునకు జాలకాలమునుండి మంత్రిత్వమును జేయుచు బ్రసిద్ధింగాంచిన వంశమునందు బుద్ధి సాగరుడు జనించెను. అతడు వారితంత్రములను గ్రహించెను. అవి యతని కంతమాత్రమును గిట్టనవికావు. స్వాభావికమగు వైరము తటస్థమాయెను. సమయమునుజూచి బుద్ధిసాగరునిం జంపవలయునని వారు నిశ్చయించుకొనిరి. కాని యతనిబుద్ధి యపార మైనదగుటచే దప్పించుకొనుచు వచ్చెను. కడపటకు చెఱసాలలో వేయించుటయు, తుంగభద్రానదీ సమీపమునం జంపించుటకు యత్నించుటయు గావించిరి.

ఈ ప్రయత్నము విఫలమగుట యతని ద్వేషమును గ్రోధమును ద్విగుణముచేసెను. అతం డే దేశమునననున్నను

దన్ను సాధించుననని భయము. అతడు రేపు జరుగనున్న మహాయుద్ధమునకు వచ్చుట చక్రధరునకుం బెక్కువిధముల నమమ. తనయెత్తులకు నెదురెత్తులు పన్నెను. విఘాతములు కల్పించును.

అందుచే నతడు చాలమంది చారులను సంపాదించి దేశదేశములకును బంపెను. ఎక్కడం గన్పడినసనసరే, అతనిం ద్రుంచి శిరస్సును రహస్యముగాC దెచ్చి తనకిచ్చిన వారి కేబది వేలరూపాయల నిచ్చెదనని యేకాంతమున నాచారులకుం జెప్పి పం పెను. ఆచారులపైనC గొందఱినధికారులను నియోగించెను. వారెప్పటి వార్తల నప్పుడు తనకు రహస్యమందిరములల్లోC జెప్పు నల్లేర్పఱిచెను. ఇప్పుడు తానే మంత్రియు సర్వాధికా రియునై నందున గోశధనమును స్వేచ్ఛగా వెచ్చించుచుండెను. అతనికి బ్రతి విషయమునను, తారానాథుండును, ఆదిల్యాహ యుం దోడ్పడుచుండిరి. తారానాథుండెప్పటి విషయము నప్పుడే గొల్కొండకుం బంపుచుండెను.

ఇరువదియేడవప్రకరణము

గోల్కొండ నవాబు రామరాజచక్రవర్తిచే పంపంబడిన రాయబారి నట్లు తిరస్కరించుట విజయనగర పట్టణములో నా బాలగోపాలమును దెలియవచ్చెను. బాల్యముదాటి వయసు వచ్చినప్రతి యౌవనుని హృదయమును రోషపూరితమాయెను. సైనికులు మండిపడిరి. యోధుల ఖడ్గము లప్రయత్నముగనే యెగిరి తురుష్క కుల విధ్వంసనమునకుం బర్వలెత్తసాగెను. ఆ మహానగరమున నున్న యాంధ్రులు, కర్ణాటులు, ద్రావిడులు, ఇంతయేల! సర్వహిందూ జాతులును దురుష్కవినాశమును జేయుటకు సన్నద్ధులై యుండిరి.

వేలకొలంది కుమారు లాంధ్రిసామ్రాజ్యమునకుం గల్గిన యాపరాభవమును దీర్చుటంగాని చచ్చుటంగాని కావించెద మని తుంగభద్రాస్రవంతీ పవిత్రజలములను స్నానముచేసి పరిశుద్ధులై శపథముచేసిరి. ఆంధ్రియౌవనవతులు పురుషవేషము లందాల్చి యుద్ధరంగమునకుంబోవ సన్నద్ధురాండ్రియుండిరి. వీరమాతలు తమ కుమారరత్నములకు వలయునేని సమర రంగమునసంజచ్చి యాంధ్రపౌరుషమును నిల్పుడని బోధించుచు వారినట్లుచేయ ప్రోద్బోధించుచుండిరి. మహాకవులు వీరరసోత్సా

దకములైన గీతములచే పూర్వపుటాంధ్రియోధుల సుప్రసిద్ధ కీర్తిని, శౌర్యధైర్యములను గీర్తించుచుండిరి. గోల్కొండ సైన్యమును నాశముచేసి నవాబును బ్రాణములతో బట్టుకొని తెచ్చి యిచ్చుటో లేక యుద్ధరంగమున బ్రాణములు విడిచి వీరస్వర్గమును బొందుటో కావింతుమని నిర్భయముగా ద్రిక్షణాశుద్ధిగా వాగ్దానములను జేయుచుండిరి.

కృష్ణానది మొదలు కన్యాకుమారివఱకునుగల యాంధ్ర సామ్రాజ్యమునందలి యెల్ల రాజులు, జమిందారులు, రాష్ట్ర పాలకులు, ఉన్నతోద్యోగులు, బాలకులు, యౌవనులు వృద్ధులు, పిన్నలు, పెద్దలు, అందఱును గలిసి యాంధ్రిజాతీయ సంత్రనములు చేయుచుం దమకు జయమిచ్చి తమ దేశమునకు యశము గూర్పవలయునని దేవునిం బ్రార్థింపంగడంగిరి. కొం చెము జ్ఞానము పౌరుషమునుగల ప్రతివీరుడునువచ్చి సామ్రాజ్య సైన్యమునం జేరుచుండెను.

ఇంతలోం దుచ్చడును బాపియు గ్రూరాత్ముడు నగు ఆదిల్షాహ్ రామరాజునకిట్లు కబురుపంపెను !

'మీరు నారాజ్యములోనుండి పూర్వము తీసికొన్న దుర్గములను నాకిప్పింపుండు. నేను మీయందు యథాపూర్వక మగు భక్తితో నేయుండి మీపక్షమునంబోరాదెదను. ఆయా దుర్గములనీయక మీరు తిరస్కరించినయెడల నేను మీపక్ష

మున నుండఁజాలను. శత్రువుల పక్షము వహింపవలసివచ్చును.
అప్పుడు మీరు క్రోధమువహించినను లాభములేదు.'

ఇది గోరుచుట్టుపై రోఁకలిపోటాయెను. ఆంధ్రులకిది
మఱింత కోపమును గల్గించెను. ఈ యాదిల్ష్యాహాకు రామరా
జిదివఱకును బెక్కుయుద్ధములలో సాయముచేసెను. ఇతర తురు
ష్కులు తనపై దాడి వెడలినపుడెల్ల వచ్చి రామరాజుపాదములు
పట్టుకొనుచుండువాడు. అతఁడు దయఁదలఁచి తనసైన్యము
లను సాయమంపి యతనిని రక్షించుచుండువాడు. ఇట్లు పెక్కు
గొప్పయుద్ధములలో రామరా జితనిని గాపాడెను.   వేయేల ?
రామరాజు సాయము లేకున్నచో, ఆదిల్ష్యాహాను దదితర తురు
ష్క్రప్రభువులు పాతాళ లోకమునకుంద్రొక్కి వైచియుందురు.
తనవలన నింత సాయముపొంది, తనదగ్గఱకువచ్చి ' సాయనా !
తండ్రీ !' యని పిల్చుచుండు ఆదిల్ష్యాహా లోలోపలఁ దనరాజ్య
ములోనే కుట్రలు పన్నుచుండెననియుఁ దన కిట్టివార్త నంపు
ననియు నుదారహృదయుఁడగు రామరాజెఱుంగఁడు.

ఆదిల్ష్యాహా తియ్యని పలుకులు విన్నవారు నిజముగా,
అతఁడు రామరాజును భక్తిచేతనే అట్లు పిల్చుచున్నాఁడని
తలఁచిరి. అందుచే ష్వారుకూడ తుదకతఁడిట్లు చేయునని యెఱుం
గరు. నమ్మకముగలవారు పరులహృదయమును, రాఁబోవు
కష్టములను గనిపెట్టనేరరు.

విజయనగర పట్టణము కలంగుచున్న మహాసముద్రము వలె నుండెను. దర్బారు గావింపంబడెను. చక్రవర్తి నోటినుండి ఆదిల్షాహో యంపిన రాయబారము వినంగనే ప్రజలు ఉద్రేకముచే మండిపడిరి.

'ఆదిల్ షాహోను బట్టి ఖండఖండములుగా నరికినను పాపములేదు'

'ఓరీ! దురాత్మా! నిన్నటిదాక కుక్కవలె మావిజయ నగరమున సంచరించిన నీకెట్టి పరాక్రమము వచ్చినదిరా?'

'అయ్యా? ఆతుచ్చునిపైకి నన్నంపుడు. దేవరవారి యుప్పు తిన్నందులకు తీరువవలసిన ఋణమును దీరిచి ధన్యుండ నయ్యెదను'

'ఆంధ్ర సామ్రాజ్యలక్ష్మికి నూతన యౌవనము సంప్రాప్తించుచున్నది. అందుచేతనే శత్రువులకిట్టి పోంగాలము సమీ పించుచున్నది'

'నా కా దుర్మార్గుంబట్టి తేవలయునని చాల గోర్కి కలదు. దేవర యానతిత్తురేని యతనిందెచ్చి తమ పాదపద్మ ములకడ నుంచెదను'

అనుచు కొందఱు గొణుగువారును, మఱికొందఱు వీరులు లేచి సభలోఁ బలుకువారునై యుండిరి. ఏకగ్రీవముగా సభ్యులెల్లరును యుద్ధముచేయ దీర్మానించిరి. సభ సంతో షింపఁ గడంగెను. కొందఱాంధ్రజాతిమంగీతములంబాడిరి.

మతికొందఱు జయప్రార్థనలు సల్పిరి. 'ఆంధ్రిమాతకు జయ జయ' అను శబ్దములు దిగంతములం బ్రతిధ్వనించుచుండెను.

సైన్యము పెక్కు చిన్నచిన్న భాగములుగా విభజింపఁబడెను. అట్టి పెక్కు చిన్నభాగములపైన నొక్కక సైన్యాధికారి నియమింపఁబడెను. వీరిక్రింద నుపసైన్యాధికారు లుండిరి. సైన్యాధికారులపైనc బ్రధాన సేనానాయకులుండిరి.

సైన్యములలోc బ్రతిభాగమునకును సమస్త పదార్థములు తెప్పించి యిచ్చు సంగళ్ళు స్థాపింపఁబడెను. శాకములు, భోజన సామగ్రులు, మిఠాయిలు, పండ్లు, ఫలములు, సర్వపదార్థ ముల నాయంగళ్ళలో నమ్ముచుండిరి. ప్రపంచములో నే భాగ మునను గానరాని గొప్పగొప్పవైద్య లాసైన్య సముద్రమున నుండిరి. వారెట్టి గాయములపైననను నిముసములో గుదుర్పఁ గలరు. వారెట్టుంగని చికిత్సలుగాని మార్గములుగాని లేవు. వారిదగ్గిఅ అc జిత్రములయిన పనిముట్లుండెను. వానిసాహాయ్య మునలస వారు వెంట్రుకలను నిలువుగా రెండుగాc జేయంగలరు. అంతసూక్ష్మమైస శస్త్రసాధనములు నేడైన నంగలవా?

ఈభటులకుc గావలసిన యంశములను వస్తువులను సేక రించి తెచ్చుటకుc దగినంతమంది సేవకులు నియోగింపఁబడిరి. వారెప్పుడ ేకార్యముచేయవలసిన నప్పుడు దానిని జేయ నడుము కట్టుకొని సన్నద్ధులె యుండిరి. ఆ సైన్యమునకు, బియ్యము, గోధుమలు, సంభారములు, మొదలగు సర్వవస్తువులు సంసిద్ధము

చేసిరి. వీరు కెల్లరు పొంగిపోవుచుండిరి. వార్తా హారు లెప్పటి వార్త లప్పుడు తీసికొనినరా నియమింపఁబడిరి.

రామరాజొక లక్ష సైన్యమును దనతమ్ముఁడగు తిరుమల రాయుని కిచ్చెను. ఇరువదివేల గుఱ్ఱములు నీతనికే యయ్యఁ బడెను. ఇంకొక గొప్పసైన్యభాగము వేంకటాద్రి కొసఁగెను. విజయసింహుఁడు మఱొక పెద్దసైన్యముపైన నధ్యక్షత వహింఁ చెను. తానొక గొప్పభాగమున కధ్యక్షతం జెందెను.

ఆ గొప్పసైన్యమాటు లక్షలకుమించి కదలుచున్న మహాసముద్రమువలె నుండెను. పర్వతములు కదలుచున్నవో యన నొప్పుచున్న యేనుఁగులు వేలకొలఁది యుండెను. లక్ష గుఱ్ఱములుండెను.

———

ఇరువది యెనిమిదవ ప్రకరణము

హిందూదేశమున బశ్చిమ భాగమున గొండలవరుస యొకటి కలదు. అది ప్రకృతి సౌందర్యమునకుందావు. దానినే యస్సాద్రియందురు. అందు కృష్ణ గోదావరీ మొదలగు నదులు, శాఖానదులు పెక్కులు జనించుచుండును. ఆపర్వత శ్రేణియొక్క యుత్తరార్ధభాగము హిందూసామ్రాజ్యమును మహమ్మదీయులనుండి విముక్తినందించి, బానిస తనమును విముక్తి గావించి, స్వతంత్ర సామ్రాజ్యమును స్థాపించుటకై ప్రయత్నించి విఖ్యాతిగాంచిన మహారాష్ట్రులకు వాసస్థానము.

అందు, అహమ్మదు నగరను నోక పట్టణముకలదు. అది కృష్ణ గోదావరీ జన్మప్రదేశములకు సమీపముగానున్నది. అది పూర్వము గొప్పపట్టణమై ప్రసిద్ధికెక్కియుండెను. ఆ కాలమున నది యొకరాజ్యమునకు రాజధాని. ఆరాజ్యము పేరు 'అహమ్మద్ నగరు రాజ్య' మందురు. దానికి నిజాంశాహి యనియు మాఱు పేరుకలదు. ఆరాజ్యపు ప్రస్తుతపు నవాబు పేరు బుర్హాన్ నిజాంశాహ్.

ఒకనాటి సాయంసమయమున నతడును, అతని మంత్రియును గూడి యిట్టు లాలోచించుకొనుచుండిరి.

నవా:-తురుష్కులతో దురుష్కులు కలహించుటచేతనే మీరన్నట్లే విజయనగర సామ్రాజ్యము ప్రక్కలోని బల్లెమట్లు వర్తించుచున్నది.

మంత్రి:-దీని నణాగేంద్రోక్కితీరవలయును. కాఫరులను హింసించుటయు, వారిని మతములోనికి జేర్చుటయు మన ధర్మము. హిందూ దేశములం దక్షిన భాగములయందు, క్రొన్ని గనో గొప్పగనో హిందువులు మనమతమును స్వీకరించిరి. కాని యా రాక్షసిమూలలమున మన మీా దక్షిణహిందూ స్థానమున నొక్కని నేని మనమతమునం జేర్పలేకపోతిమి. దీనిని నాశము చేయకుంటిమేని మన మాన ప్రాణములు దక్కవు.

నవాబు:-నిశ్చయము. జేవుని యపరావతారమసందగిన మహమ్మదుగోరి హిందూ దేశమున సామ్రాజ్యమును స్థాపించిన తరువాత, ఇంతటి సుప్రసిద్ధోత్కృష్ట సామ్రాజ్యము మరలం బుట్టియుండలేదు. ఇది క్రమక్రమముగా మన రాజ్యము లంగూడ మ్రింగునట్లు తోచుచున్నది.

మంత్రి:-దేవా! హిందువులు మంత్రిత్వాది మహోన్నత పదవులను బొందుటగాని రాజ్యములను బాలించుటగాని దేవుండయిన అల్లా కిషముకాదు. కాని యిది పాపతాల మగుటచే హిందూసామ్రాజ్యములు జనించుటయు హిందువులు మంత్రిత్వాదులను వహించుటయు దటస్థించు

చున్నది. ఇందుకు మనవారుకూడ గొంతకారణమే. మననవాబులలో జాలమంది కాఫరులను మంత్రులను గాను, సేనానాయకులనుగాను జేయుచున్నారు. ఇది యెంతయు హానికరము, పాపకార్యము.

నవాబు:- అది సత్యమే. ఆశక్తి తురుష్కులకుండదక్క హిందువులకు లేనేలేదు. ఈమధ్యనొక ఫకీరు నాతో, ఇల్లేచెప్పి యున్నాడు. ఒక ఫకీరేకాదు, చాలమంది ఇల్లే చెప్పుదురు. అందుచేత నేను నాగొప్ప యుద్యోగములనన్నిటిని మనవారికే యిచ్చితిని. అది మనధర్మము. పాలకలముగా మనము సేవునిచే విధింపబడితిమి. వారు మనకు బానిసలు. వారిని బాలకులనుగాఁజేసి గౌరవించుట తప్పే.

మంత్రి:- ఈయొక్క విజయనగర సామ్రాజ్యమువలన వారి మాటలు సాగుచున్నవి. విజయనగరరాజులకు క్రమక్రమ ముగా గంటలు పొరలు క్రమ్ముచున్నవి. భరతఖండమునఁ దమంత వారులేరని విఱ్ఱివీగుచున్నారు. గోల్కొండ రాష్ట్రము నవక్రపరాక్రమమునజయించి ఘానుపురదుర్గము ను, భానగల్లుదుర్గమును లాగుకొన్నారు. అంతటితో వారు తమమదమును విడువలేదు. అతఁడిపుడు మనరాయబారు లను సరిగా పూర్వమువలె మన్నించుట మానినాడు. మన రాయబారు లిపుడతనిముందు నిల్చుండి మాట్లాడవలయు నట! ఎంతకష్టము! అతనితోఁగూడఁ బ్రయాణము చేయు

నపుడతని యాజ్ఞనుగైకొని మతిగుట్టిము నధిష్టింపవలయు నట ! దినదినము క్రొత్తయాజ్ఞలు బయలు దేరుచున్నవి.

నవాబు :–ఏమీ ! ఇట్టి యాజ్ఞ లిదివఆకులేవే ? ఓరీ రామరాజా ! నీకెంత పొగ రెక్కుచున్నదిరా ? ఇంతకును మాలోమేమిది వఆకుం గలహించుటంజేసి నీయాటలు నేటివఆకు సాగు చున్నవి. ఇక సాగించుకొందువుగానిలే. మే మిదివఆ కాచరించిన పనులన్నియు నివుడీ వాచరించుచున్నావుగా? అవి తురకలకుం జెల్లును. వారు మీరాయబారులను నిల్వం బెట్టించి మాట్లాడవచ్చును. మఆి యేమేని చేయవచ్చును. కాఫరునకు నీకుంగూడ నివి చెల్లునా ! ఇంతకును వినాశ కాలము——.

ఇంతలో నొక సేవకుం డొక యుత్తరముం దెచ్చెను. మంత్రిగైకొని యట్లు చదివెను.

'అయ్యా !

మీ దయవలన నన్నికార్యములును గొససాగినవి. విజయనగర సామ్రాజ్యమును విధ్వంసముచేసి హొయిగా నిర్భితిగాం గాలము గడుపుకొనసవచ్చును. నేను మీరుగాక గొల్కొండ నవాబుకూడ మనలోం జేరంగలడనుట మీకు విదితమే. ఇపుడు శ్రీబేదర్ నవాబు బర్ద్ శాహ్ కూడ నిందు లోం జేరినాడు. మనమతమును, ఆంధ్రులు నాశముచేసి పరా భవముచేయుచున్నారన్న మాట మీరు మఆువంగూడదు.

అంతవఱకుఁ జదివెను. మంత్రికన్నీరు విడిచెను.

'కాఫరులను హింసించి తురకమతమునంగలుపుకొమ్మని దైవమువిధించెను. కాఫరులే తురక మతమునకు హానిచేయుచున్నారు. కాల మెంతమారినది. అగుంగాక! దైవమా! మంచి కాలమువచ్చినది. మా నవాబులెల్ల మరల నీపరిశుద్ధ మతమును స్థాపింపఁబూనుచున్నారులే'.——

నవా:_ ఆహా! దైవమా! అల్లా! పూర్వము మాతాతలు మతముల్‌ొఅక్షె పాశ్చాత్యుల నెదిరించి విఖ్యాతినందిరి. ఇప్పుడు మాకే మతయుద్ధములోఁగూడ విజయమిప్పించుము. మాక్షిట్ట యైకమత్యమును మీామతము కొఅకిచ్చి నందులకు వందనములు.

అతఁడు మరలఁ జదువఁదొడఁగెను.

'మస మతధ్వంసమున కోర్వఁజాలక మనము యుద్ధ మునం ప్రవేశింప వలసి వచ్చినది. కాఫరులను ధ్వంసముచేసి స్వర్గమును బొందవచ్చును. కావున మీాసైన్యములను వెంటనే తాళికోట ప్రాంతములకుం దెప్పింప ప్రోర్ధించుచున్నాను.

శత్రువులు కూడ నాప్రాంతములనే విడియుదురని వాఁడుక. త్వరితము-త్వరితము.

చిత్తగింపుఁడు.'

వా రిరువురు వీరరస భరితులైరి.

'త్వరగాఁబోయి మన సైన్యములనెల్ల విభజించి యాయా భాగముల కాయా వీరులను సైన్యాధిపులనుగాఁ జేయుము.' అని నవాబు అనెను.

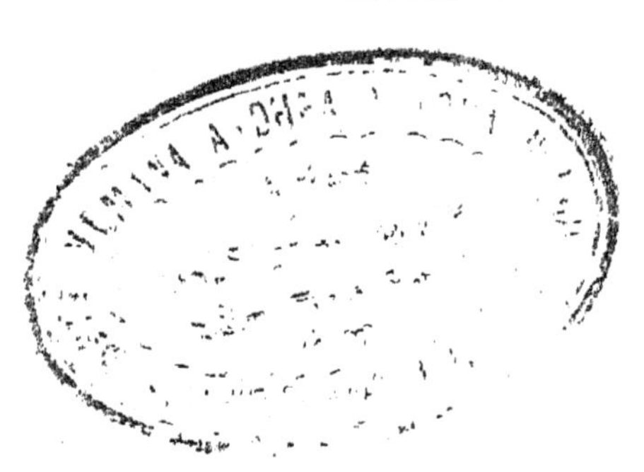

మిక్కిలి

ఇరువదితొమ్మిదవ ప్రకరణము

జైత్రయాత్ర

స్వర్ణకుమారీ జగన్మోహినుల వృత్తాంత మేమయినదో మీ కేమేని తెలిసినదా? స్వార్థత్యాగులయిన యా యాంధ్ర వీరవతంసు లిరువురెవ్వరో తెలిసినదా! స్వార్థత్యాగుల జీవితములు పవిత్రములు. ప్రాతస్స్మరణీయములు. వారికి మనము కృతజ్ఞతంజూపుట మనవిధి.

వీరు మిక్కిలి యవశ్యమగు నొక కార్యభారమును వహించి విజయనగరమునుండి గోల్కొండకువచ్చిరి. గోల్కొండలోనున్నప్పుడు వారికి స్వర్ణకుమారీ జగన్మోహినుల స్థితితెలిసెను. వారిని తప్పించుటకైవచ్చి పాపము ప్రాణములను గోల్పోయిన మహారాష్ట్రసరదారులలో నొకరితో వీరికి బరిచయముండెను.

ఆహా! ఏమి, ఆ మహారాష్ట్ర సరదారుల సాహసము! వారు జగన్మోహినీ స్వర్ణకుమారుల రక్షణకొఱకు దమ ప్రాణములనుగూడ నొసంగిరి. వారట్లేల చేయవలయును? మహాత్ముల హృదయములు కేవల పరోపకారైక ప్రయోజనములు. స్వార్థ త్యాగము వారికి జన్మతోడనే జనించును. ఆ దేశాభిమాను

లీ సుందరీమణులు పొందుచున్న కష్టములంజూచిరి. వారి
నెల్లని రక్షింపవలయనని తలంచిరి. వేసవికాలమునందలి
యత్యంత తీక్ష్ణసూర్యకర జ్వాలలచే మండి భస్మమయి పోవ్చు
చున్న వృక్షసంతతులను జూతుము. సాయముచేయము.
ఊరకుందుము. కాని యేఫలమును గోరక నిలాంబుదమ్ము లతి
శీతల జలబిందు నిషేపణము కావించి వానిని నూత్నైశ్వర్య
సంశోభితములనుగాc జేయుచుండును. అది ప్రకృతి సిద్ధము.

నాటిరేయి చీకటిలో గొల్కొండనవాబు పట్టమహి
షిని ముద్దుపెట్టుకొని యామెయొద్ద సెలవుంగై కొని విజయ
నగరమునకుc బ్రయాణమైవచ్చిన యాసుకుమార కుమార
ద్వయమును మరల నొకపరి మీ హృదయ సీమలయందు
నిల్పెడు.వారెవరు?స్వర్ణ కుమారీజగన్మోహినులు! గొల్కొండ
నవాబు పట్టమహిషియే ఆ యుక్తిని బన్నినది. స్వర్ణకుమారీ
జగన్మోహినులు నిజరూపములతోc బోయిన వారికిహాని గల్ల
నని తలంచి యిల్లామెచేయించెను.

గొల్కొండ భటులు తమ్ము విడిచిపోయినవెనుక వార
త్యంత కష్టముతో విజయనగరమున కరిగిరి. పాపము! రాత్రి
యుద్ధములో వారికి గాయములు తగిలెను. దీర్ఘప్రయాణముచే
నలసిరి. విజయనగరముం బ్రవేశించునరికి వారికc ప్రాణ
ములు సరిగాలేవు. అచ్చట నేడెన్నిది దినములలో స్వర్ణకు
మారీ జగన్మోహినుల గాయములు గుదురc దొడంగెను.

కాని సోమశేఖరమూర్తికిం దగిలిన గాయములు మిక్కిలి భయంకరములుగా నుండెను. అతని యారోగ్యము నానాటికి క్షీణింపఁదొడంగెను. దేహమున దౌర్బల్య మతిశయించెను. అన్నద్వేషము జనించెను. లోని కాహారము పోవుట లేదు. అందుచే శరీరమెల్లఁ గృశించుచుండెను. అతఁడు తా నిఁక విశేషకాలము జీవింపనని తలంచెను. అతనికిఁ గ్రమ ముగా రాధాకుమారుని వృత్తాంతము తెలిసెను. పూర్వము స్వర్ణకుమారిచేఁ బ్రేమింపఁబడిన రాధాకుమారుఁ డప్రయ త్నముగా తమకు మరల దొరకినందుల కతఁ డపరిమితా నందము నందెను. రాధాకుమార స్వర్ణకుమారులయు, జగన్మో హినీ విజయసింహులయు వివాహములు కండ్లారఁజూడవలయు నని యతనికిం గోర్కెపుట్టెను.

వివాహప్రయత్నములు కావింపఁబడెను. శుభ ముహూ ర్తమున నత్యంతవైభవముతో స్వర్ణకుమారీ రాధాకుమా రులకును జగన్మోహినీ విజయసింహులకును వివాహములు కావింపఁబడెను. విజయనగర పట్టణమునననున్న రాజులు, మంత్రు లు, జమీందారులు, విద్వాంసులు, అందఱును వివాహమునకు వచ్చి సమ్మానములంబడసిరి. విశ్వాసార్హుఁడయిన సేనాధి పతియగు విజయసింహుని తద్ధర్మపత్నిని, రాధాకుమారుని తద్ధర్మపత్నిని, తత్తదుచిత మణిమయాలంకార భూషణములచే రామరాజు సమ్మానించెను.

క్నొన్నా ళ్లిటు వారు సంతోషమున నుండిరి. అంతట రామరాజు చక్రవర్తి జైత్రయాత్రకు బయలువెడలెను. మాత్ర దేశాభిమానముగల యావనులందఱు దిక్కుదిక్కులనుండి వచ్చి సైన్యమునం గలియుచుండిరి.

జైత్ర యాత్ర సంగతి వినగనే విజయసింహునిహృద యము పరిపూర్ణానంద సమేతమాయెను. అతనిఖడ మప్ర యత్నముగనే ఒఱనుండి వెలికివచ్చుచుండెను.

అతడు తనతండ్రియొద్ద కేగి యాయనను తనకు, యుద్ధ మునకుంబోవ ననుజ్ఞయిమ్మని ప్రార్థించెను.

అతఁడిట్లుచెప్పెను.

"నాయనా! మన తాతలనాటినుండి సుప్రసిదిమగు విజయనగరసామ్రాజ్యమును గనిపెట్టుకొనియుంటిమి. ఈ సా మ్రాజ్యమే మనతల్లి. సర్వమును దెలిసిన నీకుం జెప్పవలసిన దేది యు లేదు. కాని తాత తండ్రుల పౌరుషమును గీ ర్తిని నీ వెప్పటి కిని మఱువకుము.

నేఁడు హిందూ దేశమంతయుఁ భారతంత్ర్యము ననుభ వించుచున్నది. ఢిల్లీసామ్రాజ్యము నశించినది. దక్షిణ హిం దూ దేశములోని యుత్తరార్ధభాగము మహమ్మదీయనవాబుల వశమైనది. కాని నాబిడ్డా! నీ విపుడున్న యాపట్టణముపేర నే దివ్య సామ్రాజ్యముకలదో ఆ యీ యాంధ్రసామ్రాజ్యము- విజయనగర సామ్రాజ్యము - మాత్రము బానిస రాజ్యము

కాదు. అది స్మృతియందుంచుకొని దానింగాపాడ బ్రయత్నిం
పుము. అట్టి యుత్కృష్ట స్వతంత్రసామ్రాజ్యమునకు సేవచేయు
భాగ్య మబ్బినందులకు గర్వింపుము.

తురుష్కులు తంత్రపరులు. యుక్తులతో జయింతురు.
వారిని మాత్రము కనిపెట్టియుండవలయును. కానియెడల జిత్తు
లచే వంచించి హింసింతురు.

కుమారా! ఆర్యావర్తము ధర్మయుద్ధములకు ప్రసిద్ధి
కెక్కినది. నీకెన్ని కష్టములు ప్రాప్తించినను యుద్ధధర్మములను
మాత్రము తొలంగి పోకుము.

కృష్ణదేవరాయచక్రవర్తి గతించిన పిదప మరల నింత
యుద్ధ మెన్నడును జరుగలేదు. పొమ్ము. కీర్తిగడించుము.
నీకు జయము గల్లుంగాక !”

అతడు సెలవు తీసికొనెను. బయలుదేటి తల్లికి మొక్కి
యుద్ధబిక్షను యాచించెను.—— ఆమెయిట్లు చెప్పెను.

“ నాయనా !

నీకు నేను జెప్పదగినదేదియు లేదు. కాని హిందూ
దేశము తురుష్కులచేత నానావస్థలం బొందుచున్నది. ధర్మ
ములు నశించినవి. భూతదయ మాయమైపోయినది. పాప
ములు గోహింసలు సాధునాశనము సర్వత్ర వ్యాపించుచున్నది.
ఇనికన్నింటికిం గారణము పాపులగు తురుష్కులే.

అట్టి తురుష్కులను రమారమి రెండువందల వత్సర ములనుండి తెగనటికి దక్షిణహిందూదేశమున విజయనగర సామ్రాజ్యము ధర్మసంస్థాపనచేసినది. నీ పూర్వుల పవిత్ర రక్తము నీయందుం బ్రవహించుచునేని శత్రురాజులను ధ్వం సముచేసి విజయనగర సామ్రాజ్యమును ఢిల్లీసామ్రాజ్యము నుగాఁ జేయుము. యుద్ధమునందభిమన్యునివలె వర్తించిఖ్యాతిం గడించుము.” అని చప్పున నాలుక కొఱుకు కొనెను.

‘నాయనా! ఒక ముద్దుపెట్టిపొమ్ము’ అని చెక్కిలి నొక్కి ముద్దుపెట్టుకొనెను. అతఁడు సెలవుగైకొని భార్య దగ్గఱకేగెను. కంట నీరుపెట్టుచుం దల్లిలోని కేగెను.

భార్య యతనికెదురుగా వచ్చెను. ఆ సుందరసుందరీ మణుల హృదయములు నీరాయెను. ఆ చూపు లైక్యముం జెందెను.

అతఁడామె నొక్కముద్దు పెట్టుకొని మెల్లగా ‘సుం దరీ! సెలవిమ్ము. పోయివచ్చెదను’ అనియెను. ఆ కన్నుల నుండి బాష్పములు క్రిందికి జారుచుండెను. అతఁడు వానిని రుమాలులతోఁదుడుచు చుండెను. ఆమె యిట్లనెను.

‘చరణ కమలములనొత్తుచు నెల్లప్పుడు భర్తను ఛాయ కుండుట హిందూసుందరుల పరమధర్మము. కావున నన్నుం గూడ మీతోఁడం దీసికొనిపొండు. వచ్చెదను’

'సుందరీ! వీరపత్నీ నామమును సార్థకము చేయుచున్నావు. కాని నీవంటి పూవుంబోడిని కదనమునకుం దీసికొని పోయినన జాలకష్టములు వచ్చును. నేను వచ్చునందాఁక యోపికమై నుండుము. నా విరహము నీకెంత దుస్సహమో నీ విరహము నాకు నంతదుస్సహమే'

'మనోహరా! మీఁదఁగ్గఱనున్న నాకొకష్టములన్నియు సుఖముగాఁ బరిణమింపఁగలవు. మీరులేని యీయాగృహము నాకుఁ గారాగారము. నన్ని కారాగారమున బంధించి పోవఁకుఁడు. నాప్రార్థన మాలింపుఁడు. మన్నింపుఁడు'

'సుందరీ! తురకలతో ఘోరయుద్ధము జఱుగును. అందుఁబెక్కుమంది దేశరక్షణార్థము మడియ నున్నారు. యుద్ధములో నే దెల్లగునో నిర్ణయింపరాదు. తురుష్కులు పాపాత్ములు. స్త్రీలఁచ్చటికి వచ్చిన మానరక్షణము దుర్లభము.'

'మనోహరా! నా యాముద్దు చెల్లింపరా? ఈ జగన్మోహినిగూడ వలసెనేని దేశరక్షణకుం బ్రాణము లర్పింప సిద్ధముగానున్నది. పవిత్రజీవిత విభాసురులై కీర్తింగాంచిన యోధులే నశియించుచుండ నావంటి వ్యర్థరాండ్రుండి యేమిచేయుదురు? హిందూసుందరీమణులకు మానభంగముచేయుటకు తురకలేకాదు, ప్రపంచములో మఱెవరును సమర్థులుకారనుట మీరె యుంగఁరా? తురకలిదివఱకెన్ని సారులు చిత్తూరును సాధించియందుఁ బ్రవేశించి విఫలమనోరథులైరో మీకు విదితము.

కాదా? పవిత్రమగు జోహారుగాని, తీక్ష్ణములగు ఖడ్గములుగాని యున్నంతకాలము హిందూ సుందరీమణులకు మానభంగ భయము కలుగనేర్చునా? నాథా! చిన్నప్పటినుండియు సుదారాశయములతో బెరిగితిమి. సమాన సుఖదుఃఖముల ననుభవించితిమి. స్నేహితురాలను. దాసురాలను. మీ యాజ్ఞ వహించుట నాధర్మము. విజయనగర సామ్రాజ్య రక్షణకై నాయోపినంత సాయమును జేయుట కేను తగనా? ఈ భీతిను నాకం ప్రసాదింపరా?'

అని ఆమె చెయిసాచి పెక్కువిధముల నతనిం బ్రార్థిం చెను. అతడు పెక్కు విధముల చెప్పిచూచెను. కాని సరి యైన సమాధానములు మాత్ర మొసంగజాలకపోయెను. యోజించి యోజించిచూచెను. కాని యతఁడెందు వలననో యామెకోరిక ననుమతింపలేదు.

'స్నేహితురాలా! నీ హృదయమంతయు నేనెఱుం గుదును. కాని నిన్ను యుద్ధమునకు నేనిపుడు నాతో దీసికొని పో వలనుపడదు. అందులకు దగినంత కారణము కలదు. నాకు సెలవిమ్ము. పోయివచ్చెదను'

ఆమె మఱి యించుకలాభములేదని తలంచెను. ఇంక నామె యతని నాక్రోక్కిలోరలేదు. కాని మనసున మాత్ర మేమో యోజించుకొనెను.

అచ్చట కప్పుడు రాధాకుమారుండు వచ్చెను. ఆయోధ వీరు లిరువురు గుజ్జముల నధిష్టించిరి. స్వర్ణకుమారి విజయ సింహుని గుజ్జమున కడ్డమువచ్చెను. 'బావా! సెలవు దయ చేయరా!' అని ప్రార్థించెను. కాని యతఁడు వలనుకాదనెను.

ప్రేమ మిక్కిలి చెడ్డది. అది బలమైనది. అమృతమయ మైనది. అది యాశ్వరదత్తము. దాని స్వభావము మన కగమ్య గోచరము. అది త్రాళ్ళులేకయె బంధించును. త్రాటితోఁ గట్టిన బంధనముల నితరులు త్రెంపవచ్చును. కాని యాబంధ నములఁ త్రెంపుటకుమాత్రము ప్రపంచమున నెవరికిని సాధ్య ముకాదు.

ఆ సుందరీమణుల విలాస దృక్కులాసుందరుల చెక్కుల పైకిఁ బ్రాకి ముద్దు పెట్టుకొనుచుండెను. ఆ సుందరుల చూపులు నాపనినే కావించుచుండెను. వారొండొరులను విడువలేక విడి చిరి. దృష్టిపథమునుదాటునందాఁక చూఁచిరి. కన్నులనీరు నిం చుచుఁ బరస్వరము ప్రేమతో భాషించుకొనుచుఁ జనిరి.

ము ప్ప ది య వ ప్ర క ర ణ ము

దు ష్ట గ్ర హ కూ ట ము

1565-వ సంవత్సరము ప్రవేశించెను. ఉత్తరమున నక్బ రుత్కృష్ట సామ్రాజ్యస్థాపనకుం బునాదులు వేయుచుండెను. దక్షిణ హిందూ దేశమెల్ల విజయనగరసామ్రాజ్యచ్ఛత్రము క్రింద సౌఖ్య మనుభవించుచుండెను. మధ్యభాగమును బేదరు అహమ్మదనగరు గోల్కొండ బీజపూరు నవాబులు పాలించు చుండిరి. కాని దేశమెల్ల సంక్షోభించుచుండెను. రాజపుత్రులు విజృంభించి యనన్య సామాన్యపరాక్రమ ప్రతాపములచే శత్రుకులవిధ్వంసనము కావించుచుండిరి. మహమ్మదీయులు రాష్ట్రస్థాపనలకై ప్రయత్నించుచుండిరి. హిందువులు స్వా తంత్ర్యాభి లాషచే ప్రాణములను విడువ సంసిద్ధులైయుండిరి. హిందూ దేశమునం దెల్లెడలఁ బోరుషము, స్వాతంత్ర్యాభిలాష, ప్రతాపము, పరాక్రమము, శౌర్యము, దేశాభిమానము, మొదలగు గుణములు విస్తరించి సామ్రాజ్యముల నెల్లఁ గదల్చి వై చుచుండెను.

ద్రోణానది కృష్ణాతరంగిణీ కుపనది. కృష్ణా ద్రోణా సంగమమునకు సమీపమున సుప్రసిద్ధమగు తలికోటకలదు.

గోల్కొండ, అహమ్మద్ నగరు, బేదరు, బీజపూరు నవాబులు పరస్పరము ప్రోత్సాహపఱచుకొని రామరాజుతో మతయుద్ధముచేయ నిశ్చయించి, పెద్దపెద్దసైన్యములం దీసి కొని తమతమరాజ్యములనుండి బయలు దేరివచ్చి యిచ్చట విడిసిరి. ఆ స్థలమున గొప్పవిశాలమైన బయళ్లు కలవు. అవి యా సైన్యసముద్రములకు చాల వీలుగానుండెను. ఆ సైన్య ములలోనున్న గుఱ్ఱములకును, ఇతర పశువులకును గావలసిన గడ్డియెల్ల నచ్చటకు జుట్టునున్న ప్రదేశములలో దొరకు చుండెను. పెక్కుమైళ్లవఱకు దెల్లని శిబిరములతో నిండి యుండెను. ఆ శిబిరములమధ్య విశాలములైన బజారులుండెను. ఒక్కొక్క పెద్ద బజారునకును, మఱియొక బజారునకును మధ్య నున్న శిబిరముల లోనిభటులెల్లరు నొక సైన్యాధ్యక్షు నధీన మున సుండిరి. అట్టి బజారులు వేలకొలందిగా నుండెను. కొంద ఱుద్యోగస్థులెప్పుడును, ఆసైనికులను వారిపై అధ్యక్షులను గనిపెట్టుకొని అప్పడప్పుడువచ్చి పరీక్షించుచుండిరి. మధ్య ప్రదేశముల నంగ ళ్లుంచిరి. ఇట్లు ప్రదేశమంతయు నూతన ముగా గట్టబడిన రయొక గొప్పపట్టణమువలె నుండెను.

ఆ శిబిరముల మధ్యభాగమున, అత్యున్నతఘులును, అతి మనోహరములును, అయిన గుడారములుండెను. అవి విశుభ్రకాంతులచే దళదళ మెఱియుచుండెను. లోనప్రవే శించి చూచువారి కవి గుడారములవలె గన్పట్టవు. వానిలో

విశాలములగు సభామందిర స్థానములును, పెద్దపెద్దగదులును కలవు. అవి నానాలంకార శోభితములై యుండెను. ప్రకృతి సౌందర్య సర్వస్వ నికేతనములైన యవనికలును, పట్టుచేనింపఁ బడిన ముఖ్మల్ పరపులును, సుందరములయిన సోఫా లును గలవు. అవి నవాబుల మందిరములు. అట్టిదే అతి విశా లమైన గుడారమొక్కటి, ఈ సైన్యములకు మిక్కిలిదూర ముగాఁ గృష్ణాప్రవంతీ సమీపమునం గట్టఁబడెను. దాని చుట్టును నాలుగైదు ప్రాకారము లుండెను. ఆప్రాకారముల చుట్ట వేలకొలఁది భటులు గావలి యుండిరి. దానికి నచ్చు టకు, ఆ సైన్యములోని భిన్నభిన్న స్థలములనుండి వచ్చు బాటలు పెక్కుగలవు. ఆబాటలు మనోహరములుగా నుం డెను. ఆ మందిరముయొక్క భూమి యెల్ల రత్న కంబళులతోను నానావిధములగు తీగెలును బూవులును జిత్రింపఁబడిన తివా సీలతోను, అలంకరింపఁబడియుండెను. మనోహరముగాఁ జిత్రిం పఁబడిన చిత్రచిత్రములగు తెరలు పెక్కులుండెను. ఆ తెర లలోఁ జిత్రింపఁబడిన సుందరీమణులు జీవించిన వారివలెనే కనఁబట్టుచు నుండిరి. అందలి కుడ్యములెల్ల రమ్యములగు విచిత్ర వస్తువులచే నలంకరింపఁబడి చిత్రవస్తు ప్రదర్శనశాలలోయన నొప్పుచుండెను. తన్మంది రోపరిభాగమెల్లఁ జాఁదినీలతో నొప్పుచుండెను. అవి పట్టువస్త్రములతో నిర్మింపఁబడి పెక్కు విధములయిన దీపములతో నొప్పుచుండెను.

ఒకనాటి రాత్రి తొమ్మిది గంటలాయెను. ఆ గుడారములలో నొక విశాలమగు సుందర ప్రదేశమున నలుగురు పురుషులు నాల్గు పడకకుర్చీలపై గూర్చుండియుండిరి. ఆ పడక కుర్చీలు పట్టుపఱుపులచే శోభిల్లుచుండెను. అవి సుందరతరములును, మృదులతరములుస్నై యుండెను. ఆనాల్గుమూర్తులును తేజస్సమన్వితముస్నై యుండెను. ఆ నల్గురు నాల్గురాష్ట్రములకు నవాబులు. ఒకడు గొల్కొండకు నవాబు. అతడు మనకుం బూర్వపరిచుతుండే. అతనిపేరు కుతుబ్ శాహ్. రెండవవాడు బేడరు కోశమునకు సవాబు. పేరు అలీబేరద్. మూడనవాడ షహమ్మద్ గరు రాజ్యమునకు సవాబు. అతడు బుర్హాన్ నిజాం శాహ్. నాలువవాడు మసవిజాపురము సవాబయిన ఆదిల్ షాహ్.

ఇతడు చెప్పెను. ' ప్రసిద్ధులయిన ఆంధ్రవీరులతో మనము పోరాడజాలము. కోటలోముల మూలమునసంగాక కేవలము యుద్ధము మూలమున వారిజయించుట మిక్కిలి కష్టము. ఆంధ్ర వీరుల పరాక్రమము, శౌర్యము, నన్న నాతీతము. లోక ప్రసిద్ధము. యుద్ధమునకుం బ్రవేశించినప్పుడు వారికి ప్రపంచము తెలి యదు. తమ్ము తాము మఱచెదరు. శత్రువులంబట్టి యూచ కొత్త కోయుటకంటె మఱి వారి కన్యము తెలియదు. భార్య లను బిడ్డలను వారు తలంపనే తలంపరు. ఆత్మదేశ సంరక్ష ణమే వారి ప్రాణము. సేవసేయ యే వారి పరమధర్మము. అట్టి వీరులతో మన మెదిర్చి జయమందుట దుస్తరము. ఒక వేళ

కల్గినను మన సైన్యములు సర్వనాశము పొందకపూర్వ మది సిద్ధింపదు. కనుక మనము వారిని మోసముచేతనే జయింప వలయును. అప్పుడు మనపటిమ విశేషించి నష్టముకాదు. శత్రువులను నాశముచేయవచ్చును. శత్రువులను, కాఫరులను జంపునపుడిట్టి మోసములుచేయుట శాస్త్రసమ్మతమే. దీనినే మన పెద్దలు పెక్కు యుద్ధములలో ననుష్ఠించి యున్నారు.'

'అవును. మీరన్న దెంతయు సత్యము. వారిశౌర్యమును, పరాక్రమమును వినుటమాత్రమేకాదు, కనియుంటిని. నారా జ్యములలోని ఘూర్పురము, పానగల్లు దుర్గములను స్వాధీనము చేసికొనునప్పుడు వారుచూపించినసాహసము, పరాక్రమము వర్ణింప నలవికాదు. తమరన్న దెంతయు సత్యము. వారుయుద్ధ ముచేయుచున్నప్ప డా సామర్థ్యము, విజృంభణము చూడవలసి నదేగాని వర్ణింపరాదు. సరియైనయుద్ధమున మనసైనికులు వారికి రెండు రెట్లున్నను గెల్వజాలరు' అని గోల్కొండ నవాబు మెల్లగాఁ జెప్పెను.

'సత్యమే. నేనెఱుంగుదును. అందలి కమ్మసేనా నుల పరాక్రమము చూచినను, వెలమవీరుల యత్యద్భుత సాహస ముంజూచినను, రెడ్డియోధులశక్తి వీక్షించినను గుండెలు పగిలి పోవును' అని అహమ్మదనగరు నవాబు వాక్రుచ్చెను.

'ఏదే నొక వెడవు యోజించి శత్రువులను వంచించుట నాకును సమ్మతమే. అందు కేమేని యుపాయముంజంతించి

యంటిరేని సెలవిండు. శత్రువులు పరాక్రమమున మించిన
ప్పుడు యుక్తిచే జయించుట రాజులకు ధర్మమే. కమ్మవారు,
వెలమలు, రెడ్ల మాత్రమేగాక ఆదేశమున వీరవతంసములు
పెక్కులుగలరు. కాపులు రాజులు వారికిదీసిపోరు. కావున శ్రీ
ఆదిల్షాహోగారు సెలవిచ్చినయట్లువారి నితరోపాయము లరసి
యే యోడింపవలయును. కాఫరుల నెల్లఁ జంపినను మనకు దోష
ములేదు. అందును, ఈ దుర్మార్గులు మనకుఁ బెక్కుపాయము
లను గష్టములనుఁ గలుగఁ జేసియున్నారు. మసీదులను మన్ను
చేసినారు. మతమును మారణము చేసినారు. కనుక, ఇట్టివారి
నెల్లు విధ్వంసముచేసినను దైవము మెచ్చును.

గోల్కొండ :-ప్రస్తుతము కృష్ణానదిని దాటుటకు మనకు వీలు
లేకుండఁ జేసినారు. దాటుటకుఁ గావలసిన సామగ్రిని, ఓడ
లను పడవలను వారు నశముచేసికొన్నారు. మనకిఁక, ఆవలి
వైపునకుంబోవుటకు వలనుపడదు.

బేదర్:-కాని దీనికి మన మొక యుపాయముం బన్నవచ్చును.
మన సైన్యమునురెండు పెద్దభాగములుగను ఒక చిన్నభా
గముగను విభజించి పెద్దభాగములను రెంటిని కృష్ణకు
దూరముగా వారికిం గనంబడకుండ నుంచి మధ్యనుండు
చిన్న భాగమును, నదిపోడవున నిటునటుందిరుగుచు గనంబడు నిలిచిన వారును
దానివెంటందిరుగుదురు. అప్పడు కొడవపెద్దభాగముల నె
కాయెకి కృష్ణకావలకుం బోవఁ జేసినచో వారుపోయి పడు

దురు. ఇది కొంతవరకుకుం బహయోజనకారియని తోంచు చున్నది.

అహమ్మద్:- ఆ! మంచి యుపాయము. మిక్కిలి యుక్తము గానేయున్నది.

గోల్కొండ:- తమ యుపాయము బాగుగనే యున్నది. కాని వారుకూడ మనవలెనే తమసైన్యమును మూండుగనో నాల్గుగనో చేసి మనలను వెంబడించిన?

బేదర్:- సాహసమునను బరాక్రమమునను వారు మనలను మించినను యోచనలో మనలను మించలేరు. ఇట్టి యోచనలు వారికి దోంచవు. పైగా వారికిపుడొక గర్వ ముకూడ గలదు. గతయుద్ధములలో నెచటను, ఎప్పుడును వారికి పరాభవము సంభవించినదికాదు. అందుచేత వారి కెన్నటికిని పరాభవము, అపజయము కలుగదని వారి నమ్మకము. ఆ యుద్దేశముచే వారిట్టయు క్కలకు దిగరు.

గోల్కొండ:- నిజమే.. తెల్విలో వారు మసలకు జంకుదురు. మనపాటి యోజనాసమగ్రత వారికి లేదు.

అహమ్మద్:- అట్లనుచున్నా రేమి? వారికి భూపనయ్యలు లేరా? మూండులోకాలు మ్రింగివేయుట కొక్క బ్రాహ్మణుడు చాలు. తదితరులలోంగూడ వారికిందీసిపోనివారు చాల మందిగలరు. ఏడ యెల్లన్నను, ఆ యుపాయము మిక్కిలి మంచిది. మీరు చెప్పినట్ల చేసి చూచుట యు క్తమే.

ఆదిల్ :–మీరు చెప్పిన యా యు_క్తి సం_స్తవనీయమే. కాని మొదట ఈ యుద్ధచతురంగమునకు వే ఆ్ొక యెత్తు వేసి చూడవలయును.

అహమ్మద్ :–అదియేదో సెలవియ్యండి.

ఆదిల్ .–మనము మొట్టమొదట నొ్ొక టక్కు చేయుదము. మన సైన్యములను పైకి యుద్ధమున కా యత్తము కానట్లు నటింపించుచు లోన సర్వసన్నద్ధులమైయుందుచు రామ రాజున కొ్ొక రాయబారి నిట్లు చెప్పుట కంపుదము. 'చ్రక నస్టైైన తమసైన్యముంజూచి నవాబులు భయపడినారు. కావున వారియందు దయయుంచి సంధి కొ్ొడంబడుఁడు' అతనికి స్వాభావికముగా నమ్మకము విస్తారము. అదియు నుంగాఁక స్వశ_క్తియందతనికి విశ్వాసము మెండు.

బేదర్ :–బ్రాహ్మణులన్న జ్ఞ పికివచ్చినది. అతనిదగ్గఅ విశ్వ విఖ్యాతింగాంచిన బుద్ధిసాగరుఁ డను మంత్రియున్నాఁడట. అతఁడు మేధానిధియనియు, అత్యద్భుత శ_క్తిమంతుఁ డనియు, యుక్తిసందోహములకును దం్త్రములకు నివాస స్థానమనియు వింటిని. అట్టివాఁడీ తం్త్రములను సాగ నిచ్చునా ?

గోల్కొండ:– అతఁడిపుడు లేఁడు లెండు. అతఁడే యున్న చో మసతం్త్రముల సాఁగనిచ్చునా ?

అహమ్మద్:—అతఁ డేమైనాడు ? అట్టి మంత్రినేల రామరాజు
విడిచెను ?

ఆదిల్ శాహ:— తంత్రములు కల్పించి రామరాజునకును, అత
నికిని విరోధముకల్గించితిమి. రామరా జవి నమ్మి యతనిం
జెఱసాలలోనుంచినాడు. పిదపఁజంపుటకుఁ బ్రయత్నము
చేసితిమి. కాని సాగినదికాదు. అయినను, అతఁడెప్పు డిచట
లేఁడు. ఢిల్లీకిఁబోయినట్లు తెలియవచ్చినది.

గోల్కొండ:— అతని జాడ తెలిసినదికాదు. అతఁడు ఢిల్లీకేల
పోయియుండెనో ?

ఆదిల్:—ఉద్యోగమునకు పోయియుండును.

బేదర్:—అం తేనా? ఢిల్లీశ్వరుని సాయమడుగుటకా ?

ఆదిల్ :—కాఫరులకు వారు సాయముచేయరు.   అతనింబట్టి
ఖయిదు వేయించునట్లు నేను జేసెదను.

బేదర్:—ప్రస్తుతమున్న మంత్రి యెవరు ?

గోల్కొండ:—ప్రస్తుతమున్న వాఁడు మనవాఁడే. మనయాటలు
సాగుటకు నదియే కారణము. అట్టిసాహాయ్యమే లేకయు
న్నచో మనము నల్లురముకలసినను, ఈ యాంధ్రిచక్ర
వర్తిని జయించుట దుర్ఘటము. ఆతనిపేరు చక్రధరుఁడు.

అహమ్మద్:—చక్రధరుఁడీ కుట్రలోఁ జేరుటకుం గారణమేమి ?
రామరాజు మంత్రులను మిక్కిలి మన్నించుననియు వారి

తో నైరమును వహింపడనియు వాడుక. మతి యితనితో
నేలకలహించెనో కారణము తెలియదా ?

ఆదిల్ :–అతడు రాజవంశములోని వాడు. చిన్నప్పటి నుం
డియు రాజ్యాశ యతనికి విస్తారము. రామరాజు దయ
చేత మన్నించి యతనికి గొప్ప యుద్యోగములన్నియు
నిచ్చి క్రమముగా మొన్ననే మంత్రిపదవి నొసంగెను.
రాజ్యము నెల్లెని సంపాదించుట యే కర్తవ్యమని తలంచు
వాడగుటచేత దక్కాంతు నే గల్పింప నిందుచేరినాడు.

బేదర్ :–మీరుచేయు కార్యములు దూరదృష్టి సమన్వితములు.
బలే ! మంచిపనిచేసినారు. మీయందు రామరాజునకు
మొన్నటివఱకు విశ్వాసము మెండు.

ఆదిల్ :–అవును.

అహమ్మద్ :–మీయుత్తి మంచిదే. కాని సంధిషరతులు మా
ళ్ళే మాలోచించినారు ? మంత్రి మనవాడు గనుక ఇది
పడవచ్చును.

బేదర్ :–అతనికైన యుద్ధపుఖర్చులు మనమిచ్చునట్లు చెప్ప
వలయును. లేనియెడల, అతడు దీని మొగము చూడనే
చూడడు.

అహమ్మద్ :–యుద్ధపుఖర్చు రమారమి యతని కో సరికనిమిది
తొమ్మిది కోట్లె యుండవచ్చును. అంతయు నిచ్చెద
మన్నచో నమ్మడు.

గోల్కొండ:-ఆc! అంతవఱకుcగాకున్నను, ఆ మహాసైన్యము
లకు ఆ తేడు కోట్లనను వ్యయమై యుండును.

ఆదిల్:-మనము మూcడుకోట్లుచెప్పిన బాగుగానుండును.
అతcడధమ మైదుకోట్లనయినను అడుగక మానcడు. ఇల్ల
నక ముందుగా హెచ్చుచెప్పిన నంతగా నతcడు నమ్మ
టకు వీలుండదు.

బేదర్:-నరే మూcడుకోట్లు ధనము పైనc గొన్ని దుర్గములను
గాని కొంత దేశమునుగాని యాయవలయును.

అహమ్మద్:- బీజపూరులోc గొంతభాగము నీయవలయును.
అట్లయినచో రామరాజునకుc దృప్తిగానుండును.

గోల్కొండ:- గోల్కొండ బీజపూరులలో దక్షిణమున నున్న
కొంతరాజ్యమును, కొన్ని దుర్గములను, ఇచ్చునట్లు చెప్ప
దము.

ఆదిల్:- అవు నిదియు క్రమే. కాని మఱియొకటి మనమడుగ
వలయును. జగన్మోహినిని తిరిగి శ్రీగోల్కొండ నవాబుగారి
కొప్పగించుటకుc గోరవలయును. ఇదిహారికింc గట్టముగా
నుండునని మనమెఱుంగుదుము. కాని ఇట్టిమరతు లేకు
న్నచో, అంతభాగుండదు.

    గోల్కొండ నవాబుహృదయమునc గల్లుమనియెను.
ఆ సుందరీమణి పేరుచెప్పగనే యతనికి సహజమగు సుత్సకత

జనించెను. ఆమెపోక కతడు చింతించినచింతకు మేరలేదు. నిద్రించినను, మేల్కొన్నన, మాట్లాడుచున్నను, లేచు చున్నను, చూచుచున్నను, ఆ సుందరి యతనికి ప్రత్యక్షమగు చుండును.

అహమ్మద్:- అవు నిది యత్యంతావశ్యకమగు నంశము.

గోల్కొండ:- దీనివలనఁ బ్రకృతము చెడునేమో! ఆంధ్రులు పౌరుషప్రధానులు. ఈ మాటవిన్నచో సంధిగింధి విడచి మీఁదఁబడుదురు. పైనం జింతించినఁ బ్రయోజనముండదు. అల్లాడయవలన మసకు జయముగల్గినపుడు విజయనగర పరి పూర్ణలక్ష్మితోఁగూడ జగన్మోహిని మనకు దొరకును. కావునఁ బ్రకృతభంగము చేయునట్టి దానికి మనము పోవ కుండుటే యుక్తము.

ఆదిల్ శాహ్ కీ వాక్యము లమృతోపమానములు. అతఁడు కోరిన దట్టిప్రత్యుత్తరముసే.

బేదర్:-వారి కిట్టికోపము కల్గుటయు, కార్యవిఘాతుక జనిం చుటయు సత్యమే. అయినను ఇది యత్యంతావశ్యకము గదా?

ఆదిల్:-ఒక వేళ నట్లుకావచ్చును. కాని——మీ యిష్టము.

గోల్కా:-నాకు దాని నిందుఁ జేర్చకుండుటయే యిష్టము. ఆ మాట విన్నంతనే ఆవీరలకుం గోపము జనించును. అం

దుచే సంధి నాశమగును. మనయందఆ లాభముకొఆకును విజయనగరసామ్రాజ్య వినాశముకొఆకును నేనీ మాత్రము సహింపఁజాలనా? పిదప విజయము మనకుం జేకూరుటయు నాపై సిద్ధించుటయు నెల్లేనికలదు. విజయము శత్రువుల దైనచో, ఆపె మనకెట్లును సిద్ధింపదు. మనకు వినాశము తప్పదు. ఇంతలో మనమింత త్వరపడు టుచితముకాదు. కావున దీనిని మనము వదలుకొంటయే మంచిది. నాకా సందేహములేదు.

బేదర్ నవాబునకును, అహమ్మద్ నగరు నవాబున కును, ఇది సమ్మతమే. ఏలయన? జగన్మోహినిం గోరినయెడల శత్రుసమూహాదుర్భరమయిన యాంధ్రజాతీయ ప్రతాపవహ్ని మరల నొకపరి విజృంభించి తమ్ముకాల్చివేయునని వారెఱుం గుదురుకాన వారు మఱిమాట్లాడలేదు.

ఆదిల్:—అది తమ చిత్తము.

గోల్కొండ:—నా కా ప్రమేయ మొత్తకుండుఁటే యిష్టము.

బేదర్:—సరే. వారట్లు స్పష్టముగాఁ జెప్పుచున్నపుడు మనము వేఆొకవిధముగా నుండఁదగదు.

ఆదిల్:—మీయిష్టమే యనుసరింతము.

అహమ్మద్:—మనకు గుఱ్ఱములు తక్కువ. ఇది వారెఱుంగు దురు. అవి మనము కోరవలయును. గఱ౦౦౦ గుఱ్ఱములు కోరినంజాలును.

గోల్కొండ:—మంచి సంగతి. అది అడుగవలసినదే.

బేదర్:—ఏనుగులుకూడ నయిదువందలు కోరుదము.

అహమ్మద్:—మఱియొక యంశముకూడ నున్నది. మనరాయ
బారులకు సరియైన గౌరవముచేయుట. ఇదివఱకు వారు
రామరాజముం దాయనయిష్టములేకుండ గుజ్జములపైన
నెక్కఁగూడదని యనుమతింజేసినాడట! దాని నిపుడు
కొట్టివేయుటకు గోరవలయును. మఱియు నతని సభా
మండపమున మన తురకరాయబారులను నిల్వఁబడు
నట్లతేఁడు చేయకుండుటకును, అతని రాయబారులను
మనము గౌరవించునట్లు వారిని గౌరవించుటకును, తగు
నాసనము నొసంగుటకును మన మిందు షరతు నుంచ
వలయును.

ఆదిల్:—ఇది ముఖ్యమైన వానిలో నొకటి. మఱి ముఖ్యాంశ
ము లేమనిగలవేమో ఆలోచింపుఁడు.

బేదర్:—మఱి ముఖ్యాంశములున్నట్లు తోఁచుటలేదు. ఇవి
చాలునులెండు. నిజముసంధియైనఁ బెక్కుషరతులు గా
వలయును గాని వట్టిదానికిస్నేల? అయినను, ఇదివఱకే
కావలసిన వన్నియు వచ్చినవి.

అహమ్మద్:—సరేకాని శత్రుపతిము వారిసైన్యమంతయు నెంత
యున్నదో సరిగా నెవరైన నిపుడు చెప్పఁగలరా?

గోల్కొండ:-ఆ! సిద్ధముగానే యున్నది. చక్రధరుని దగ్గఱ నుండి సర్వము వ్రాసిన కాగితము వచ్చినది.

అని యాకాగితమందీయ జేబులోఁ జేయి యుంచెను.

ఆదిల్:-కాగితమేల? ముఖ్యమైనవి నేను చెప్పెదను వినండి. కాల్బలమాఱులక్షలు. అశ్వములుమొత్తము లక్ష. ఏనుగులు మూఁడువేల యయిదువందలు. ఈ కాల్బలము తదితర బలములతోఁగూడ మూఁడు భాగములక్రింద విభజింపఁబడి నది. ఒకభాగము రామరాజు క్రిందను, మఱియొకటి తమ్ముఁడైన తిరుమలరాయని క్రిందను, ఉంపఁబడినవి. వీరు ముగ్గురు సర్వసైన్యములకు నధ్యక్షులు.

గోల్కొండ నవాబింతలో కాగితము దీసెను.

గోల్కొండ:-అవును. ఆ మూవురు క్రిందను పదునైదుగురు ప్రధాన సైన్యాధిపతులును, వారిక్రింద తొంబది యేడు గురు సైన్యాధిపతులును గలరు. వారు తమ క్రిందనున్న నాల్గువందల ముప్పదిమంది యుపసేనాపతులను జూచుచుం దురు. యుద్ధమునందు పరాజయమన్నమాట యెఱుంగక వేయికండ్లతోఁను బదివేల హస్తములతోఁను పోరాడుచు బలముతోఁ సమానముగా బుద్ధిబలముంగూడ నుపయో గింపఁజాలిన మహాయోధులు ముప్పది యార్గురు కలరు. వారికిం గొంచెము జంకువా రయిదువందలు కలరు. వే రుపఁ ప్రధానములయిన యుత్తమ వంశములంబుట్టి దేశసేవ

చేయుచు, ఆత్మదేశ సంరతణమే తమ జన్మవ్రతముగా భావించి తద్రతణోలొఅకు సర్వస్వమును జయించిన యోధులు పెక్కువేలమంది కలరు.

అహమ్మద్:–మన పతమున నెవరి కెవరి కెన్నెన్ని సైన్యము లున్నవో యొకపరి సెలవిండు.

ఆదిల్:–మొదట నేను జెప్పెదను. మా కాల్బలమంతయు మూండులతులపదునైదువేలు. గుఱ్ఱములు పదునెన్మిదివేలు. సైన్యమంతయు మూండు భాగములుగాఁజేసితిని. అధ్యతులు, వారిక్రింద సైన్యాధిపులు, వారిక్రింద నుపసైన్యాధిపులు, ఇట్లు విభజంచితిని. ఏనుగ లేడువందలు.

బేదర్:– గోల్కొండవారు చెప్పండు.

గోల్కొండ:–అహమ్మద్ నగరువారిది కానిండు.

అహమ్మద్:– మీరు చెప్పండు.

గోల్కొండ:–కాల్బలము మూండులతులు. గుఱ్ఱము లిరువది రెండువేలు. ఏనుగ లాఱువందలు.

అహమ్మద్:–మా కాల్బలము మూండులతులు. గుఱ్ఱములు ముప్పదివేలు. ఏనుగ లేడువందల యేబది.

బేదర్:–మా కాల్బలము రెండులతుల యిరువదియైదువేలు. గుఱ్ఱము లిరువదివేలు. ఏనుగులు మూండువందల యేబది. మా గుఱ్ఱములు శ్రేష్ఠమ్ములైనవిఖాౌవు.

ఆదిల్ :- గుఱ్ఱములు మనవన్నియు కొంచెమించుమించుగా నొక్కటే విధమైనవి. రామరాజు గుఱ్ఱములతో బోల్పదగినవి కావు. అవి యతి శ్రేష్ఠములు. విదేశములనుండి తెప్పించినారు.

అహమ్మద్ :- అవును. అశ్వశాస్త్రమును జదివిన పండితులు లాంఛ్రులలో జాలమందియున్నారు. రామరాజుకూడ ఆ శాస్త్రములో గొప్ప పండితుండని విఖ్యాతింగాంచి యున్నాడు.

బేదర్ :- మనసైన్యమంతయుం గలిసి మొత్తము పదునొకండు లఱల నలుబదివేలు. గుఱ్ఱములు తొంబదివేలు. ఏనుగ లిరు వదినాల్గువందలు. గుఱ్ఱములలోను, ఏనుగలలోను మనము కొంచెము తక్కువైననూ కాల్బలములో మనమే చాల హెచ్చు. సుమారు మనకాల్బలము వారికాల్బలమునకు రెట్టింపున్నది.

ఆదిల్ :- కాని మనకాల్బల మా కాల్బలముతో బోల్పదగినది కాదు.

బేదర్ :- అది నిశ్చయమే.

ఆదిల్ :- అందుచేతనే రాయబారిని రేపే పంపి లోలోపల మన పనిని మనముచేయుచుండుట యుక్తము. అల్లా దయవలన మనమే గెలువ వచ్చును. మనకు ఫిరంగు లేడెన్నిది వందలు కలవు. వారికన్ని లేవు.

గోల్కొండ:—యుద్ధముకంటె మోసము చులకనగా మనకు జయమిచ్చును. యుద్ధమునకు విజయము దుర్లభముకాని మోసమునకు దుర్లభముకాదు.

అహమ్మద్:— సరే. రేపుదయమే నిశ్చితాంశమున కుపక్ర మించుదము.

అందఱును నదిక్కులు పరికించిచూచిరి. అప్పటి కప్పుడే రెండు జాములకు మీరినట్లు వారికిందోఁచెను.

———

ముప్పది యొకటవప్రకరణము

రాయబారము

విజయనగర చక్రవర్తియొక్క మహాసైన్య సముద్రము విజయనగరము నుండివచ్చి కృష్ణ కీవలనైఫున తలికోటలో నున్న మహమ్మదీయసైన్యముల కెదురుగా విడిసెను.

నవాబులందఱుంగలిసి రాయబారి నంపిరి. ఆరాత్రి రామరాజ వెంకటాద్రియ తిరుమలరాయ చక్రధరులు నల్వురు నొకగుడారమునగూడి యిట్లాలోచింపదొడంగిరి.

చక్ర:- శత్రువులు మనయోధుల శౌర్య పరాక్రమాదులం దెలిసికొని భయంపడియుందురు.

తిరు:- దొంగతనముగావచ్చి యూళ్ళను దోచుకొనుటకును, గ్రామములను తగులంబెట్టుటకును, హిందూసాధువుల్ల బాధించుటకును దక్క ఆ తురుష్కు లెందుకు పనికివత్తురు.

వెంక:- హిందూ దేశమును మోసముచేతనేకదా వారు జయి చినది. లేకపోయిన మఱియొక విధముగా నస్యదు పరాక్రమ నిధులయిన యార్యులు వంచింపంబడుదురె?

రామ:- కాకయున్నచో వేయిజన్మములెత్తినను శత్రుహారిణి హారణదక్షంబయిన పృథ్వీరాజసింహంబును గోరి జయింపం

గలండా? మహమ్మదీయులు వట్టికయ్యక్తిపరులు. దానిచేతనే
వారిట్టి విజయములం గాంచుచున్నరు. నిశ్చయముగాఁ
దలపోసిచూచినపట్టమున నే యుద్ధమున వారు న్యాయము
గాఁ పోరి గెల్చినారు? వేలుమడచి లెక్కింఛుండోక్కలేని
కలదేమో?

మానవులలోఁ జాలమందికడ నొకవింతయిన స్వభావ
మున్నది. ఆ గుణముకలవారికది స్ఫురింపదు. దానినే ఆత్మశ క్తి
విశ్వాస మనవచ్చును. అట్టి విశ్వాసముకలవాడు తనకే విధ
మైన యపజయమునుగల్గునని నమ్మడు. ఎట్టి వ్యవహారమునం
దును శంకింపడు. ప్రతివిషయమునను దనకే జయము సిద్ధమని
యు, పరాజయముతనకుఁగలలోఁగూడ గలుగదె నియు నతడు
త్రికరణశుద్ధిగా నమ్మును. ఈవిశ్వాసముచేతనే కర్ణడు తా
నెన్ని సారులలోఁడినను అర్జునుని జయింపఁగల్గుదుననియే నమ్మెను.
అత్యంతతీవ్రమగు పార్థుని తీక్ష్ణప్రహారమతని శిరమును ద్రుంచు
పట్టుకు నతండా నమ్మకమునువీడలేదు. ప్రపంచమున నమ్మిచెడిన
వారిచర్యలను వారుచదువుదురుగాక! పఠింతురుగాక! వల్లింతు
రుగాక! దానిని మాత్రము స్వవిషయమునకు సంబంధింప
నీయరు. రారాజు దుర్యోధనుండీ యాత్మశ క్తివిశ్వాసవశుడగు
టం జేసియే భీష్ముడు పడినను ద్రోణుండొడ్లిగినను చతురంగ బల
ములు హతమగుచున్నను, కాల్బలములు కాలిపోవుచున్నను,
యుద్ధమును విడిచినవాడుకాడు. రావణునకును, అందుచేతనే,

16

ఇంద్రజిత్తు గతించినను, విభీషణుడు శత్రుపక్షము నవలంబిం
చినను, లవమేని చలనము కల్గినదికాదు. ఇట్టిగుణమే హిందూ
దేశమునందలి పెక్కు సామ్రాజ్యములను, రాజ్యములను నాశ
ముచేసినది. ఆత్మశక్తివిశ్వాసపరులకు గర్వము, నిర్లక్ష్యభా
వము సహజగుణములు. అవియే వారికి విషముగాఁ బరిణ
మించుచుండును. కాని, కాలమా సన్నమగుసందాఁక వారు
చాసంగ్రహింపఁజాలరు. ఆ విశ్వాసమే గర్వవిరహితమై దూర
దృష్టిసమేతమైనపుడు ఫలప్రదమగును. అది మనుజులకు సర్వ
సిద్ధికొఱకగును.

చక్ర:-ప్రకృతము మనతులలో ధనమిచ్చుట మిక్కిలి తక్కువ
గా నున్నది. మనకింతవఱకైన యుద్ధవ్యయ మాఱుకోట్ల
డెబ్బదిఱయయిదు లక్షలు. పోనిమ్ము, రాజ్యమేని కొంత
యిత్తఱవన్న నది చాలకొంచెము. ఆ యిచ్చు ప్రదేశమంత
యు నొకకోటి రూపాయలైననుజేయదు.

తిరు:-సంధియేల? మైన మీయిష్టముకాని నాకు సంధి యిష్ట
ములేదు. ఏమిసంధి? తెగి పోరి శత్రురాజులనుద్రుంచి యా
తురుష్క రాజ్య చతుష్టయమును మన విజయనగర
సామ్రాజ్యమునం గలుపుకొంటయే నాకభిమతము.

వేంక:- అన్నగారూ! నిజమండి. ప్రథనభూమియందు విజ్యం
భించిన కంఠీరవంబులోయన, తురుష్క హరిణచయంబు
లనుబట్టి చెఱకుంగఱ్ఱలను నఱికినట్లు నఱుక నెంతయుఁ గాం

క్షీంచుచున్న మనసై నికులకుందగిన సమయంబుచిక్కినది. ఇట్టి సమయంబును వృథాపోనిచ్చుట మంచిదికాదు. సామ్రాజ్య రక్షణకై సర్వస్వమును, ఈయ సిద్ధముగా నున్న మనవీరవరుల పరాక్రమ సంపదనొకపరి రుచిచూ. చినంగాని తురుష్కులపాంసనులు భయంపడి మనను గన్నెత్తి చూచుటకేని వెఱవరు.

చక్రధరునకు దిరుమలరాయ వేంకటాద్రుల స్వభావ ములు తెలియును. ప్రస్తుతము సంధితంత్రము సరిగా నడవ కున్నచో అతనికిం గష్టము. విజయనగర సామ్రాజ్యసైన్య ములను మోసపుచ్చుట కంతగా వీలుండదు. అందుచేతఁ దిరు మలరాయ వేంకటాద్రివీరుల వచనము లతనికిం గఱ్ఱకఠోరము లై యుండెను. అతని ముఖ మిప్పుడు రామరాజ చక్రవర్తివంకఁ జూచుచుండెను. అతఁడిట్ల నెను.

'సోదరులారా! సామ్రాజ్యకార్య నిర్వహణభారము ను మీరువహించి యుండకపోవుటచే నల్లనుచున్నారుగాని యుద్ధము మాటలతో నగుకార్యముకాదు. మీరు మహా యోధులగుటచే మీకది రుచించును. కాని యుద్ధమున జయ ము మన కేయగునో వారికేయగునో మనముచెప్పఁజాలము. ఒకవేళ జయము మన కేయైనను మనము చెందునష్టమింతని వచింపఁగలమా? సంధియందన్ననో అభయము లేదుగదా? రాజకార్య నిర్వహణ చతురునకు సామ దాన భేదములు

వ్యర్థమైనప్పుడుగాని దండోపాయము నుపయోగింపంజనదు. ఒకవేళ జయమే సిద్ధించు ననుకొనుడు. అప్పుడు మాత్రము మనకు లాభము కల్గునని యా మీతలంపు? ఎందఱు సుందరీ మణులు విధవలై పోవుదురు? ఎందఱు మహాయోధులు నశించుటు? ఎన్ని క్షామములు సంభవించును? ఎన్నియాఱులకుc గష్టనష్టములు కల్గును? కావున నెన్ని విధములం జూచినను యుద్ధములకుంబోవుట మనకుc గార్యముకాదు'

ఆ యిరువురును మఱి మాట్లాడలేదు. కొంతసేపూరకుండిరి.

రామ:- అవును. అయిదుకోట్ల రూపాయిల నైనను కోరకున్నచో మనయుద్ధపు ఖర్చులు బొత్తుగాc జాలవు. ఇక దేశము మాట పేరేగాని వారు మనకిచ్చినదేలేదు. అది యంతయు నిదివఱకు మనచే జయింపcబడినదే. జయింపcబడిన రాజ్యమునే మరల మనకు నిత్తురcట!

చక్రఫ:-ఇందు రామాారు పానగల్లు మొదలగు మనపూర్వ దుర్గములు మాత్రమే చేరియున్నవి. ఇవి యిదివఱకే మనక్రిందనున్నవి. వీరిత్తుమన్న ప్రదేశమునకంతటికిని గలిసి వత్సరమునకు నాల్గులతల రూపాయలేని శిస్తుకాదు. అందు మూcడువంతులు మనపూర్వపు ప్రదేశముల మీcదనే వచ్చును. ఇక నొక లఘురూపాయాలువచ్చు దానినా వారిచ్చునది ?

వెంక:-బహుళః వారిది మనకు దానము చేయుచున్నట్లు భావించుచున్నారు గాఁబోలు.

చక్ర:-అల్లేయున్నది.

రామ:-బీజపూరు గోల్కొండలనుండి చీల్చి గోవా, తలికోట, బీజపూరు, కోవిలకొండ, రాజుకొండ, కమ్మంమెట్టులవఱకు నున్న ఖండమును గోరిన సరిగానుండును.

చక్ర:-అవును.

తిరుమ:-మఱియొక అంశము జ్ఞప్తికి వచ్చినది. గోల్కొండ నవాబు కూతురు నూర్జహాను, మన ప్రధానసైన్యాధికారులలో నొకఁడయిన ప్రతాపసింగుని మోహించినది. ఆపెను మఱియొక తురుష్క యౌవనునికీయుట కామె తండ్రి యుద్యోగించు చున్నాఁడట. ఆమె నితనికిచ్చుటకును ఆమె కోరికను భంగము చేయకుండుటకును మనము కోర వలసియున్నది.

వక్ర:-అగునతఁడు విశ్వాసపాత్రుండగు వాఁడు. దేశహితై కాభి లాషి. అట్టివాని కి సాయమును చేయవలసినదే. మఱి యదియునుంగాక తురుష్కుల కన్నియలను మనవారు మ్లేచ్ఛులనియు నంటినం బాపము వచ్చుననియుఁ దలంచి ఢిల్లీ పాదుషా లెందఱు తమకన్న కూతుండ్ర నీయ నుద్య మించినను, అంగీకరించిన వారుకారు. మనమిప్పుడే నూ తన మార్గమును ద్రొక్కవలయును.

వేంక:—అవును. నూతన సంస్కరణలుచేసి హిందూ సామ్రాజ్య మును భిన్నభిన్నములయి శకలములుగాకుండ బంధించి యుంచవలసిన కాలము వచ్చినది. హిందువులు మహమ్మ దీయులు పరస్పర విరోధముతో నున్నంతకాలము మన మెప్పి విషములం జింతించినను భరతఖండమున కవిచ్చిన మను నేక జాతీయభావ ముత్పన్నము కాఁజాలదు.

రామ:—హిందువులయు మహమ్మదీయులయు బరస్పర వైషమ్య ముల మూలముననే హిందూ దేశము దోపిడులకును, రక్క పాతములకును మూలమగుచున్నది. స్వభావ సిద్ధముగా హిందువులకు బరమత ద్వేషమును, వారిని హింసింపఁ జూచుటయులేకున్ను మహమ్మదీయులంజూచి వీరుకూడ నేర్చుకొనుచున్నారు. గత యుద్ధములలో మన సైనిక లధిపతుల యుపేక్షచేతఁ గొన్ని యకార్యములను మహమ్మ దీయులకుం గావించియున్నారు. అట్టివానిని నిరోధించుట మనకుం గర్తవ్యము.

     ఆ యా యంశము లన్నియు రేపు సభలోఁ జర్చించి మన సేనానాయకులయుఁ దదితర లోకముయొక్కయు నను మతం గైకొందము.

———————

ముప్పదిరెండవ ప్రకరణము

నూర్జహాను

స్వాభావికముగా వినిర్మలమై నీలకాంతులను గ్రమ్ము
చుండు నాకసమిపుడు సంజయతిక్రమింపగా వ్యాపించుచున్న
చీకట్లచే నల్లముఖ్మల్ గుడ్డవలె బ్రకాశించుచుండెను.
కాలపుంజిత్రకారుడు డాగామిరాజ హృదయ రంజనార్థంబు
చిత్రించిన చిత్ర విచిత్ర కుసుమంబులోయన, ఆకసపుందివాసి
యందు నక్షత్రములు మనోహరమ్మలై వెలయుచుండెను.
ఇట్టియెడ దురకనవాబుల యుద్ధశిబిరములలో నొక్కయెడ
నొకదివ్య సుందరి కూర్చుండియుండెను. ఆమె కూర్చుండి
యున్న ఆ శిబిరము గోల్కొండనవాబు నంతఃపుర విహార
మందిరము. ఆమె మొగము సౌందర్యవిలాసమునకును, సిరికిని
దావు. ఆమె కనులు నల్లనై అతిమనోహరములై పొడవుగా
నుండెను.

ఆమె దేనినో యోజించుచున్నట్లుండెను. ఆమెముఖము
కృశించియుండెను. తనువును గృశించియుండెను. ఆమె ముఖ
మునుండి వెచ్చని నిట్టూర్పు లప్పుడప్పుడు వచ్చుచుండెను.
ఆమె కచ్చుటం జీకాకుగా నుండినట్లుండెను. ఆమె వాల్గను

లఘు జాపల్య మలంకరించుచుండెను. ఆమె యటు నటుc జూచుచుండెను. ఆసుందర విగ్రహ మెవరికోఆక్కో యెదురు చూచుచున్నట్లున్నది. ఆమె యే గోల్కొండ నవాబుకూతురు నూర్జహాను.

అంతలో నచ్చటికి మఱియొకసుందరి వచ్చెను. ఆమె చెలికత్తెయ. ఆమె యందు నూర్జహానునకుం బ్రీతివిస్తారము. ఆమెయు నూర్జహానుం బ్రేమించెను. ఆమె తనశీతలహస్తమును నూర్జహాను కరమున నుంచి తాకి చూచెను. అది వెచ్చగా నుండెను. ఆమె యిట్లనెను.

చెలి:- అమ్మా! నూర్జహానూ! నీకీ జ్వరము ప్రతిదినము హెచ్చుచున్నది గాని తగ్గుటలేదు. ముఖపద్మము వాడి నది. నానాటికి దేహము కృశించిపోవుచున్నది. కనులు లోనికింబోవుచున్నవి. నిన్నుజూచిన భయ మెత్తుచున్నది. తండ్రిగారు నీమీది ప్రేమచేతనేకదా నిన్ను విడిచి రాలేక యుద్ధమునకు నిన్నుగూడ దీసికొనివచ్చినారు? నాకిది సామాన్యమగు జ్వరమువలె దోచుటలేదు. జ్వరము నీ కెన్నిసాఱ్లు రాలేదు? ఒకటి ఱెండు దినములకంటె హెచ్చు దినము లుండునదికాదు. అదియునుంగాక నీ మనసెప్పుడును విచారమగ్నమై యేదో యాలోచించుచున్నట్లుందును. దానికిం గారణమేమి? మీతల్లిదండ్రు లనవరతముం జిం తిలుచున్నారు. ఎంతమంది వైద్యు లెన్ని చికిత్సలంజేసి

నను వ్యాధి నానాటికి హెచ్చుచున్నది కాని తగ్గుటలేదు. ఇడియంతయుc జూడ నీకిది యేదేని చింతవలనం గల్గినదని తోcచుచున్నది. వలయునేని ప్రాణములంగూడ నీ కొఱ కియ సిద్ధముగానున్న మావంటి చెలులకుc గారణమేమో నివేదింపరాదా? అడుగవలయునని చూచితినిగాని సమయము చిక్కినదికాదు. అంతయు నివేదింపుము. మావంటి చెలికఖైయెలయెడ దాచినం బ్రయోజనము కలుగదు.

నల్లరేకుల చక్రందనము నెఱ సక్కెము లాడుచున్న యామెకన్నుల భాష్పములుగ్రమ్మెను. ముత్యములుధారగాc గురియుచున్న సోయన నవి బిందువులుగా భూమిమీాcదc బడుచుండెను. ఒక నిట్టూర్పు వెడలెను.

'చెలీ! నేను నీకడ నేమేని దాcచి యెఱుంగుదునా?'

'నేcటివఱకును లేదు. కాని యిది యొకటిమాత్రము'

'అవును. నిశ్చయముగా నాకోర్కె చెప్పcదగినదికాదు. అది చెప్పి ప్రయోజనములేదు. అది నాc జన్మమధ్యమునc దీరునదికాదు. రిత్తకోరికలంజెప్పి నిన్ను గష్టపఱచుటేలయని భావించి యూరకుంటిని'

'చెలీ! అట్లనకుము. నా యావచ్ఛక్తిని వినియోగించి చూcచెదను. ప్రయత్నించినచో సాధ్యపడని దేదియులేదు. అంతచేతcగాని దానsైన నీతోcగూడ దుఃఖమును సమముగాc బంచుకొని యైన ననుభవింతును'

'వృథా నిన్నాయాసపెట్టి దుఃఖపెట్టుట నాకిష్టము లేదు. కాదు కూడదు గట్టగాఁ జెప్పుమన్నచోఁ జెప్పెదను'

'నీకు సందేహింపఁ బనిలేదు. వచింపుము. చెలికత్తె లకు సుఖదుఃఖములలోఁ బాలు వహింపకున్కి ధర్మముకాదు. నా యోపినంత సాయము నీకుఁ జేసెదను. నావలనంగాక యున్నచోఁ బదంపడి విచారింతము'

కొంచెము సేపువఱకు నూర్జహాను మాట్లాడలేదు. ఆమె యేదియో యోజంచుచుండెను. ఆమె ముఖమున మంద హాస మస్ఫుటముగా నంకురించెను. అది విచారపరివృతమై మంటిచేఁ గప్పఁబడిన మణివలె ప్రకాశించుచుండెను. ఎట్ట కేల కా ముఖమునుండి ముత్యములు రాలఁజొచ్చెను.

'ఈ రిత్తకోరిక వెల్వరింపఁ దగినదికాదు. అయినను నీతోఁడ నెన్ని యోసాల్లు చెప్పవలెనని తలఁచియు మరల నిప్పృ యోజనమని భావించి యూరకుంటిని. ఇపుడు నీవంటి చెలి కత్తె యఱుఁగఁగా దాఁచుటతగదు. నాఁడు మనమిరువురము గోల్కొండలో సరోవర స్నానముచేసి బహిస్స్నధోపరిభాగ ముననుండి యిటునటు తిరుగుచుంటిమి. జ్ఞప్తియున్నదా?'

'ఆ! ఉన్నది. లేకేమి? నాఁడు తోఁడి యాడువారితోఁ జక్కఁగా నాడితిమి'

'అవును చెలీ! ఆనాఁటి సాయంకాలము_'ఊరకుండెను.

'ఏమి జరిగినది?'

'ఒక యుత్తమాశ్వమునెక్కి సర్వసౌందర్య మూర్తి యగు నొక రాజపుత్రుండా మార్గమున రాలేదా?'

'నాకా విషయమేమో అంతగా జ్ఞప్తిలో లేదు'

'జ్ఞప్తిలేకేమి! నీ విట్లనలేదా? 'ఆహా! చెలీ! చూచి తివా యీ దివ్యసుందర విగ్రహమును ? ఎంత మనోహరముగా నున్నది! కాని యది నిష్ప్రయోజనము సుమీ ! అతండు హిందువుండై నాడు. తురుష్క యావనుండైన నెంత బాగుండును!'

'ఆఁ! స్మృతికివచ్చినది'

ఇరువురును గొంచెము సేపూరకుండిరి.

'అతనియందు నీ మనము లగ్నమైనదా యేమి?'

అవునని తలయూఁచెను.

'చెలీ! ఈ కోరిక నీకెట్లు లభ్యమగును ? అతండు రాజ కుమారుండుగదా ? వారు తురుష్కులను ద్వేషింతురు. అతం డు నీయందు నీవలెనే అనురక్తుండయినంగదా నీకోర్క సిద్ధించుట ? సహజతురుష్క ద్వేషియగు రాజపుత్రుండట్లు నీయందు మక్కువ వహింపఁగలడు?'

'అది నేఁగ్రహించితిని. అతండు నాయందుఁ బ్రేమ వహింపకపోలేదు.'

'చెలీ! అయినను ఇది యెట్లు సిద్ధించును? మీరు మతాంతరులుగదా?'

'మతాంతరులై ననేమి? మన తురుష్కులు కొందఱు రాజపుత్రాంగనలం బెండ్లియాడుటలేదా? నిన్న నేకదా అక్బరు రాజపుత్రస్త్రీని బెండ్లియాడినది? మనతురుష్క సేనాధిపతి పుత్రిక యొకతె రాజపుత్రుం బెండ్లియాడలేదా? మతము నకు కొద్దివార్లై ననేమి? గొప్పవార్లై ననేమి?'

'మీతండ్రిగారి కిది సమ్మతముకావలదా? నిన్ను మీ తండ్రిగారు సేనాధిపతియగు మీర్జాకుం బెండ్లిచేయ నిశ్చయించు చున్నారు.'

'త్రికరణశుద్ధిగా నేనతనిని వలచితిని. మఱియొకని నెట్లు పెండ్లియాడుదును? స్త్రీలు మనోవాక్కాయ కర్మల నొకనినే వరింపవలయునని మనశాస్త్రములు చెప్పుటలేదా? మనసా సమ్మిసవారిని విడిచి వేఱొకనిం జేపట్టుట యుత్తమ సాధ్వీ లక్షణమగునా?'

'స్త్రీలు స్వతంత్రురాండ్రుకారు. నీతండ్రియిష్టముకాని యొకని వరించుటకును, ఇంకొకని వరియింపకుండుటకును నీ యిష్ట మేమున్నది? నీతండ్రి మీర్జాకుం బెండ్లిచేయఁబూని యుం డఁగా ఆయన నాపూన్కినుండియొట్లుమరల్చి నీమనోరథమును సంపూర్తి చేసికొనఁగల్గుదువు?'

'నాకట్టిసంబంధము వలదని నానిశ్చితాభిప్రాయమును జనకునకు నివేదింతునా?'

'నీవు నివేదింతువే యనుకొమ్ము. అతడు దానికెన్న
టికి సంగీకరింపడు. అపుడు నీవేమి చేయగలవు? ఇట్టియన
న్యాభిప్రాయముంబూనిసందుచే నీకుగగల్గు లాభము సున్న. అది
యెప్పటికిని నెరవేరదు. పైస జనసీజనకులకుంగష్టము సంభవిం
చును సుమీ!'

'ఎన్నికష్టములు నచ్చినను నానిశ్చితాభి ప్రాయమునునేను
నడలజాలను. ప్రాణయులున్న నేనామహోమహుని కరముంబట్టి
సర్వసౌఖ్యముల సందగెల్గుదును. లేనినాడుత్పణమువలె నెంచి
ప్రాణమును విసర్జింపనెంచితిని. అంతేకాని తదర్విణతమగు నీతను
వును నమ్ముడెవడను తొకజాలడుసుమీ!'

ఆ సపోడవపగు సల్లనికన్నులనుండి బాష్పములు ప్రవింపం
దొడంగెను. స్వరముమాఱెను. ఆమె మరల గద్గతికతో
మెల్లగా నిట్టసెను.

'అయినను, నా జన్మ మధ్యమున తదీయసుకుమార
కరస్పర్శభాగ్యముచేకూరదు. విచారనిలయమై, నిరంతరపు
ప్రవద్బాష్పనసమేత నేత్రయుగ్మమై నా యాజన్మమిట్లు కృశింప
వలసినదే సుమీ!'

కలిగిణయు నామాట లాలకించెను. ఒడలు పుల
కంచెను. ఆమెకును గనులనుండి వచ్చుధార లుపక్రమించెను.
కాని యామె వానిని నివారించెను.

'పోనిమ్ము. నీతండ్రి యంగీకరించినను, అతడు నీకు లభించుననియు నీయం దతనికట్టి విశ్వాసముందుననియు మనము విశ్వసించుటకుందగిన దృఢప్రమాణమేమి కలదు?'

'కలదు. అతడు నన్ను విశ్వసించును' అని తన వేలి యుంగరమును జూపెను.

ఆమెతనువు పులకించెను. కను లానందద్యోతక ఝరి నిమిీసముల నొసర్చుచుండెను. విలాసినీ విలాసవంతులకు బరస్పర ప్రణయ యుక్తమైన ప్రథమ సమావేశముకంటె మటి సంతోషములేదు. అది లజ్జాసమేతము. పరస్పర శరీరకంప సుకు మారము. మనోహరము! అత్యంత సుఖప్రదము. అది యా కోమలాంగుల కెన్నటికిని మఱపురాదు. చెలికత్తె చిఱు నగవు సవ్వెను.

చెలికత్తె నూర్జహాను భావమం జక్కగా గ్రహించెను. ఆమె తనహృద్ఫీసనమునుండి యొక చిత్రఫలకమును దీసి నూర్జహాను కరకమలమునం దుంచెను. ఆమెకట్లు చేయునప్పుడు చిఱునగవు దుర్నివార్యమై మొగమునం దోచుచుండెను. ఆమె గ్రహించెను. ప్రభాకరదర్శనమునం గమల ముకుళముఁోలె నామె ముఖము ప్రఫుల్ల భావమును వహించెను. ఆమె మనో హారుని రూప మందుఁ జక్కఁబడియుండెను.

కవులును జిత్రకారులును సమవ్యాపారముకలవారు. ఇరువురును మనోహర వస్తుసంచయములంజూచి లోకరంజ

నార్థిము చక్కఁగాఁ జిత్రింతురు. కవులవలెనే చిత్రకారులును జిత్రించునప్పుడు స్వభావాతి శయోక్త్యోలంకారముల సాయము వహింతురు. కాని యాచిత్తరువు నందతని దివ్యమూర్తి సంపూర్ణ సౌభాగ్యము అతిశయోక్తింజెందక యున్నను కొఅంత నొందియుండలేదు.

'అతఁడిపుడు విజయనగరసైన్యములలోఁ గృష్ణకావల ప్రక్కనుందును. పోయి తీసికొనివచ్చెదను. అందుకేమి చేయు మందువు?'

'అబ్బా! నాకిపుడు డేమియుఁ దోఁచుటలేదు. మనస్సెంత యు నలసియున్నది. ఇపుడు నేనేమియుఁ జేయఁజాలను.'

ముప్పదిమూడవ ప్రకరణము

మార్జ

సంధి నడచుచుండెను. ఇరుపక్షములవారును గృష్ణకు రెంశు ప్రక్కలనుండిరి. యుద్ధచిహ్నములేవియు గన్పట్టుట లేదు. అందుఱును సంధియగునని తలచుచుండిరి. తురకలు మాత్రము హిందువులవలె ప్రమత్తులె యుండలేదు. ఎప్పుడు వచ్చి శత్రువులు మీాదబడుదురోయని సిద్ధముగానుండిరి. హిందువులు సంధియగును గదాయని చూచుచుండిరి.

నాటిరాత్రి రామరాజాదులు యోజించినట్లు మఱు నాడు మహాసభ కావింపబడెను. సామ్రాజ్యమునందు ప్ర సిద్ధింగాంచిన యెల్లవారును విచ్చేసిరి. నాటిరాత్రి వారు తల పోసిన మూడు షరతులను నేకగ్రీవముగా ప్రజలు, రాజులు, మంత్రులు, యోధులు, అందఱు నొప్పుకొనిరి. అందుచే నవా బుల కిట్లు వర్తమానమంపిరి.

"మీరుకోరిన షరతులలో నీవార్పు లంగీకరింప వల యును. లేనియెడల మాకంగీకారముకాదు.

(i) యుద్ధపుఖర్చులు మీరు మూడుకోట్ల నిత్తు మన్నారు. అది చాలదు. అయిదుకోట్లుగా దానిని మార్పవల

1 "

యును. మాకు రమారమి యిప్పటికి బదికోట్లయినది. అయి
నను సంధియం దుభయపక్షముల సేమమును యోజించుట
రాజధర్మము గావున నట్లుచేసితిమి.

(ii) మీరిచ్చెదమన్న దుర్గములును, దేశమును, ఇది
వఱకు మా స్వాధీనములోనున్న వే కావున భూమిని హెచ్చింప
వలయును. గోవా, తలికోట, బీజపూరు, కోవిలకొండ రాజు
కొండ లుత్తరపు సరిహద్దుగాఁగల్గి పడమటిసముద్రము పడ
మటియెల్లఁగాను, గోదావరి తూర్పుటెల్లఁగాను గలప్రదేశము
నంతయు మాకు నీయవలయును.

(iii) సైమార్పులు రెండునుగాక యొక క్రొత్తమరతును
మేము కోరుచున్నాము. మీలో గొల్లకొండ నవాబు
కుమార్తె నూర్జహానును మా ప్రతాపసింగునకిచ్చి పెంచేయ
వలయును. తక్కినదెల్లా మాకంగీకారమే."

ఇందులకుం బ్రత్యుత్తరమిచ్చుటకు మూఁడుదినములు
వ్యవధినొసంగిరి. ఎట్లయినను రామరాజు పక్షమును సంధి
సేపమున మోసగింపనెంచిన నవాబులు పై రెండు మార్పులకు
నంగీకరించిరి.; కాని మూఁడవ మరతనకు వారి కింకను గర్త
వ్యము స్ఫురింపలేదు. ఆయొక్క మరతువలన వారు తలంచిన
దెల్ల వ్యత్థమగునట్లు కసంబడుచుండెను. ఆమరతస కంగీకరింప
కున్న యెడల యుద్ధముసిద్ధము. ఇది వారుచేయఁదలంచుకొన్న
మోసమునకు విఘాతముఁజేయును. కేవలమీస్థితిలో హిందు

వులు పొరంబడరని వారెఱింగుదురు. రెండుదినములు గడచెను. మూడవదినము సాయంతన మాయెను. గోల్కొండ నవాబున కేమియుం దోంచలేదు. తదితర తురుష్క్రపభువుల చిత్తము లెల్లన్నను గోల్కొండ నవాబు చిత్తము నూర్జహా నును ప్రతాపసింగునకు నీయ నంగీకరింపలేదు. వారయినను ఇట్లుచేయుట యుక్తమని పైకీ జెప్పలేదు. మఱుచటిదినము గోల్కొండనవాబు తన హృదయమును వ్యక్తముచేయక తప్పదు. ఎల్లని యితర నవాబులు సంధికి రాయబారమును నడుపుటే యుక్తమని తలంచుచుండిరి. అతనికిని లోన నల్లె యుండెను. అందుచేతనే అతని మనస్సేమిచేయుటకును డెగ కుండెను.

అతడొంటరిగా గూర్చుండి యుండెను. అతజే మేమో యోజించుకొనుచు మండెను. చీకటిపడెను. అచ్చుటంగాని యా ప్రాంతమునంగాని యెవరునులేదు. అతనికిపుడు నూర్జ హానును ప్రతాపసింగుని ప్రేమించి కృషించుచున్న వార్తకూడం దెలిసెను. అతడిట్లు యోచింపసాగెను.

'ఈసందిగ్ధసమయము దుర్భరముగానున్నది. ప్రతాప సింగు త్తమవంశీకుడు, సుందరుడు. అదియునుంగాక కుమారిత నూర్జహా నతనియందు బద్ధానురాగయ్యెయున్నది. సమయ మో సంకటమయమై విషమముగానున్నది. అతనిక నూర్జ హానునిచ్చి పెండ్లిచేయనా? చేసిన నేమితప్పిదము? తప్పులేని

కార్యము నాచరించుటకేల జంకవలయును? నేఁడు తురుష్క
యువతులు హిందువులను, హిందూయువతులు తురుష్కులను
బెండ్లియాడుచుండుటలేదా! ఛీ! అదియు క్షమకాదు. హిందువు
లు కాఫరులు. మతాంతరులై విగ్రహారాధనతత్పరులగు పాప్ప
లతో సంబంధబాంధవ్యములు చేయనగునా? అయినచో నీ
విదినిఆకేల పెక్కంగ్రు హిందూయువతులతో విహరించితివి?
ఇపుడు జగన్మోహినికై ప్రాణములనుగూడ విడువనేల సంసిద్ధ
మగుచుంటివి? కాదుకాదు. అదివేఱు. దైవసాక్షిగా ధర్మపత్ని
గా నొకరిఁ గొను వరించుటయందును, పెవాహమాడక యుప
పత్నులనుగా జేసికొనుటయందును భేదము చాల కలదు.
అయినను ఆ విషయ మట్టుండనిమ్ము.

నేటితో న్యవధిమూఁడుదినములు కై పోయినవి. రేపు
యుద్ధము ప్రారంభముగా నున్నది. ఇదివఱకు విజయనగరము
వారితో నెన్ని యుద్ధములు చేసిసను, ఒక్కదానియందుఁగూడ
మాకు విజయము లభించినదికాదు. ఒక్క హిందువునకు సల్లు
కైదుగురు తురుష్కులున్నను గెలువలేకపోయితిమి. అట్టిచో
నిప్పటి మాసైస్యము రామరాజుసైస్యమునకు కెట్టంపు మాత్ర
మేకలదు. ఇక మాకు విజయసిద్ధి యెల్ల చేకూరునో తెలియ
కున్నది. పాపము! సవాబులెల్లరు సన్నును, అఖిల్యాహాను నమ్మి
యుద్ధభూమికి వచ్చినారు. మాపతమే యోడినచో వారికంత
ములకు నమ్మించి యురిపోసినట్లుండును. అంతేకాదు, మాకు

రాజ్యములు దక్కవు. అన్నియును ఆంధ్రులపాలు కావలసి వచ్చును. ఈయొక్క కారణముచే నిన్ని పాట్లు సంభవింప నున్నవి. కర్తవ్యమేమియు దోచకున్నది. ఏమిచేయుదును?

నావలస నిందఱ కిన్ని పాట్లుగల్గుటయేగాక తురుష్క ప్రపంచములో నాకుంగల్లు నిందలు చెప్పశక్యముగాదు. పెక్కు వత్సరములనుండి సిరముగానున్న మహమ్మదీయ రాష్ట్రము లను నాల్గింటినొక్కసారిగా నాచేతితో నాశముచేయనా? చేసి నచో నల్లకు తురకలున్నచోటం దలయెత్తుటకు నాకు వీల గునా? ఎత్తంగల్లుదునా?

అంతలో నతనిమంత్రి యచటికివచ్చెను. నవా బతనిం జూచి 'కూర్చుండుఁడు' అనెను.

'కూర్చుండెదను కాని తమరేదో యోజించుచున్న ట్లున్నారు? ఏమది? మీముఖ మంత విచారవంతమయి యున్న దేమి?'

'లేదు. నేను సంధివిషయమునే విచారించుచున్నాను. ఇప్పటిపఱకు నాకేమియుందోఁచినదికాదు. అంతకంటె మతే మియులేదు. మీరేమి ఆలోచించినారు?'

'దీని కింతగా విచారింపవలయునా? నేనొక క్రొత్త పద్ధతిం ద్రొక్కుఁదలంచితిని. రండు, మీకంతయు నివేదించెను.'

మంత్రి శిబిర మచ్చటికిం గొంచెము దూరమునగలదు. ఆ ప్రదేశమెల్ల నిశ్శబ్దముగా నుండును. వారా శిబిరములనుండి

బయలుదేటి కొంతదూరము పోవునప్పటికి నిర్జనమైన బయ
లొకటి తగిలెను. వారు నదిక్కులకును దృష్టిని సారించి
పరీక్షించిచూచిరి. ఎవరును గన్పడలేదు. ఆ బయలులో స్వారి
చేయుచు మెల్లగా నిట్లు భాషించిరి.

'మీరాలోచించిన తంత్రమేది?'

'ఏమియును లేదు. మీ కుమార్తె నూర్జహానువంటి
బాలికయొక్కత్త :విజాపూరులో నవాబు: సేవయందున్నది.
ఆమెను పూర్వమ్ము నే నొకసారి చూచియుంటిని. ఆమెను
జూచిన మన నూర్జహానునుజూడ నక్కఱలేదు. ఇరువురును,
ఒక్కతీరుగనే యుందురు. చిరపరిచయము గలవారు తప్ప నెవ
రును వీరిరువురకు భేదమును గన్గొనం జాలరు.'

'అట్లయినచో నాపై మనకుం జాలనుపకృతి చేయం
గలదు. ఎంత ధనమును ఖర్చుచేసినను ఆపై లభించినంజాలును'

'మొన్ననే ఆపైకొఱకును ఆపెతల్లికొఱకును గొండఆ
సేవకుల నంపితిని.వారు పోయి యామెను దీసికొనివచ్చినారు.
ఆమె యిపుడు నాశిబిరమున నున్నది. సరిగా మన నూర్జహాను
వలెనే యుండును. ఆమెనే నూర్జహాని ప్రతాపసింగునకుం
బంపుదము. తరువాతం గాంగలకార్యమునువిచారింపవచ్చును.'

'ఆమె యందు కొడంబడునా?'

'ఆమె సద్గుణవతి. స్వదేశాభిమానురాలు. ఈ కా
ర్యము నత్యంత భక్తితోం జేసెదననియున్నది.'

'అయినచో మన కార్యము సిద్ధింప వచ్చును'

వారిరువురు శిబిరమును సమీపించిరి. అందు ప్రవేశించునప్పటికి ఆ సుందరి కూర్చుండియుండెను. ఆమె నిలువంబడెను. ఆ ముప్పురు నుచితాసనముల పైనం గూర్చుండిరి. రాజామెతో నేమో సంభాషించెను.

ముప్పదినాల్గవప్రకరణము

వివాహము

మార్జను గోల్కొండ నవాబుకూతురని మోసముచేసి మహమ్మదీయుల డంపుటకు నిశ్చయింపఁ బడెను. ఆ కుట్ర యెవరికిని దెలియదు. నూర్జహానుకు మాత్రము దాసిందెలిసినొనేను. మార్జ తల్లియు, మార్జయు, ఆదిల్షాహోయు నందులకంగీకరించిరి.

సంధి నుభయపక్షములవారు నంగీకరించిరి. యుదము లు మానివేసి యిరుపక్షములవారును శాంతితోను, స్నేహము తోను, ఉందురని యెల్లరును నమ్మిరి. నేడు నూర్జహానును దమ సైన్యాధిపతియగు ప్రతాపసింగున కిచ్చి పెండ్లిచేయుదురని హిందూభటులెల్లరు నానందమున మునిగియుండిరి. రాజులు, సేనాధిపతులు, యోధులు, భటులు, అందఱును సాయంత్ర మా పెండిలిం జూడ సిద్ధపడుచుండిరి. గోల్కొండ నవాబు యును మార్జనంపుట కామెను సర్వాలంకారభూషితు రాలిం జేయించెను. సంధిపత్రములపైన నవాబులెల్లరును దస్కతులు చేసిరి. మనుష్యులు నీతికి ధర్మమునకును లోఁబడవలయును. కాని కాగితము లేమిచేయఁగలవు? ఇష్టములేని షరతులనెన్ని యేని ప్రాసి యొడంబడికలు పెక్కులు సృష్టింప వచ్చును.

అవి యన్నియుఁ జెల్లించుట కిష్టపడనివారిం బైఁబడిఁగొట్టునా యేమి ?

ఇరుపక్షములవారును గొల్కొండ నవాబు నిజముగాఁ గూతును బ్రతాపసింగునకిచ్చి పెండ్లి చేయునని నమ్మిరి. ఇంతలో నూర్జహా నొకతంత్రముఁ బన్నెను. ఆమె తనసేవకుకాలిసి వెంటఁ బెటుకొని యితరు లెఱుంగకుండ మాఱుయు నామె తల్లియు నున్న శిబిరమునకరిగి వారికిం దనయు ద్దేశమును వెల్లడించెను. మతియుం బెక్కు వేలుచేయు నాభరణంబుల నొసంగెను. ప్రతాపసింగునకుఁ దమతంత్రము తెలిసిన యెడల తమ్మేమి చేయునోయని వా రిరువురు భయపడుచుండిరి.

ఆ యాభరణములంజూచి సంతసించిరి. అంతకంటెఁ దమ విముక్తికి మతి హెచ్చుగా సంతసించిరి. మాఱు వేష మును రాజసుత యలంకరించెను. రాజసుతవేషమును మాఱు యలంకరించుకొనెను. నిజముగా నా యిరువుర మొగముల లోను, దేహములలోను, తీరులలోను, భేదము లేశమునులేదు. ఉస్నె ను నిత్యపరిచయము గలవారుకూడ గనిపెట్టఁజాలరు. అచ్చటినుండి మాఱు నవాబుకూతురు వేషముతో నామందిర మును జొచ్చెను. నూర్జహాను మాఱువేషముతో నచ్చటనే యుండెను. నూర్జహాను ప్రతాపసింగుకడకుం బోయిన వెనుక మాఱుయు నాపె తల్లియు నడిరాత్రివేళ పారిపోవు నేర్పాటులు చేసికొనిరి.

సాయంత్రమాయెను. మార్జను నూర్జహోనుగా నెల్లరును భావించిరి. ఏనుగులతో గుజ్జములతోను, తగిన భూషణములతోను నైభవముగాను, ఆడంబరముగాను గోల్కొండ నవాబు కృష్ణా తీరముననున్న యా రామరాజు యుద్ధశిబిరములలో ప్రవేశించెను. అతనికిం దగిన గౌరవములెల్ల జఱుపబడెను. రామరాజు, మంత్రులు, సేనాపతులు, ఇతరులు, అతనిం దగిసవిధాన గౌరవించిరి. మహానైభవముతో నా రాత్రి యాపెండ్లి కావింపబడెను. కాని యా జఱుగుచున్న పెండ్లి తన కమాన్నైదేయని నవాబు లేశమేని యెఱుంగడు. తన మోసము ఫలించిసదని యతడు సంతసించుచుండెను.

హిందువులు తురుష్కనాథుని సుతను ప్రతాపసింగు పెండ్లాడం గల్గినందులకు సంతోషించుచుండిరి. ఆ యిరువురును స్మరరద్రూపముకలవారు. లోకములో జాలమంది యా సంబంధము తగినదేయని మెచ్చిరి.

నూర్జహోను తస కోరిక యాదేరినందుల కపరిమితానంద భరితు రాలాయెను. ప్రతాపసింగు హృదయము కూడ ఎరిపూర్ణానంద సముద్రమునం దేలి యాడుచుండెను.

మోహమునకును ప్రేమకును భేదము చాలంగలదు. మోహమువేఱు. ప్రేమవేఱు. అది యిదికాదు. ఇది అదికాదు.

———

ముప్పది యైదవ ప్రకరణము

నిద్ర

మరునాఁడుదయమున గోల్కొండ నవాబు హోవు నపుడు తాను వెళ్ళి యితర నవాబులనంపి వైచి దిఱిగి విజయ నగరమునకు వచ్చెదనని చెప్పిహోయెను. రామరాజ వెంక టాద్రి తిరుమలరాయలును చక్రధరుండును వల్లెయని యతని నట్లు చేయుటకుఁ బురికొల్పుచుఁ దమ యాసంఘమున దెలిపిరి.

కుతుబ్ శాహా యట్లు తన యుద్ధశిబిరములకుంబోయి కడమ బీజపూరు, బేదరు, అహమ్మద్ నగరు నవాబులంబల్వించి కర్తవ్య మాలోచింపఁదొడంగెను. గోల్కొండ వారి సేనలు కొన్ని దక్కఁదక్కినవన్నియు నారాత్రి యచ్చటినుండ హోవుట కేర్పాటు చేయంబడియెను. యుద్ధమును మాని నవాబుల సైన్యములన్నియు స్వదేశమునకుం బోవుచున్నట్లు వార్తలను వ్యాపింపఁ జేసిరి. నాఁడుదయము మధ్యాహ్నము కొన్ని శిబిర ములను పెటికివేసిరి. భటు లందఱు సాయంత్రమువఱకు సన్నా హములను జేయుచుండిరి.

రామరాజు పక్షము వారు నాఁడు గాక మఱునాఁడు సాయంత్రము తిరిగి విజయనగరమునకుంబోవ నిశ్చయించు

కొనిరి. అందుచే నిశ్చింతగా నా రాత్రియెల్ల నచ్చటంగడపి మఱునాడు ప్రయాణసన్నాహములు చేయవచ్చుననియూహించుకొని యూఱకుండిరి.

సాయంకాలము కావచ్చుచుండెను. నవాబుల సైన్యములలో నాల్గింట మూడువంతులు బయలుదేఱి యుత్తరముగా గొందఱును, వాయువ్యపుమూలగాc గొందఱును, ఈశాన్యపు మూలగాcగొందఱును వెడలిరి. వా రప్పుడుమాత్ర మేయాయుధములను గొనిపోవుచుండలేదు. కాని వలయునాయుధము లెప్పుడు కావలసిస నప్పుడు నొరకుటకు వీలుచేయcబడెను. వారు పోవునప్పుడు సర్వజనులును తమస్థానములం దప్పక యుద్ధమం దేయేభాగములు నెవరెవరి యాధిపత్యములలో మెలగుదురో అల్లె పోవుచుండిరి. అందుచే నాసైన్యములలో నెవరున్నది యెవరు లేనిది యెవ రేని క్రొత్తవారు మోసము చేయుటకు వచ్చిసది సులువుగా నెఱుంగనచ్చును. ప్రొద్దు గ్రుంకcగనే దీప ములు వెల్గించి కొండఱు హస్తములలో ధరించి యితరులకు మార్గములc జూపించుచుండిరి. వారి ననుసరించి సర్వసైన్య ములును నడచుచుండెను. ఆసైన్యసముద్రముల ప్రయాణభేరు లును కలకలములును బ్రపంచమెల్ల నిండిపోయెను. క్రమక్రమ ముగా బ్రొద్దుగ్రుంకినకొలcది వారి చప్పుడులును తగ్గcచుం డెను. ఎన్మిది తొమ్మిది గంటలగు సరికి వారికెc జప్పుడు చేయు టను మానిరి. నిశ్శబ్దముగా నొకరితో నొకరు మాట్లాడకుండc

బోవుచుండిరి. అధికార్లు తమతమ పనులను జాగ్రత్తతో నిర్వర్తించుచు దమ యధికారములలో నున్నవారిని వారి స్థానములం జప్పి పోకుండ జేయుచుండిరి. భటులెల్లరు జాగరూకులై ప్రమత్తత నందక తమతమ మార్గములలో మెల్లగా నడచుచుండిరి.

అర్థరాత్రమాయెను. ప్రపంచమెల్ల నంధకారబంధురమై యుండెను. కాఱుచీకట్లు సర్వత్ర వ్యాపించి దృష్టిని చొర సీయకుండెను. నాల్గుదిక్కుల యం దెచ్చటను మానవ సంచారము కాసపచ్చుటలేద. సమీపస్థకృష్ణాతరం గిణీమవ్యస్థతమ్మై మండూకతండంబులు బెక బెక మని యత్యంత కఠోర ములగు ధ్వనుల నాచరించుచుండెను. ఆధ్వనులు మాత్రము దిగంతములయందు బ్రతిధ్వనించుచుండెను. ఆ సవంతికిం బ్రాంతము లందున్న పచ్చిక బయళ్ళలో జిన్న చిన్న ఝటక ములు చ్చుచుమని ధ్వనించుచుండెను. ఆ రాత్రి భయం కరమైయుండెను. అచ్చటచ్చట నాతరంగిణికి సమీపములం దున్నయడవులలో గ్రూరమృగములు తమకు యుక్తములైన తెఱంగుల నినాదములు సల్పుచుండెను.

శత్రుపక్షము వారు బయలుదేఱి పోవుదురను వార్త రామరాజునకును దత్సర్వసైనికులకును, ఇతరులకును దెలి సెను. వారు బయలుదేఱి పోవుటను లెస్సగా బ్రయత్నించి చూచిరి. తమకు విశ్రాంతికలుగునని తలంచిరి. చాలకాల

మునుండి వారికి పాపము రాత్రులయందు నిద్దురలేదు ! నేడు కుంభకర్ణులవలె ప్రపంచమెఱుఁగక హాయిగా నిద్రింపవచ్చు నని సంతసించిరి. అర్ధరాత్రము సమీపించెను. రామరాజు సైనికులెల్లరు హాయిగా నిద్రించిరి. యోధులు నిద్రించిరి. సేనాధిపతులు నిద్రించిరి. వేంకటాద్రి తిరుమలరాయాదులు నిద్రించిరి. ఆ నిద్ర వట్టినిద్రకాదు, గాఢనిద్ర. గుండియల పైనం జేతులనుంచుకొని మైమఱచి నిద్రించు నమూల్యమైన నిద్ర.

విజయనగరసామ్రాజ్య సైన్యశిబిరములలోపలను వెలు పలను, ముందు బజారులందును, ఆవశ్యకములైన సర్వస్థలంబు లందును దీపములు వెలుంగుచుండెను. ఆ సర్వ సైన్యముల చుట్టును, మధ్యను పెక్కువందలమంది రక్షకభటులు మాత్రము నిద్రింపక కావలికాయుచుండిరి. కొందఱు రక్షకభటులు శిబిర శ్రేణులమధ్యమున నున్న వీధులవెంట నిశ్శబ్దముగా సంచ రించుచు నెచ్చట నేమి జఱుగుచున్నదియు జూచుచుండిరి.

అట్టి భయంకరమగు నిశాసమయమున నిరువురు వేహానవులు విజయనగర సైన్య శిబిరముల కభిముఖులై నహా ములు సైన్యముల సైపునుండి యత్యంత వేగముతో గుఱ్ఱము లను బరుగెత్తించుచు నచ్చుచుండిరి.

వారి గుండెలు దడదడ గొట్టుకొనుచుండెను. అడఁ దడను వీక్షించితిమేని వారిగుండెలు నిజముగాఁ బగులుననని

మన మనుకొందుము. వారి యాతురత వర్ణనాతీతము. వారు గుఱ్ఱములం బరువెత్తించుచు విజయనగర సైన్య శిబిరములకు మిక్కిలి సమీపమునకు వచ్చిరి. వారి కప్పుడు దీపములకాంతి కనంబడుచుండెను.

వా రా దీపముల వెలుతురున నటునిటుంబరికించిరి. సమీపములో మానవు లెవ్వరును వారికిం గానరాలేదు. వారు స్వారి మానలేదు. వారి యాతురత అంతకంత కతిశయించు చుండెను. వారిట్లు భాషింపందొడంగిరి.

'శ్రీధరా! చూచితివా విజయగనర సామ్రాజ్యమున కెంతలో నెంతటి విపత్తులు వచ్చుచున్నవో? ఆహా! దైవ మా!సిచేతలు విచిత్రములు. రాజ్యముల నిమిసములో గూలం ద్రోతువు'

'అవును. సజ్జనులయిన వారి మంత్రముంగొనక దుర్జను లయు ద్రోహులయు, పాపులయు, తంత్రములంగొని రాజ్య మేలు వారి కాపదలు రాకయుందునా?'

'అయినను, అందులకు వారిం దూషించి ప్రయోజనము లేదు. తమనోటతామ మన్నం గొట్టుకొనవలయునని యె వరు నెన్నడును దలంపరుకానిి వినాశకాలము సంప్రాప్తమగు నప్పటి కిట్టి బుద్ధిని దైవము కల్గించును'

'చూచితివా చక్రధరుడు నేడేమి చేసినాడో? శత్రు రాజుల పోకను రామరాజేతింగియు, ఏకాలమున నేమివచ్చు

నోయని కొంతమంది వేగుల వారిని కృష్ణాతీరమునకు బోయి రాత్రి తెల్లవారు వఱకు నేమేని యాపదలు సంభవింప నున్నచో మాకెఱీగింపుఁడని చెప్పి పంపఁగా వారికి జక్రధ రుండు మఱియొకపనిని గల్పించి వారి నాపనినుండి తప్పించి నాఁడు.'

'అవును. స్వతంత్రముకలదు. స్వకార్యము నెఱ్లని నెఱ్గించు కొనవలయును. ఇఁక నే పనిచేయకుండును? కాని తుదకితని నాదిల్‌శాహ నాశనముచేయనని మాత్రమెఱుఁం గఁడు పాపము! వృథాగా సామ్రాజ్యనాశమును తన నాశ మునుకూడ చేయ సాహసించినాఁడు. ఏమికానున్నదో! ఇం తఁకు దైవవిధి కాక మానదు'

'ఇంతలోవారు కృష్ణదాటుదురు. నే నటుపోయి ముందు తిరుమలరాయల సైన్యమును మేల్కొల్పెదను'

'అవును. నీవు రాధాకుమార ప్రముఖనిఖిల యోధ వర సైన్యాధిపతి వర్గములను మేల్కొలిపి యిటు వేంకటాద్రి సైన్యములలోనికి రమ్ము. నేను రామరాజు సైన్యములం బ్రబో ధించి విజయసింహాదులను మేల్కొల్పెదను. తరువాత వేంక టాద్రి సైన్యములలోనికివచ్చి నిన్నుం గలిసికొని కఱ్త వ్యాం శమును జెప్పెదను. ఇప్పుడు వ్యవధిలేదు. రక్షక భటులను సేవకులను సేవక రాండ్రను దాసీలను గన్పడ్డవారినెల్ల సైన్య ముయొక్క నాల్గు మూలలకుంబంపి వారినెల్లరును మేల్కొను

సట్లు చేయుము. నేను యుద్ధభేరీలను వాయించునట్లు చేసె
దను. త్వరపడుము! త్వరపడుము!!'

'ఆల్లే' అని యాతండు గుఱ్ఱమును ఆవలివైపునకుం
దోలెను. ఇరువురు నాయుద్ధశిబిరమున ప్రవేశమునకుందగిన
సాధనంబులను రక్షక భటులకుంజూపి లోపలం బ్రవేశించిరి.

ముప్పదియాఱవప్రకరణము

యుదము

ఒక డట్లు రామరాజు క్రిందనున్న సైన్యములలోఁ బ్రవేశించి యెల్లరను మేల్కొలుపుచుండెను. 'శత్రువులువచ్చు చున్నా'రను కేకలు నల్దిక్కులయందును బ్రతిధ్వనించు చుం డెను. రక్షక భటవర్గములు నాల్గుమూలలకును పరువులెత్తి తమకుఁదోఁచిన చందాసం గేకలు వైచుచు నెల్లసై నికులను యుద్ధమునకుం బురికొల్పుచుండిరి.

కొందఱు కండ్లు నులుముకొనుచు లేచుచుండిరి. మఱి కొంద ఉల్కిపడుచుంరి. కొందఱు నిద్రనుండి లేవలేక లేప వచ్చిన వారిం దిట్టుచుండిరి. 'తురుష్కులువచ్చుచున్నా'రన్న మాటలు చెవింబడఁగనే పండ్లు పటపటమనిపించుచు కొందఱు ఖడ్గముల కేగుచుండిరి. 'ఏరిరా? తురుష్కులెక్కడ?' అని కొందఱు కేకలువైచుచు బరువెత్తుచుండిరి. కొందఱులేచి తమయ్రస్తములను సిద్ధముచేసికొనుచుండిరి.

రణదుందుభులు భూమ్యాకాశమధ్య ప్రదేశమునంతను వ్యాపించుచుండెను. కొంద టొండొరులం బ్రోత్సహించు కొనుచు యుద్ధసన్నద్ధులగుచుండిరి.

18

శ్రీధరుండు తిరుమలరాయల సైన్యములను మేల్కొ
లుపుచుండెను. రాధాకుమార విజయసింహప్రముఖ మహా
యోధులు మేల్కాంచిరి.

ఆయు ధా గారములందెరచిరి. సేవకులువేలకొలది
పోయి యే యే శిబిరములలో నే యే భటుల కే యే యాయుధ
ములు కావలయునో తెలిసికొని వారికవియెల్లందెచ్చియిచ్చు
చుండిరి. ఎవరికిందోచిన చందాన వారు పాటుపడుచుండిరి.
యోగియు శ్రీధరుండును ప్రవేశించి యింకను గడియకాలేదు.
అప్పుడే తురుష్కులు రామరాజు సైన్యమును సమీపించిరి.

వారి సైన్యములలో దీపముల నన్నెటిని ఆర్పివేసిరి.
అందుచే వారు దృష్టికిం గోచరించుటలేదు. కాని పుడమి
యానినట్లు లక్షలకొలందిం భటులు ఏనుగులు గుఱ్ఱములు వచ్చి
పడుచుండెను.

ముందు వచ్చి యెంత మేల్కొలిపినను విశేషకాలము
వ్యవధి లేనందున సర్వసైన్యములును మేలుకొనుటకు వీలు
గలుగలేదు. నిద్రావస్థలో నున్న కొందఱను దురుష్కులు శిబిర
ములలోఁ బ్రవేశించి నఱకుచుండిరి.

రామరాజు, వేంకటాద్రి తిరుమలరాయలు, విజయసిం
హుండు, రాధా కుమారుండు మొదలగు వారెల్ల సైన్యము
లం బురికొల్పి యుదమునకు సన్నద్ధము చేయుచుండిరి.

కడమ తురుష్క సైన్యములువచ్చి యానైపున రామ
రాజుతోఁ బోరుచుండఁగనే కృష్ణకావల దిగువడియుండిన
గోల్కొండ నవాబును, అతని సైన్యములును వచ్చి హిందు
వుల పైనం బడిరి.

హిందువుల సైన్యములవలెనే ఆ నల్గురు నవాబుల సై
న్యములును మూఁడు భాగములుగా విభాగింపఁ బడెను. ఆది
ల్‌షాహ్ తిరుమలరాయని, గోల్కొండ నవాబు వేంకటాద్రిని,
అహమ్మద్‌నగరు బేదరు నవాబులు రామరాజును, ఎదు
ర్కొనిరి.

పోరు ఘోరంబాయెను. సూర్యోదయమగుచుండెను.
ఉభయ పక్షములయందును వీరుల హృదయములు పొంగి
పొరలుచుండెను. పెళపెళలు, తళతళలు, లోకమెల్ల నిండిపో
యెను. కత్తు లప్పుడప్పుడే పొడచూపుచున్న సూర్యుని కిరణ
ములందు విశుభ్రకాంతులచేఁ బ్రకాశించుచుండెను. సేనా
నాయకులు నడిపినట్లు భటులు పర్వెడుచు నొండొరులలందాకు
కొనుచు పరాక్రమములం జూపుకొనుచుండిరి. పూర్వ
వైరముగల యోధు లొండొరులందార్కొని పొరుష సూచక
వాక్యములు పలుకుచుఁ దిట్టుకొనుచు స్వేచ్ఛగా యుద్ధమునం
బ్రవర్తించి తలలను నఱకుకొనుచుండిరి.

నిమిసములోపల రక్తము కాల్వలుగఁగట్టెను. ఏఱు
లై పారఁదొడఁగెను. నదులాయెను. మహాప్రవాహ రూపము

నొందెను. అందు భటుల తలలు, మొలలు, కాళ్ళు, చేతులు మ)క్కలు, మూపులు, వీపులు, తేలుచుండెను.

ఆకసమున స్వేచ్ఛారూపముగల దేవతలు సిద్ధులు, గంధర్వులు తదితర దేవయోని విశేషులును వచ్చి యా సమర ముం బక్షులరూపమునం దిలకించు చున్నరన్నట్లు కాకులు గ్రద్దలు రాబొందులు మొదలగు పక్షిజాతులు పండి సూర్య కిరణ ప్రసారమునకుంగూడ నభ్యంతరము కల్గించు నట్లుండెను.

భటులను భటులు, యోధులను యోధులు, పరా క్రమ వంతులను బరాక్రమవంతులు, శూరులను శూరులు, ధీరులను ధీరులు, సేనాపతులను సేనాపతులు, పిన్నవారిని పిన్నవారు, పెద్దవారిని పెద్దవారు మార్కొనుచుండిరి. ప్రచ లత్ కృష్ణ మహీంద్ర పంక్తుల నధఃకరించుచున్న మహా కరీంద్ర రాజముల ఘీంకృతులు మిన్నుముట్టి, మన్నుందట్టి దిక్కుల కెగంబాకి యుద్ధభటుల కన్ను పుటములం జల్లులుపోవు కల్లుచేసి పిఱికివారికి భయంబు నాపాదించుచుండెను. గండ శిలలవలె దుర్భేద్యములగు నాయేనుంగుల కుంభస్థలము లుత్తమ సేనానాయకులయు, యోధులయు, భటులయు భయంకర ములయిన ఇనుపగదల దెబ్బలచేతను, మందు గుండు సామా నుల చేతను బగిలి నేలపైనం బడుచుండెను. విఱిగి పడుచున్న పర్వత పంక్తులగతి యేనుంగులు పీనుంగులయి నేలపైనం బడుచుండెను.

విఘాతానేక మహాయోధ శిరస్సమూహవులయిన
యుత్తమయోధులచే ప్రయోగింపఁబడిన నిశితశర పరంపర
లును, ఖడ్గపరం పరలును, విశ్వవిఖ్యాత శౌర్యపరాక్రమ
ధనులయిన సేనాపతులయు, యోధులయు శిరంబులను నిము
సములోఁ ద్రుంచి వేయుచుండెను. కొంద అశ్వకులుబాకు
లీఁటెలంగైఁ కాని విజృంభించి కాతులంబోఱుచుచుండిరి. ఆ
పడినకాతుల శిరమ్ములనుండియు, దేహమ్ములనుండియుఁ బ్రవ
హించుచున్న రక్తముచేఁదడిసి తెల్లనియు త్రామాశ్వములెల్ల
నెఱ్ఱంబడుచుండెను. మహావీరుల లోచనములు రక్తకాంతి
విభాసురమ్ములై భయంకరము లగుచుండెను. పేరువడసిన వీరు
లెల్లరు నొండొరులం దాఁకి కొనుచు నత్యుత్సాహమునం
బోరాడుచుండిరి. భటులశిరములు కెందామర పూఁబంతుల
గతిఁ బ్రకాశించుచు నేలపైఁ నంబడుచుండెను.

శత్రుహృదయ విదారణాతిదక్షదారుణ శతఘ్ని వ్రాత
ప్రోద్భవా నూన భయంకర నిర్ఘోషములు దశదిశాంతరప్రదే
శములు నిండి లోకమునకెల్లం జెవుడు కూర్చుచుండెను.
ఒక్కొక్కఫిరంగి బ్రద్దలై సమీపస్థానేక భట గజ హయాదుల
జీవములం గొనుచుండెను !

తుపాకులలోఁ దోఁటాలుపెట్టి కొందఱు ప్రయోగించు
చుండిరి.కొందఱాయుధములంభారవైచి గ్రుద్దుకొనుచుండిరి.
మఱికొందఱు తన్నుకొనుచుండిరి. ఇంక కొందఱు పొడుచు

కొనుచుండిరి. కొందఱు పర్వెత్తుచుండిరి. కొందఱు వారి వెం
టబడి తరుముచుండిరి. కొందఱితరులంజుట్టుబట్టిలాగుచుండిరి.
మఱికొందఱు లాగంబడుచుండిరి. కొందఱు బాహువులతోఁ
బోరుచుండిరి. కొందఱుక్రోధావేశమున నితరుల ఆమ్ముల
పై నెక్కి వత్సస్థలమ్ములంజేరి ప్రేపులంజించి తమకు జందెము
లుగాఁ జేసికొని ద్వితీయ నృసింహావతారులై ప్రవర్తించు
చుండిరి.

రణశితు కుశలులగు కొంద ఱితరులు తమ్ముంగొట్ట
దెబ్బల నన్నింటిని దప్పించుకొనుచు వెనుకకు ముందుకు
ప్రక్కకుం దిరుగుచు, ఇచ్చవచ్చినవిధాన నల్దిక్కుల మసంగి
భటులు తలలను జిత్రచిత్ర ప్రకారములం బంటస్పెరులంగోసిన
చందాసం గోయుచుండిరి. బట్టులు వరుసలుగగూడి వీధుల
యుత్తమగుణములను శౌర్యధైర్యములను గాసముచేయుచు
వారి భటులరక్క నాళములయందు సూత్న రత్నిమం ప్రబవ
హింపఁ జేయుచుండిరి.

ఆంధ్రదేశ మాతయొక్క విశుభ్రయశ స్సంపదలను
వృద్ధిం బొందించుటకుంగాను ఫూలబంతుల నొసంగునట్లు తమ
శిరంబుల నొసంగి త్రిలింగరాజ్యలత్మిని విస్తరింపఁజేసి, యా
రాజ్యమందు దురమ్కులు కాలు పెట్టకుండునట్లు కావించి,
రాజ్యములుచేసి సేనానాయకత్వములను వహించి, మంత్రి
పదవులంబడసి యాంధ్ర భూమియందుంబూజ్యతను, ఉత్కృష్ట

స్థానమును నాడును నేడును వహించిన కమ్మ, వెలమ, రెడ్డి నాయకుల యశ స్సా యుద్ధభూమియందు స్తుతి పాఠ కులచేతను బట్టలచేతను పాడంబడుచులయుద్ధవీరుల దేహములను మఱచు నట్ల చేయుచుండెను. వారి పౌరుషము, బలము, తేజము న్నాత్న జవ సత్త్వములను దాల్చుచుండెను.

ఆ వీరుల కప్పుడు తండ్రులుగాని తల్లులుగాని పిల్లలు గాని మఱేదిగాని స్ఫురించుటలేదు. 'స్వదేశ రక్షణ. స్వదేశ రక్షణ' యని వారి హృదయములు జపించుచుండెను. వారి శరీరములలోని, ప్రతి నాళమునందును శౌర్యము స్ఫురించుచుం డెను.

తురుష్క లెల్లరును 'మహమ్మదీయమత రక్షణము. మహమ్మదీయమతరక్షణ' మని మంత్రించుచుండిరి. హిందు వులను నాశముచేసి పవిత్రమైన తమ మతమును రక్షింపుమని అల్లాను ప్రార్థించుచుండిరి. కాఫరులను జంపి స్వర్గలోకమును పొందుడని కొంద ఱితరులను ప్రోత్సహించుచుండిరి. మఱి కొందఱు అల్లా తమకుం బ్రత్యక్ష మయ్యెననియు దమకే విజ యము సంప్రాప్తమగునని సెలవిచ్చినాడనియు జెప్పి మహ మ్మదీయుల హృదయములను సంతోష తరంగములయందు ముగుల నట్లు చేయుచుండిరి.

యుద్ధములు మానవులకు ఈశ్వరుడిచ్చిన శాపములని చెప్పవచ్చును. లక్షలు లక్షలుగ జనులు నశింతురు. దేశమున

బందిపోట్లు హెచ్చును. అరాజక మగును. కోట్లకుకోట్లు ధనము వ్యయ మగును. దేశములో నెలకొనియున్న శాంతి నశించును.

కొందఅకుఁ గాళ్ళు పోయినవి. మతికొందఆకు వేళ్ళు తెగినవి. కొందఅకు ముక్కులు చెక్కలైనవి. కొందఆకుఁ బాదములు పాడయినవి. కొందఅకు తొడలు తెగినవి. కొంద ఆ హస్తములు పోగొట్టుకొనిరి. పాపము! వారిబాధలంజూడుము! కొందఆ గిలగిలమని కొట్టుకొనుచున్నారు. కొందఆ తెగిన యంగములవలనం గల్గినబాధ సహింపలేక తమకుఁ దామే పొడుచు కొని చచ్చుచున్నారు.

ముప్పదియేడవ ప్రకరణము

ఆదిల్షాహ్ పరాభవము

వీరుల చరితములు భాషణములు మనలను పులకాం
కితులం జేయును. వారి పరాక్రమమును గండ్లార జూచుట తటి
స్థించుచేని మనమేమగుదుమో వర్ణింపజాలము. ఇపుడా
యుద్ధమునం దెవరెవరిం దా ర్నొ్కని మొక్కెటులు సమరమును
జేయుచున్నారో చూతము.

ఆదిల్షాహ్ తిరుమలరాయల పషములురెండు నొం
డొంటిందాకినవి. కొంతవఅకు నిరుపషములవారును సమాన
ముగా బోరిరి. ఆంధ్రవీరులు ప్రాణముల కాశింపక శత్రువుల
పయింబడి చేతికివచ్చినల్లెల్ల నఱుకుచుండిరి. ఆదెబ్బలకుం
దాళజాలక కొంతసేపయిన తరువాత దురుష్కులెల్లరును
జెల్లా చెదరై పోవుచుండిరి.

ఆదిల్షాహ్ అదిచూచి సహింపనోపక వచ్చి తనసైని
కులం బ్రోత్సాహముచేసి మరల శత్రువులమీదికి దోలు
చుండెను. ఇరుపషములందును బ్రధాన వీరశిఖామణులు
పెక్కురు గతించిరి. భటుల పోకకు లెక్కలేదు. వందలు,
వేలు, పదివేలు, గతించిరి.

ఆదిల్ శాహ సైన్యము నాల్గుమూలలను దిరుగం
జొచ్చెను. ఆ సమయమున నతనిని దిరుమలరాయ లడ్డగిం
చెను. ఆదిల్ శాహను గాపాడవలయునని పెక్కండ్రు తురు
ష్కులుచేరి ప్రాణముల నొసంగుచు దిరుమలరాయని సమీ
పించుచుండిరి. హిందూయోధులు వారి నడ్డగించి తరుము
చుండిరి. అచ్చటకు రాఘాకుమారుండుచేరి శత్రువుల తలలను
బంతులు నడకినట్లు నడకుచుండెను. తిరుమలరాయలు గొట్టు
దెబ్బల నన్నింటిని ఆదిల్ శాహ సహించుచు నతనితో ఘోర
ముగాC బోరుచుండెను. కాని వేంకటాద్రి యతని యేనుంగుం
జంపినై చెను. అతండు క్రిందికిదుమికి ప్రాణములను సంరక్షింపం
బూని పర్వైడుచుండెను.

తిరుమలరాయ లతనింబట్టుకొని 'ఓరీ! పాపాత్ముండా!
హీనుండా! కుక్కా! నిన్న మొన్నటివఱకు 'తండ్రీ! తండ్రీ'
యని మా యన్నగారిం బిలుచుచు శత్రువులతోంగలిసి నేండు
యుద్ధమునకు వచ్చితివా? నేంటితో నీ పాపములు సర్వము
తగిన ఫలము నందుచున్నవిలే. నీవంటి పితృద్రోహులకుందగిన
శిక్ష యీశ్వరుండు చేయకుండునా? అది యాలోకముననే
నీకు సిద్ధించుచున్నది. విజయనగర సామ్రాజ్యముచేసిన
సాయమువలనC బెక్కుయుద్ధములలో విజయంబుంగాంచి
యుంతవాండవై యిట్టి ద్రోహముం జేయుదువా? మాత్రు
ద్రోహీ! ఇదిగోC జచ్చితివి' అని ఖడ్గమును బైకినెత్తెను.

కడసారి ప్రయత్నముగా నతడొకసారి తన ఖడ్గమును విసరెను. కాని అది వమ్మాయెను.

అతని కనులనుండి నీరు స్రవించెను. ప్రాణముపోవునని యతడు లోలోననేద్వసాగెను. ఏమిచేయుటకును దోచలేదు. అతడు చేసిన ద్రోహములను, పాపములను నతండు స్మరిం చెను. దుఃఖించుచుండెను. ఈ యుద్ధము తనకొఅకే వచ్చెనా యేమి యని యతడు పరితపించుచుండెను.

అతని సైన్యములన్నియు నావఅకే పాటిపోయెను. కాని యింతలో నొక తురుష్క-వీరుడచ్చటికి పరుగెత్తివచ్చి యీ తిరుమలరాయుని హస్తము నున్నట్లుగా డెగనటికెను. వేటుతిన్న పెద్దపులివలె ఉెండవచేతం గత్తింగైకొని యా తురుష్కుంబొడిచి విజృంభించెను. ఇంతలో, ఆదిల్ శాహ పాటి పోయెను.

రాధాకుమారుడతనిని వెంబడించెను కాని యింతలో నతని నొకతురుష్క-యోధుడడ్డగించెను. రాధా కుమారుడతనితల నొక నిమిసములో స్వకీయతీక్ష్ణకరవాల ధార కర్వణముచేసెను. అతనిమూర్తి తేజోవంతమైయుండెను. ఆ నాడు నిజముగాc ప్రపంచమెల్లనుం గలిసివచ్చినను అతనిం జయించుట దుల్లభముగా నుండునట్లుండెను. అతనిశరీరము కఅకఅసిక్తమై యెఱ్ఱగాc బ్రకాశించుచుండెను. కన్ను లెఱ్ఱగాcజింత

చిప్పులవలె నుండెను. సింహమునుజూచి పారిపోవు లేళ్ళవలె శత్రువులు పారిపోవుచుండిరి.

తిరుమలరాయలు విజృంభించెను. ఆంధ్రయోధులు విజృంభించిరి. హిందువుల శక్తి తురుష్కులకుందెల్ల మాయెను. ఒక్కనిమిషములో దురుష్కవీరులు భటులు సేనాధిపతులు ప్రాణములం దక్కించుకొననెంచి యిచ్చివచ్చినట్లు చెట్లకు, పుట్టలకు, గట్టులకు నల్దిక్కులంబర్విడిరి. రక్తధారలు వెల్లువలై పారుచుండెను.

ముప్పదియోనిమిదవప్రకరణము

విజయము

భారతయుద్ధమున భీష్మునింగూర్చి చదివితిమి. కాని యా భారత పితామహునికంటె నెక్కుడువాడు తరువాత జన్మింపనేలేదని పెక్కురు పేర్కొనుచున్నారు. కాని తలికోట యుద్ధమున మధ్యందిన మార్తాండునివలె ప్రకాశించు రామ రాజం దిలకించిన వారెవరు నా మాటలను నమ్మజాలరు. అతని కిప్ప డెనుబదేం డ్లుండును. కాని యౌవనుని విధమున విజృంభించి యా యుద్ధమున శత్రు సంహారముంజేయ సైనికు లను యోధులను బ్రోత్సాహించుచున్నపుడా దివ్యపురుషుని మనము చూచితిమేని మన మే స్థితిని వహింతుమో యా శ్వరుని కెఱుక.

విజయ సింహుడు నాడ చేసిన యుద్ధమును సరిగా స్వర్గమునందుండు దేవతలే వర్ణింపజాలరు. ఎక్కడజూచిన నతడే. ఎక్కడ విన్న నతని పౌరుషమే-ప్రతాపమే- తేజమే. నాడు విజయసింహు డొక్కడుకాడు. ముగ్గురు, నల్లురు, పదుగురు, నూఱ్లురు వేయిమంది—ఏమూలజూచిన నతడే.

అతఁడు శత్రువుల సేనాధిపతులను యోధులను అత్మిక్ర
మించెను. భటులను ద్రుంచెను. గజములను సంహరించెను.
యౌావనుల హరించెను.

ఇట్లునిరాఘాట పరాక్రమమున మించి యతఁడు అహ
మ్మద్ నగరు నవాబుపైఁబడెను. శత్రువులందఱు చెల్లా చెద
రయి పోయిరి. అతనితోఁగూడఁ గొందఱు యోధులుండిరి.
ఆయోధులు శత్రుపక్షముల యోధులతోఁబోరంబొడంగిరి.
విజయసింహాుడహమ్మద్ నగరుసనాబుపై కంబోయెను. అతఁ
డదిచూచి పాఱిపోయెను.

అహమ్మద్ నగరు బేదరు నవాబుల యోధులలో
సాలబత్ జంగు, హుససల్లీ, ఇస్మాల్ ఖాఁ మొదలగు వారు
విజృంభించి హిందువుల నఱాఁచఁకోఁతఁకోఁసిరి.

కాని విజయసింహా సాలబత్ జంగులకు ఘోరయుద్ధం
బాయెను. సాలబత్ జంగు విజయసింహునిమీఁది కెగిరి
యొక పోటు దీర్ఘఖడ్గమునం బొడిచెను. అది యతని హస్త
మునం దగిలెను.

ఆ దెబ్బతోఁ మూర్ఛిలిభవించిస పొరుషరాశియోయస
నతఁడాతనిపైఁ బిల్లపిడుగువలె నెగిరిపడి గట్టగాఁజుట్టుకొని
బంధించినైఁచెను. అతఁడు తప్పించుకోఁసఁజూాచెను. కాని విజయ
సింహుఁడతని శిరముం దునిమెను.

రామసింహుఁడనుమతియొక హిందూ సేనాని హసనల్లీ
పైకి విజృంభించెను. చాలసేపు వఱకు నా యిరువురుం బోరి
తుదకు కీర్తిశేషులైరి. తురకల సేనానాయకులెల్ల (జచ్చుటఁ
జూచి యాభటులు భయపడి పారిపోయిరి. ఈ పటుమునం
గూఁడ హిందువులకే విజయము సంప్రాప్తం బాయెను.

ముప్పదితొమ్మిదవ ప్రకరణము

స్వామిద్రోహము

ఇల్లంతటను హిందువులకే విజయములు తటస్థించుటం జేసి వారికి గర్వము కొంచెము హెచ్చెను. పైన వారికాయా సమును హెచ్చెను. శత్రువుల సైనికుల నెంత నణికినను జీమల బారులవలె నింకను వచ్చుచుండిరి. విధివిరామము లేక యుండెను.

రాజ్యాంగ పాలనము మిక్కిలి కష్టమైనది. రాజులు తామేర్పఱచుకొను మంత్రులు సేనాపతులు మొదలగు వారిని మిక్కిలి యోజించి మటి యుద్యోగములలోనికిం జేర్చుకొన వలయును. సామాన్య భటులలో గొలదిపాటి వ్యత్యాసము లుండినను అంత కష్టముకలుగదు. కాని గొప్పయుద్యోగ ములు పౌరుషవంతులు జ్ఞానవంతులు స్వదేశాభిమానులు కాక యున్నచో దేశమునకెల్లను గొప్ప నష్టము సంభవించును. మంత్రులను సేనాపతులను నిర్ణయించుటయందే రాజ్యము యొక్క మంచి చెడ్డలు శుభాశుభములు నిల్చియుండును.

ప్రతాపసింగు పౌరుషవంతుడు ధైర్యవంతుడేకాని విషయలంపటుడు. నూర్జహాను ముఖ సుధాకర మండలముం

జూచినంతనే యతని హృదయము నీరైపోయెను. అతడు యుద్ధమునకుం బోవగడంగెను. ఆ సుందరి విగ్రహ మతని ముందు నిలిచెను. అతని కాళ్ళు మతి చలింపలేదు. అతడీక యుద్ధభూమికి నడువ లేకపోయెను. పాపము! ప్రతాపసింగు వెంటనే తగిన ఫలము ననుభవించెను. అతని వర్తనము వేంకట్టాద్రికిం దెలిసెను. అతని హృదయము తీష్ణకోపాగ్ని జ్వాలాదగ్ధంబై యుడుకుచుండెను. తోడనే నూర్గురు భటుల నంపి యాతని నుస్సన్నట్లు తీసికొనిరండని యాజ్ఞాపించెను. వారు పోయి కర్తవ్యమును తెలియంజేసిరి. ఆతడు నిరాకరించినం బ్రయోజనము కలుగంజాలదు. వారితోఁగూడి వేంకటాద్రి కడకుంబోయెను. అచ్చటగల యోధు లెల్లరును అతని వర్తనముం ద్వేషించిరి,దూషించిరి. వేంకటాద్రి యిట్లనెను.

'ఛీ! నీచుండా! స్వదేశాభిమానమును విడిచి శత్రు వగు గోల్కొండ నవాబు వారించినంతమాత్రమున యుద్ధము సకు రాకుండుట నీకుచితమేనా?

చిన్నప్పటినుండియు నీకు సకల సంపదలను సర్వభోగ భాగ్యములను ఇచ్చి గొప్ప యుద్యోగమును గౌరవమును గల్లం జేసిన రామరాజ చక్రవర్తి యెడంగల భక్తి యెల్ల నేమిచేసి తివి? గోల్కొండ నవాబు కూతును నీ కిప్పించినదెవరు? ఆ విశ్వాసమేని లోపల నుంచుకొనవలదా? ఇట్టి విశ్వాసహీను నేమి చేయవలయునో నీవేచెప్పుము?'

19

ఆమాటలు వినఁగనే ప్రతాపసింగు హృదయమునఁ బశ్చాత్తాపము జనించెను. క్రోధము హెచ్చెను. అతని తప్ప నతనియంతరాత్మ యొప్పుకొనెను. అచ్చట యోధులు సేనాపతులు గలరు. వారలందఱఆ ముందటి మాటల ననిపించుకొని ప్రదుకుటకంటె సిచత మఱియుండఁజాలదని తలచెను. అతని కన్నులనుండి నీరు బొటబొటంగారుచుండెను. 'అయ్యా ! నేను మాతృదేశ ద్రోహిని. పాపాత్ముఁడను. హీనుఁడను. స్వామిద్రోహిని——'అని తోడనే తన ఖడ్గమునుదీసి కంఠమునం గ్రుచ్చుకొని ప్రాణములు విడిచెను.

కాని యతఁడు యుద్ధభూమికి రాకయుండుటవలన వేంకటాద్రి సైన్యములో నొక గొప్పభాగము నష్టమును వహించెను. సైన్యాధిపతులులేని సైన్యములు నాయకుఁడులేని రాజ్యములవంటివి. యజమానులు లేని గృహములవంటివి. చక్రములు లేని శకటములవంటివి. అట్టిస్థితియే వేంకటాద్రి సైన్యమునకును గల్గెను. అదిచెల్లా చెదరగుచుండెను.

ఆతని సైన్యములు మధ్యభాగమున నున్నవని మన మెఱుంగుదుము. ఆభాగముననే తురుష్కులు ఫిరంగలనుభూమి లో నమర్చియుండిరి. ఆఫిరంగుల దెబ్బలచేతను, వాని మహాగ్ని జ్వాలలచేతను, పెక్కు వేలమంది జనులొక్కపరి నాశమందిరి.

ఇదివఱకు సైన్యము మూఁడుభాగములనియు నందు తిరుమలరాయ రామరాయలకు విజయము సిద్ధించెననియు

మన మెతీంగియుంటిమి. ఇప్పుడు విజయమునందిన తిరుమల రాయ, రామరాజ చక్రవర్తు లిరువురు సేనలతో గూడవచ్చి వేంకట్యాద్రి పత్కమునం జేరిరి. తురకలును అల్లే యొక్క భాగ ముగాc జేరిరి. తురకలును హిందువులునుగూడి యిట్లు జయకాంక్షులై ఘోరముగాc బోరాడుచుండిరి. అచ్చట్టినైసికులును యోధులును ప్రపంచమును మఱచియుండిరి. వీరలు యథే చ్ఛా విహారంబుచేయుచు శత్రువులను, అడ్డమునచ్చిన తమ వారింగూడ సటికినై చుచుండిరి.

చక్రధర కృష్ణసర్పము రామరాజ చక్రవర్తివి మ్రింగి వేయcజూచుచుండెను. ఇంతవఱకును రామరాజునc కా ఘోర సర్పముయొక్క స్థితి తెలిసినదికాదు. అందుచే సతcదునమ్మియే యుండెను. చక్రవర్తి మావటివాండ్రనుగా నిరువుర తురక లను చక్రధరుcస తెచ్చియుంచెను. అదియతcడు కనిపెట్ట లేదు. ఇతరు లెవరును కనిపెట్టినట్లు మనకుందోcచుటలేదు.

ఒక యోగిమాత్ర మెప్పుడును రామరాజు వెనువెంటc వచ్చుచుండెను. అతcడు నిముసమైన నెడబాసి యుండుట లేదు. చక్రధరం డది కనిపెట్టియుండవచ్చును. కాని కాలవె ప్పప్పుడును సరిగానడువదు. ఆ యోగి తనలో నేమను కొనెనc కాని ముందుకు నాల్గడుగులు వైచి విజయసింహంం బిల్వ బోయెను.

ఆయోగి కాలుందీసి ముందుఁబెట్టగనే రాజుగారి మావటి వాండ్రకు చక్రధరుఁడేదో సంజ్ఞయొక్కటి చేసెను. ఆసంజ్ఞను దైవ వశమున రామరాజు చూచెను. కాని వ్యవధి లేదు. వెంటనే ఘోరఖడ్గ మొకటివచ్చి యాతని వెన్నెముక ప్రక్కందాఁకి గొప్పగాయముచేసెను.

రామరాజు స్పష్టముగాఁ జక్రధరుఁడు చేయుసంజ్ఞను జూడఁదటస్థించుటం జేసియు, వెంటనే యాతఁ డనుకొన్నట్లు వ్యవధిలేకుండ దనకు ఖడ్గప్రహారము తగులుటం జేసియు, చక్ర ధరుని సంజ్ఞయొక్క అర్థమును సంపూర్ణముగ గ్రహించెను. కాని నిమిసములో చక్రధరుఁడాస్థలమున లేకుండఁబోయెను. అతఁడే దారి నెట్లుపోయెనో ఆకష్ట కాలములో నెవరును గన్పెట్ట జాలనైరి.

దైవికమను నత్యద్భుతశక్తియొకటి కలదు. దాని తత్త్వ మును మన మెఱుంగము. కాని యొక్కొక్కప్పుడు కలవాన మనము తలంపని కష్టములెల్ల మనకుఁ గల్గును. మఱియొక వేళ కాఱు మేఘములట్లు క్రమ్ముకొనియున్న మహాకష్టపరంపర నిమిసములో మాయమై పోవును. అట్లెందువలన సంభ వించునో మనకు గోచరముకాదు.

ఇంతలో దైవవశమున రామరాజెక్కిన యేనుగు బెద రెను. అది యతనిం బడద్రోసెను. అతఁడు నేలనె సంబడెను. అతని చుట్టను హిందువులును దురకలును గుమికూడు

చుండిరి. రెండు కత్తులకును పోరుజరుగుచుండెను. ఒక వాడి
యగు ఖడ్గమెగిరి రామరాజుతలపైన తడింకను లేవకముస్సె
పడంబోవుచుండెను. కాని యింతలో ఖడ్గముతోంగూడ నొక
తురుష్కుని చేయి తెగి నేలపైనం బడెను. ఆ కొ్టినదెవరు ?
విజయసింహుండు !

అతనివెంట యోగియుండెను. ఆ యోగివెంట మఱి
యొక యవావన వీరుండుండెను. రామరాజం జంప సిద్ధముగా
నున్న తురుష్కుని హస్తమును నఱికినందులకు గోపించి మఱి
యొకతురుక విజయసింహునిసైన ఖడ్గమును వెనుక ప్రక్క
నుండి విసరెను. ఆ దెబ్బవచ్చి యతని మొడమమోచేతి
భాగమును రెండుతుండెములుగా జేసెను.

ఆ చేతివంక నావీరుండు చూచుకొనంగానే అతనికిం బౌరు
షము హొచ్చెను. తిండ్రించుచున్న యుత్తమ హార్యఘముగతి
నతడు విజృంభించెను. అతని కనులు రక్త మయములాయెను.
అతం డాగాయమునకు గట్టుగట్టి మరల తురుష్కసేనపైన
ద్విగుణీకృతమైన పరాక్రమమునం గవిసెను. ఆమోర్ది భయం
కరము. కాలానల జ్వాలాసన్నిభము. అతండపుడు రెండవ
రుద్రునివలె నుండెను. కాని యతనికిం గ్రమక్రమముగా
నాయాసము హొచ్చెను. ఒక తురుష్కవీరుండువచ్చి తన ఖడ్గ
మును సరిగాంబ్రక్కసుండి యతని కంఠముపైన విసరెను.
ఇంతలో హిందూయావన పురుషుండొకండ డా దెబ్బను

తాళుకాచుకొనెను. పాపమతనికిం బలమైనగాయము తగిలెను. ఆ యిరువురును మూర్ఛిల్లిరి. శ్రీధరుడు వారినటనుండి తప్పించివేసెను.

రామరాజును మూర్ఛిల్లెను. అతనిని యోగి రక్షించి దూరముగాc గొనిపోయెను. కాని రామరాజు బ్రదుకునట్లు తోంచలేదు.

ఇంతలో ‘రామరాజుచచ్చె, రామరాజు చచ్చె’ అని తురుష్కులు కేకలిడిరి. హిందువులు నిజముగా నతండు చచ్చెననుకొనిరి. తురకల కేకలును ఆర్పులును మిన్ను ముట్టుచుండెను. క్షణములో సైన్యము నాల్గుమూలల నావార్త వ్యాపించెను. హిందువులు చెల్లాచెదరయిపోయిరి. కొందఱతని కొఱకు వెదకుచుండిరి. తురుష్కులు వెంటంబడి నఱకుచుండిరి.

తిరుమలరాయ లా వార్తను వినంగనే సహింపనేరక అతనిం జూడవలయునని రామరాజున్న వైపునకు రాందొడంగెను. అతనింగూడ మోసపుచ్చి తురకలు నటికివేసిరి.

అన్నగారి చావు తెలిసి వేంకటాద్రికూడ నతనింజూడ వచ్చుచుండెను. అతని నొకతురుష్క యోధుడు వెంబడించెను. ఆ యిరువురును ఘోరముగాంబోరిరి. ఆ తురుష్క యోధుడు గతించెను. కాని మఱియొకడువచ్చి వేంకటాద్రి తలపైన నొకపెద్ద దెబ్బనొట్టెను. అతని తల రెండుప్రక్కలాయెను. శక్తితగ్గంచుండెను. అయినను సహించి యాతురకం

గూడ దెగనటికెను. కాని యిఱ్ఱ దానెల్లను జీవింపనని యెటిగి తురకలచేత జావనిచ్చగింపక ఖడ్గముతో బొడిచి కొని చచ్చెను.

రాధాకుమారుడు కూడ దెబ్బలుతిని పడిపోయెను. అతని నాళ్యనుండి రక్తము ప్రవాహ రూపమునంబోవుటచే నతనికి నీరసము హెచ్చాయెను. భూమిపై స్మృతితప్పి పడి యుండెను. అట్టిస్థితిలో నతని నొక యావన హిందువు డెచ్చటికో తీసికొనిపోయెను.

సేనాధిపతుల మరణముచేతను విజయసింహుడు కన్పడ కుండుటచేతను సైన్యములు చీకాకుపడి విచ్చలవిడి సంచ రింపజొచ్చెను. తమరాజులు గతించిన వెన్కబోరాడిన నేమి ప్రయోజనమని కొందఱు సన్యస్త శస్త్రులైరి. మఱికొంద ఱుత్సాహ రహితులై పారిపోదొడంగిరి. నాయకులు లేరు. రణారంగము——యుద్ధవిముఖత——ఇక తురుష్కకరవాలధార హిందూసైసిక నికాయములనేల నేలపాలు చేయదు.?

ఒక్క నిమిసములో హిందువులకు సిద్ధింపనున్న సంపూర్ణ విజయము సంపూర్ణ పరాజయముగా బరిణ మించినది.

———

నలువదియవ ప్రకరణము

తరువాత

మన సంపదలు శాశ్వతములుకావు. మన విభవములు శాశ్వతములుకావు. ప్రపంచమునందలి దృశ్యపదార్థము లెల్ల ఎరిణామాంతరముల నందుచుందును. మనోహరములై, శీతల శులై, సరసజన హృదయ రంజకములయిన శరత్కాల చంద్రి లు నిల్వవు. యౌవనము వృద్ధత్వమువలనం బరాజయము ందును. దివ్య భవనములు సౌధములు దివ్యనగరములు— ప్రపంచమందలి సమస్త దివ్యవస్తువులు నశించినవి. నశించు ఎన్నవి. నశింపనున్నవి. భాషలు నశించినవి. మార్పుం జెంది వి. చెందుచున్నవి. కాని మన ప్రాస్వదృష్టి కవి యెల్లను చరింపవు. మనకండలకు నొకపరిణామ కాలముకలదు. నీవు శాశ్వతముకాదు. నేను శాశ్వతముకాదు. ఎవరును శాశ్వతము ౦దు.

మధ్యాహ్నము గతించెను. సూర్యుడిపుడు పూర్వము లె తీక్ష్ణముగాలేడు. ఆకసము నిర్మలముగా నుండెను. సము పరిణామ మందుచుండెను. చేయూడకున్నది. నోరాడ న్నది. కనులనుండి—వచ్చుచున్నవి.

నాఁడు శృంగారపుర సమీపమునందున్న యొక యింట జమున రాత్రిపూట విజయ సింహుఁడు స్మారకము తప్పి యున్నప్పుడు మన కతని సమీపమున నొక దివ్య సుందర విగ్రహము కన్పట్టినది. ఆ మంజుల విగ్రహము—ఆ మనోహరవిగ్రహము ఎవరో మీ కిపుడు జ్ఞప్తిలేదా?

పాపము! రాధా కుమారునిగతి యేమైనది? అతఁడు యుద్ధ మధ్యమునఁ బడిపోవుట మనమెఱుఁగుదుము. అతని నొక యఁకాపస పురుషుఁ డటనుండి గొంపోవుచుండ మనము చూఁచితిమి.

ఆ పురుషుఁడెవఁడు? ఆ కోమల శరీరము, ఆకుటిల కుంత లములు, ఆ పాలుచూపులు, అతఁడు నిజముగా పురుషుఁడేనా? అతని విక్రమమును మనము కండ్లారఁ జూచితిమి. అట్ట శక్తి పౌరుషము, విజృంభణ, అక్కడ నే పురుషులకుం గూడలేదే? కాదు—నిశ్చయముగా ఆ విగ్రహము స్త్రీ విగ్రహము. ఆమె స్వర్ణకుమారి. ఆ నాఁడు జగన్మోహిని స్వర్ణకుమారులు తమ భర్త లనుమతింపమిచే నింటనేయుండ సమ్ముతించిరిగదా? యుద్ధ మునందుఁ దమభర్తల కేమియగునో అననాతురత యాసుందరీ మణు లిరువుర కణియించినది. వారింటనుండఁ జాలకపోయిరి. ఆ వీరస్నాఘవ్వలు, ఆ వీరవనితలు—ఇట్లు పురుషరూపముల వచ్చి తమభర్తల వెసువెంటనే సంచరించుచుండిరి.

స్వర్ణకుమారి రాధాకుమారుని యుద్ధమునుండి కొంపోయి యొక్క శిబిరమునంజేర్చెను. అందు దెబ్బతిని పడియున్నజగన్మో హినీ విజయ సింహులుండిరి. ఆమె పోవునప్పటికి వారికి స్మృతి తెలియలేదు. వారి నట్టి స్థితిలో కన్గొను సరికామె గుండెలు పగిలెను. నీరయిపోయెను. ఆమెకు జై ప్రాణము పైననే లేచి పోయెను. ఆమె శరీరము సందలి గాయము లెల్ల నా యుడ్రేక స్థితిచే బొంగి రక్తమం జిమ్మెను. కొంచెము సేపు పిచ్చి గొనుగుడు గొణిగెను. అందర్థము లేదు. క్రమముగా ఉష్ణము చల్లారెను. శీతలమెక్కెను. రాధాకుమారుని పై నంబడి గతించెను.

రాధాకుమారుడు కొంచెము సేపటికీ గన్నెత్తిచూ చెను. అతడు స్వర్ణకుమారిం జూచియుండెను. జగన్మోహిని విజయసింహులంగూడ జూచియుండవచ్చును. కొంచెము సేపువఱకు నేమో యోజించెను. అతనికి మాటలేదు. పలుకు లేదు. కన్నులనుండి వెచ్చని బాష్పములు ప్రవహించెను. కంఖ్ల మూతలు వడియెను. మరల మఱియొకసారి కన్నెత్త లేదు.

జగన్మోహిని యింకను ప్రపంచ మెఱుంగకుండెను. విజయసింహుడు కొంతసేపయిన తరువాత కన్ను దెఱిచెను. ఎట్టయెదుట దివ్యసుందర విగ్రహము—తనను రక్షించిన యూ రాజపురుష విగ్రహముండెను. ఆ విగ్రహము తేజో వంతము

లయిన అలంకారములం ధరించియుండెను. అతఁడా విగ్రహ
మునుకండ్లారఁజూచెను. కాని యతనిహృదయమత్యంతదుర్బల
స్థితిలో నుండెను. అతఁడెవఁడో తెలిసికొన వలయునని యతని
హృదయము వేధించుచుండెను. తన కొఅకై ప్రాణ మర్పిం
చిన యా పురుషునకు దానేమి ప్రత్యుపకారము చేయగలనా
యని అతఁడు యోజింపసాగెను. అతనికి బాధ అంత కంతకు
హెచ్చుచుండెను. ఇంతలో నా శరచ్చంద్ర నిభమగు నానన
మొక్కపరి కండ్లు తెఅచెను. ఆ చూపు పీయూషమును
వర్షించుచుండెను. తెల్ల గల్వరేకులను జిమ్ముచుండెను. శాంత
రసము నొలుక్కుచుండెను. ఆ విగ్రహము తెప్పవాల్పక విజయ
సింహునివంకఁ జాలకాలము చూచెను. విజయసింహుని
చూఫ్పు లాచూఫ్పులలోఁగలసెను. అవి సమ్మేళనమై పోయెను.
ఆచూపు లితనింగట్టిగా బంధించుచుండెను. అతని కేమియు
స్ఫురింపలేదు.

      ఆ విగ్రహ మింకను జూచు చుండెను. ఆమె కండ్లనీరు
తిరిగెను. అది ధారలైపారెను. ఆధారలు క్రిందికి ప్రవహించి
యామె చెఫ్పులను నింపుచుండెను. విజయ సింహుఁడు మెల్లగా
'మీ రెవరు' అని ప్రశ్నించెను. కాని మాట్లాడు శక్తి
యామెకు లేదు.

      ఆమె యొక సంజ్ఞచేసెను. అతఁడది గ్రహించెను.
అతని యంగము కంపించెను. పులకాంకిత మాయెను.

'హా! ప్రాణేశ్వరీ! హా! జగన్మోహినీ! హా! నాప్రా
ణామా! హా! నా ముద్దులగుమ్మా! హా! నారీరత్నమా! హా!
త్రిలోకసుందరీ! అయ్యో! నీవేనా నాకొఱకు ప్రాణము
లర్పించుచుంటివి? యర్ధాంగీ! ఆంధ్రిసామ్రాజ్య రక్షణకొఱకు
నీప్రాణముల నర్పించుచుంటివా? నీ ఋణము నెట్లు తీర్ప
గలను? అయ్యో! నీదేహమెల్ల నెట్లు దుర్బలమైనది? రక్త
మెల్ల నెట్లునశించినది! హా! అర్ధాంగీ! నీవేకదా నాప్రాణ
మవు! నీచావు సేనుజూడంగలసా? హా! ప్రేమైకనిధానమా!
నీ మృదుమధురవాక్కు వినంబడదేమి? అయ్యో! యుద్ధ
మునకు నత్తనని బతిమాలిన వలదంటిని. కాని నీవు రాక్ష
మానసవయితివి. అయ్యో! సుకుమారగాత్రీ! చంపకదళనేత్రీ!
మాట్లాడవేమి?' అని యేడ్చుచు మూర్ఛిల్లెను.

కాని యతండు మరల వెంటనే మూర్ఛనుండి లేచెను.
ఆమె యొక్క నమస్కృతి చేసెను. విజయసింహుండామె
బాష్పములం దుడుచుచుండెను. ఆమె యేమేమో సంస్మరిం
చెను. ఒక సంజ్ఞ చేసెను. అతండది గ్రహించి యొక్కముద్దు
బెట్టుకొనెను.

ఆమె హృదయము సంపూర్ణ వికాసమునందెను. ఆ
ముద్దామెకు బరిపూర్ణసంతోషము నొసంగెను. ఆమెకన్నుల
తోడనే కృతజ్ఞతందెలిపెను. కన్నుల నొకసారి యెత్తి తెర
చెను. అతండు దుఃఖవివశుండాయెను. వారిరువురి కనుదమ్ము
లొక్కపరి ముకుళించెను.

———

నలువది యొకటవ ప్రకరణము

బుద్ధిసాగరుండు

ఆరిపోవనున్న దీపమునకుఁ గాంతి విస్తారమగును. అది స్వభావసిద్ధము. తిరిగి యది విజృంభించి చిరకాలముందుననని మనము భ్రమింతుము. కాని యట్లది యొన్నటికిం గూడఁ గాఁజాలదు.

రామరాజట్లు యుద్ధభూమినుండి యెచటికో కానిపోవఁ బడెను. అతనిం గొంపోయినది యోగివరుఁడు. ఆయోగివరుం డాతని నొకశిబిరమునకుం గొనిపోయి యందుంచి పెక్కు సపర్యలు చేయుచుండెను. సేదతీర్చుచుండెను. కాని స్మృతి రాలేదు. ఇంకను రాలేదు. అతఁడు పాపము వృద్ధుడు!

కాని యెట్టకేల కతనికిం గొంచెము స్మృతివచ్చెను. అతఁడు తన జీవితమింకనిల్వదని గ్రహించెను. అతని మానస ముము చింతాసమాకులమాయెను. అచ్చట నా యోగితప్ప ము తెవ్వరునులేరు. అతఁడోకసారి బుద్ధిసాగరుం జూడవలయు ఁని తలంచెను. తన కోరిక గగనకుసుమము వంటిదని యతఁడు చింతించెను.

మానవులకు ప్రాస్వదృష్టి స్వభావసిద్ధము. ఆ ప్రాస్వ నృష్టి దూరమును యోచింపనీయదు. యోచన లేక యేది

సౌ చేయుదురు. పిమ్మట విచారింతురు. కాని విచారించిన లాభముంచునా? చెడిపోయిన కార్యములు మరల బాగు నకునా? గతించిన వాడెన్నటికేని తిరిగి జీవించునా?

అతడాయోగి వంక తన దృష్టిని సారించెను. ఆయోగి ముఖమతడికి చకారణముగా బ్రీతినొసంగుచుండెను. అతడాయోగివంక జాలపై పవలోకించెను. 'ఇతడే బుద్ధిసాగ రుడా యేమి?' అని యనుకొనెను 'అతడుకాదు' అని తర్కించెను. 'లేనిచో నితనియందు బుద్ధి సాగరుని తీరు చాల కనుపట్ట నేమి?' అని మరల వితర్కించెను.

భ్రమ విచిత్రమైనది. మన మవశ్య మొక పురుషునిం జూడగోరు నెడల మన మెచ్చటికేగినను, ఏదిక్కుంజూచినను ఏచెట్టం గన్గొన్నను, ఏపుట్టను వీక్షించినను, ఏమొగమం గన్గొన్నను, ఆపురుషుని ముఖమే యతని లక్షణము లే గోచ రించుచుండును. అది మనమనస్సుయొక్క వికారము. అదియే భ్రమ.—

అతడిపుడు బుద్ధిసాగరుంజూడ నభిలషించెను. అతడు కళ్లెదుటం గన్పించుచున్నట్లుండెను. సంశయగ్రస్తుడాయెను. మెల్లగా నిల్లనియెను.

'అయ్యా! మీరెవరు?'

ప్రత్యుత్తరమురాలేదు. అతని మనస్సాందోళనము నందుంచుండెను. ఆయోగి హృదయము భేదింపబడెను. కండ్లు

జలపూరితములాయెను. కాని అత్యదంత స్తంభన మాచ
రించెను.

‘అయ్యా! మీరు చెప్పకయున్న నే నాగజాలను.
కరుణింపుడు.’ అనెను.

ఆ యోగి మెల్లగా నిట్టనెను.

‘మీ రిపు డెవరికొఱకు నిరీక్షించుచున్నారో అతఁడే
యుతఁడు’

‘బుద్ధిసాగరులా మీరు?’

‘అవును’ అనెను.

ఆ ముదుసలి చక్రవర్తికి కండ్లనీరు ్రగమ్మెను. ఆనం
దము——దుఃఖము——పశ్చాత్తాపము అతని ముఖమున వ్యక్త
ము లగుచుండెను. అతఁడేడ్చెను. ‘నన్ను క్షమింపుడు’ అని
యొక నమస్కారముం జేసెను. వలదని బుద్ధిసాగరుడు వారిం
చెను. కాని యతఁడు వినలేదు. ఇట్లనెను.

‘అయ్యా? విశ్వాస ద్రోహిని. పాపాత్ముఁడను. నేను
సుప్రసిద్ధిమగు విజయనగర సామ్రాజ్యమును నాచేతితో బాధు
చేసితిని. మీ వంటి విశ్వాస పాత్రులగు మంత్రివరుని మాటలను
జెవింబెట్ట నయితిని.

నాయుత్కృష్ట సామ్రాజ్యముం జూచుకొని గర్వించి
తిని. ఆదిల్ శాహాను నమ్మితిని.——చక్రధరుని నమ్మితిని——
కత్ఫలము నెల్ల ననుభవించితిని.

నాఁడు సభా భవనమున మీరుచెప్పిన వాక్యరత్నము లెల్ల వేదాతురములు. అవి జరిగితీఱినవి. గతించిన వెన్కఁ జింతించిన నేమి ప్రయోజనము?

విజయ నగరమువంటి విస్తీర్ణతం గాంచిన సుప్రసిద్ధ సామ్రాజ్యమును ధ్వంసముచేసినందులకు నన్నెంతగాఁ భవిష్య దాంధ్రులును, భారతీయులును దూషింతురోకదా? నిశ్చ యముగా——నే నందులకుం బాత్రుఁడను.

ఏ నాఁడు నిసుమంతకష్టములను ననుభవించి యెఱుఁగఁ గని నా సామ్రాజ్య ప్రజలెల్ల నెట్టి కష్టముల నందుదురోకదా? దైవమా! ఎంతటి విపత్తులందెచ్చి నెత్తిసైఁబెట్టితివి? తురు ష్కులపేరునే వినని నా సామ్రాజ్య ప్రజ లీఁక నేమగుదురో?

అయ్యో! విజయనగర పట్టణము నేఁగతి నేమగునో? ఆ మహా నగరము నాశమందవలసిన దేనా?

ఛీ! ఈ తుచ్ఛ ప్రాణములను విడిచెదను. పోయివచ్చె దను. నాతప్పులను మన్నించి నను రక్షింపుఁడు.' అని కడసారి బుద్ధిసాగరుం బ్రార్థించెను.

'దేవా! ఏల చింతించెదరు? నన్నేల స్తుతించెదరు? నావిధిని నేను నెఱవేర్చితిసి. కాని యొక్కువ నేనేమియుంజేసి యుండలేదు. సామ్రాజ్యములు నశించుట వృద్ధందెందుట ఈశ్వరసంకల్పము ననుసరించియుందును. అదిమనపవళముకాదు' అని చెప్పుచుండెను. కాని రామరాజచక్రవర్తి యొక విసం

జాలకపోయెను. ఆతఁడు వేంకటాద్రి తిరుమల రాయల నిరు
త్తర నొకపరి సంస్మరించెను. గతాశుఁడాయెను.

బుద్ధిసాగరుఁడు శోకించెను – శోకించెను. మూర్ఛిల్లెను
కను లల్లె మూసికొనిపోయెను.

నలువది రెండవ ప్రకరణము

ఉప సంహారము

———

ఉత్కృష్ట సామ్రాజ్యములలో నొక్కటిమై శత్రుభీకరమై, విఖ్యాతింగాంచిన విజయనగరసామ్రాజ్యము నేంటితో నంతమైనది. జగద్విఖ్యాతమహానగరములలో నొక్కండయిన విజయనగర పట్టణ మొక్క పెట్టునంగూలినది. అట్టి మహానగర మాకాలమున నెం దేనింగలదా? ఆదివ్యభవనములు, ఆప్రాకారములు, ఆ గోపురములు, ఆ నాటకశాలలు, ఆపుస్తక భాండాగారములు, అన్నియుం దురకలచే నాశముచేయంబడెను. హిందూ సుందరీ మణులం జెఱపెట్టవలయుననని తురకలందుంబ్రవేశించిరి. కాని, యొక్క సుందరియు వారికిం జిక్కలేదు. కొందఱ ఆత్మహత్య చేసికొనిరి. మఱి కొందఱ అగ్నిగుండములంబడిరి. గొల్కొండ నవాబు విజయనగరమ్ము ప్రవేశించిన తరువాత జగన్మోహిని కొఱకు ప్రతిభవనమునను, ప్రతివీధిని, ప్రతిచోటను, ఆ మహానగరమున వెదకించెను. కాని యతండు విఫలమునోరఘుండాయెను. అతని కామెజాడయే తెలిసినదికాదు. పాపము! చింతాక్రాంతుండై చాలకాలము పరదేశములంగూడ వెదకించెను. కానియంతయు వ్యర్థమాయెను.

పాపము ! చక్రధర తారానాథులు మొదటినుండి కష్టపడిరి. తంత్రములంబన్నిరి. రాజ్యలత్క్మి లోభులై కుడువ రాని కూళ్ళెల్లంగుడిచిరి. పడరాని పాట్లెల్లంబడిరి. కానివారి శ్రమ మాత్రము పాపము ఫలించినదికాదు ! వారు పట్టాభిషేకము నక్ష యాతురంబడుచుండిరి. నవాబులు దర్బారుచేసిరి. అందు గొల్ల్కొండ నవా బిట్లనెను.

'ఈ యిరువురును గొప్పతంత్రజ్ఞులు. వీరిని నమ్మియుండుట మనకు క్షేమముకానేరదు. ఇందు జక్రధరుండు బంధువుండై యుండియు రామరాజునకు స్వామి ద్రోహముచేసినవాండు. ఇట్టివానిని నమ్మిన మనలనుగూడ రే పిల్లె చేయును. తారా నాథుండు సూడ నట్టివాండే. కావున వీరి నిరువురను గుండ్ల బారు లతో నాశము చేయుటమేలు.'

నవాబు లందఱు దీనికి సమ్మతించిరి. నిండుసభ యెదుట వా రిరువురను దుపాకులతోఁగాల్చిరి. ఆ పాపాత్ముల కిట్టి శిక్ష తగదన నెవరు సాహసింతురు?

స మా ప్త ము

PRINTED AT THE INDIA PRINTING WORKS, MADRAS.

అంటు వ్యాధులు.

ఇందు అంటు వ్యాధులు ఎట్లు వచ్చునదియు, ఏయేవ్యాధు లంటువ్యాధు లవబడునదియు విపులముగా వర్ణింపబడినది.

ఇందు పటములు పెక్కులు గలవు.

అంటు వ్యాధులకు మన దురాచారములే కారణములని నిరూపింపబడినది.

ఈ గ్రంథమును పల్లెటూరులలోని ప్రతి వారును తప్పక పఠించవలయును.

ఇయ్యది శస్త్ర శాస్త్ర, వైద్యశాస్త్ర విద్యావిశారదులగు

డాక్టరు ఆచంట లక్ష్మీపతి

బి. ఏ. ఎం. బి. సి. ఎం., గారిచే

మిక్కిలి సులభశైలిలో వ్రాయబడినది.

ఈ గ్రంథమును విజ్ఞానచంద్రికా పరిషత్తు వారి సంవత్సరము పఠనీయ గ్రంథ ముగా నేర్పఱచి యున్నారు.

చిరునామా :—   వెల ౦-౪-౦

మేనేజరు,

విజ్ఞానచంద్రికా బుక్కు డిపో.

ఆంధ్రప్రచారిణీ గ్రంథనిలయము

	చందాదారులకు			ఇతరులకు		
1. దుర్గేశనందిని	1	0	0	1	12	0
2. చసుమతీవసంతము	1	0	0	1	8	0
3. లలితచంద్రహాసము	0	10	0	0	14	0
4. మృణ్మయి	1	0	0	1	5	0
5. సీతారామ	1	0	0	1	8	0
6. నూర్జహాను	1	0	0	1	8	0
7. రాజసింహ	1	0	0	1	8	0
8. మాధవీలత	1	0	0	1	5	0
9. మృణాళిని	1	0	0	1	5	0
10. మనోరమ	1	0	0	1	5	0
11. దురదృష్టవంతులు	1	0	0	1	8	0
12. విషవృక్షము	1	0	0	1	5	0

అనుబంధములు

	చందాదారులకు			ఇతరులకు		
1. రాధారాణి	0	4	0	0	4	0
2. యుగళాంగులీయకము	0	8	0	0	8	0
3. సాధన	0	5	0	0	7	0
4. ప్రభావతి	0	2	0	0	3	0
5. మాలతి	0	1	6	0	2	0
6. కమలాకాంతుడు	0	1	6	0	2	0
7. లీల	0	3	0	0	4	0
8. ఇందిర	0	3	0	0	4	0
9. హారావళి (పద్యములు)	0	3	0	0	4	0
10. పరిమళ	0	6	0	0	8	0
11. కోహినూరు	0	6	0	0	8	0
12. ఉన్మాదిని	0	2	0	0	3	0
13. నీరద	0	5	0	0	7	0

చిరునామా:—సెక్రటరీ, ఆంధ్రప్రచారిణీ గ్రంథనిలయము,

నిడదవోలు, కృష్ణాజిల్లా.

ఆంధ్ర విజ్ఞానసర్వస్వము

ముఖ్య సంపాదకుండు: కే. వి. లక్ష్మణరావు, ఎం. ఏ.

౧౯౧౩ సం॥ జూలై మొదలు డబిల్ క్రౌన్ ౮ ఆకార మున నెలకు ౧౦౦ పుటల వంతున ఈ 'విజ్ఞాన సర్వస్వము' వెలు వడు చున్నది. మీకు సాధారణముగ నేవిషయమును గూర్చి తెలియవలె నన్నను ఈగ్రంథమును ద్రిప్పిచూడవలను.

దేశముల చరిత్రలు, మహా పురుషుల జీవితములు, జంతు జీవ పదార్థవిజ్ఞాన రసాయన మొదలగు సర్వ ప్రకృతి శాస్త్రములును వానిలోని ముఖ్యవిషయములును, వేదవే దాంగ పురాణేతిహాస విషయములును, వడ్రంగము, కమ్మరము, పింగాణీ, నేత మున్నగు కర్మల విషయములును, శిల్పము గానవిద్య మున్నగు కళావిద్యలును, వైద్యము 'లా' మున్నగు లౌకిక విషయములును, అవి యివి యననేల? పాకశాస్త్ర విషయములతోc గూడ అన్ని విషయములును అకారాదిగ నీ విపులగ్రంథమందు వర్ణింపcబడును. విషయములు బోధ పడుటకు పటము లనేకములు గూర్పcబడును.

దీనికి చందా సంవత్సరమునకు పది రూపాయలు. దీనిని రెండుభాగములుగ ఆరుమాసముల కొక పర్యాయము వసూలుచేసికొందుము. ప్రథమసంచిక నంటి మొదటి ఆరు నెలల చందాక్రింద అయిదు రూపాయలు వసూలుచేసికొన గలము. ఐదుసంచికలు వెలువడినవి.

తెలుంగు ఎన్సైక్లోపీడియా ఆఫీసు,

చింతాద్రిపేట, మద్రాసు.

ఆంధ్రసాహిత్యపరిషత్తు

కార్యస్థానము.

2/7 హారిస్‌రోడ్డు-పుదుపేట,

చెన్నపురి

పరిషదుద్దేశ్యములు:—— ఆంధ్రశబ్దములకు సలక్షణవ్యుత్పత్తికముగ విపులనిఘంటువు రచించుట, తెలుఁగు భాష కితర భాషలతోఁగల సంబంధమును దెలుపుచు భాషాతత్త్వమును నిరూపించు లక్షణశాస్త్రమును రచించుట, ఆంధ్రదేశపూర్వ వృత్తాంతమును బ్రమాణపూర్వకముగా నిరూపించుట, శాస్త్రీయపారిభాషికపదముల నిర్ణయించుట, నూతనగ్రంథరచనకు సాహాయ్యము చేయుట, భాషావిషయములఁ జర్చించుటకుఁ బత్రిక నొకదానిని బ్రకటించుట, సమగ్రముగఁ బుస్తకభాండాగారము నేర్పఱచుట, ఇత్యాదివిధముల నాంధ్రభాషా వాఙ్మయాభివృద్ధి గావించుట, పరిషత్తుయొక్క యుద్దేశ్యములు.

చందాల నిర్ణయము

1. ఉద్ధారకులకు	రు.	5000.
2. పోషకులకు	,,	1000
3. యావజ్జీవసభ్యులకు	,,	100.
4. సాధారణసభ్యులకు సంవత్సరమునకు	,,	6.

పరిషత్సభ్యులు పత్రికకు వేఱుగా జందా నియ్యనక్కఱ లేదు.

సభ్యులు కాఁగోరువారు కార్యదర్శులపేరఁ వ్రాసి పరిషన్నియంథనలఁ దెప్పించుకోనవచ్చును.

వు. నాగభూషణము, ఎం.ఏ. బి.ఎల్.

నె. పట్టాభిరామరావు, బి.ఏ.

ఆ. లక్ష్మీపతి, బి.ఏ. ఎం. బి. సి. ఎం.

కార్యదర్శులు.

శ్రీయుత కట్టమంచి రామలింగారెడ్డి ఎం. ఏ. గారి గ్రంథములు

అర్థ శాస్త్రము

ప్రథమ భాగము-ప్రథమ సంపుటము.

'ధనమూల మిదమ్ జగత్' నిగడా ప్రపంచ సిద్ధాంతము! దేశాభివృద్ధి ఆయా దేశములయొక్క ఆర్థికస్థితుల ననుసరించి యుండును. 'ఆర్థిక స్థితియనగా నెట్టిది? అర్థోత్పత్తికి దగిన సాధనములెవ్వి? ఇతర దేశములలో ఆర్థికస్థితి యెట్లున్నది?' అను విషయములను గూర్చియు, అర్థాభ్యుదయమునకు సంబంధించిన దిగుమతులు, ఎగుమతులను గూర్చియు నిండు విపులముగా జర్చింపబడియున్నది. విషయము శాస్త్రీయమై మన దేశీయులకు నూతనమైనను, శైలి మనోహరమై, మన దేశమునకు సంబంధించిన విషయములను స్పష్టమగునట్లు దృష్టాంత పూర్వకముగా వివరింపబడియున్నది. దేశాభ్యుదయమును గోరు వారందఱును తప్పక చదివి లాభము నందవలయును. వెల ౧-౮-౦

ప్రథమ భాగము-ద్వితీయ సంపుటము.

ఇందు వృత్తుల పరిణామము, ఆధునికవృత్తి నిష్కామములందలి సామాన్య లక్షణములు, శ్రమ విల్లేషములు, న్యాయతత్త్వము, క్షోభలు, సంభూయ సముత్థానములు, స్పర్ధ మొదలగు మహత్తర విషయములనుగూర్చి విపులముగా జర్చింపబడియున్నది. మనపాలకుల రాజ్యమగు బ్రిటీషు దేశమునందు నగుటున సంవత్సరమునకు ప్రతివాడును రు. 495 లు

సంపాదించుచున్నాడు. మన దేశమందన్ననో సాలుకు 27-0-0! అనగా ఒక్కొక్కనికి దినమునకు ఒక అణా రెండుపైసల వరుంబడి ! పసిబాలునికైన ఒక్కపూట, అర్ధకడుపైన నిండునా? కాన విద్యాధికులందఱును అర్థశా(స్త్ర)మును పఠించి, అర్థోత్పత్తి కనువగు మార్గముల దెలిసికొన వలయును.

'క|| నరులారా! మీకు మీతర

తరముల వారికిని భారత భవికిని శుభం

బరసియ తెగించి (ప్రా)సితి

బరుషమ్మైనను గణింపవలయువిషయముల్'

ఈ గ్రంథ మొక నవలవలె నుండును. మన యభివృద్ధికి (ప్రతి బంధకములగు పెక్కు దురాచారము లిందు ఖండింప బడియున్నవి. వెల ౧-౪-౦.

మండలి వారి చరిత్రవిషయక నవలలు.

రాణీ సంయుక్త

వీర రసభరితము ! దేశాభిమానపూరితము! శ్రీ విక్టో రియా చక్రవర్తిగారి కంకిత మీయబడినది. ఇప్పటికి మూడు కూర్పులైనది. అరువేల గ్రంథములమ్ముడుబోయినవి. దీని ప్రాశస్త్యమండఱకు తెలిసినదే గనుక వర్ణింపబనిలేదు. వెల ౦-౧౨-౦.

శ్రీయుత కట్టమంచిరామలింగారెడ్డి కృత

పింగళి సూరనార్యకృత ప్రభావతీ కథాపూర్ణోదయముల విమర్శన.

ఇట్టి విమర్శన మిదివఱకు మన యాంధ్ర ప్రపంచమున లేదు. ప్రతి విధ్యాధికుడును దప్పక చదువవలయును. అంధ్రాంధ్రేయ పండితులు పెక్కుమంది మెచ్చుకొనియున్నారు. 1-8-0.

విమలాదేవి

కథాచమత్కార మత్యద్భుతము. రాజసింహుని పరాక్రమము వర్ణనాతీతము. ఇందిర స్వామి భ_ దేశసేవ నిషుఠ మానము! రెండు కూర్పులయిపోయినవి. వెల ౧-౨-౦.

రాయచూరుయుద్ధము

ఆంధ్ర దేశ చరిత్రాత్మకమైనకథ. రామ యామాత్యుని కృత్యములు అద్భుతములు, భయంకరములు. విజయ సింహుని సాహ సౌదార్యములు 'బళీ' యనిపించును. తిమ్మ రసు యుక్తి చమత్కృతులు పఠనీయములు. వెల ౧-౨-౦.

మేనేజరు విజ్ఞానచంద్రికా. చింతాద్రిపేట—మద్రాసు.